# చిత్ర కథాకేళి

## క్రైం కథలు

కస్తూరి విజయం
VICTORY OF KASTURI

రచన, చిత్రాలు
కొయిలాడ రామ్మోహన్ రావు

Chitra KathaKeli
Crime Stories
by
Koilada Rammohan Rao

Copyright: Koilada Rammohan Rao

Author
Koilada Rammohan Rao
Narasingarao Peta,
Anakapalli,531001,
AndhraPradesh
Mobile : 9849345060

published  by
Kasturi Vijayam, Oct,2023

ISBN: 978-81-964872-5-6

Print On Demand

Books available
@
Ph:0091-9515054998
Email: Kasturivijayam@gmail.com
Amazon,Flipkart

# కృతజ్ఞతలు

నా కథలు ఓపికగా చదివి, ముందుమాట రాసిన ప్రముఖ రచయిత శ్రీ మంజరి గారికి హృదయపూర్వక కృతజ్ఞతలు. సాహితీ మిత్రులు డాక్టర్ సుగుణరావు గారికి నా ప్రత్యేక కృతజ్ఞతలు. ముందుమాట రాయడానికి వారెంతో శ్రమించారని, తమ అమూల్యమయిన కాలాన్ని వెచ్చించారని తెలుసుకున్నాను. ఇది ఒక అపూర్వ కానుకగా భావిస్తాను.

వారిద్దరి ముందుమాటలు, నా పుస్తకానికే వన్నె తెచ్చాయని మా స్నేహితులు అన్న మాట నూటికి నూరు శాతం సత్యం.

ప్రింట్ కాకముందే చదివి, తగిన సూచనలను, సలహాలను అందించే మిత్రులు ఎ. మురళి మోహన్, సిహెచ్ టి శ్రీనివాస్ లకు, ప్రచురించబడిన కథలను చదివి అభినందనలు తెలుపుతూ ఎల్ల వేళలా ప్రోత్సహించే మిత్రులకు సర్వదా కృతజ్ఞుడిని.

ముందునుంచి నన్ను పోత్సహిస్తూ వస్తున్న సాహితీ మిత్రులు, డా. చక్రపాణి, శ్రీ రంగబాబు గార్లకు నా కృతజ్ఞతలు.

ఈ పుస్తకాన్ని అందంగా ముద్రించిన కస్తూరి విజయం వారికి నా ప్రత్యేక కృతజ్ఞతలు.

**నేను ఈ స్థాయికి ఎదగడానికి కారణమయిన నా తల్లితండ్రులకు, గురువులకు ఈ పుస్తకం అంకితం**

# నా గురించి కొన్ని మాటలు

నా చిన్నప్పుడు కాకినాడ, గాంధినగరంలో ఉన్నపుడు, అక్కడి పార్కులో ఉన్న గ్రంథాలయంలో ఉన్న పుస్తకాలన్నీ చదివేసాను. అక్కడెన్నో అద్భుతమయిన పుస్తకాలు ఉండడం నా అదృష్టం. అప్పటి చదువంతా తెలుగు మీడియంలోనే అయినా, అక్కడ అనువాద సాహిత్యం చాలా ఉండేది. మాలతీచందూర్ పాత కెరటాల పరంపరలో జేన్ ఆస్టిన్ లాంటి ప్రసిద్ధ రచయిత్రి రాసిన 'ప్రైడ్ అండ్ ప్రిజుడిస్, ఎమ్మా' లాంటి అద్భుతమయిన రచనలు గురించి తెలుసుకున్నాను. అప్పుడే, మాక్సిం గోర్కీ, ఆర్ కే నారాయణ్ లాంటి మహామహుల అనువాద సాహిత్యం చదివాను. ఆ తర్వాత ఎన్నో ఏళ్లకు, మాల్ గుడీ డేస్, స్వామి అండ్ హిజ్ ఫ్రెండ్స్ లాంటివి టీవీలో వచ్చినపుడు, మా పిల్లలతో ఆ విషయాలు చెప్పేవాడిని. ఆ రోజుల్లోనే సులువయిన ఇంగ్లీష్ లో రాసిన 'ఇనిడ్ బ్లైటన్' ఇంగ్లీషు నవలలు చదవడం మొదలుపెట్టాను. వాటి స్ఫూర్తితో స్కూల్ పిల్లల సాహస కథలు రాసి వాటికి బొమ్మలు కూడా వేసేవాడిని. 'బుజ్జాయి' అనే ఆర్టిస్ట్ తెలుగులో అటువంటి కామిక్స్ రాసేవారు. అవి కూడా ప్రేరణ అయ్యాయి. చిన్నప్పటినుంచి మంచి సాహిత్యం చదవడం వల్ల, నేనొక మంచి మార్గంలోకి మళ్లించబడ్డానని ఇప్పటికీ అనుకుంటూ ఉంటాను. మంచి రచయిత, ముందు మంచి పాఠకుడు అయి ఉండాలని నేను నమ్ముతాను.

ఆ తర్వాత పెద్ద అయ్యాక అంటే పదిహేను ఏళ్ళు దాటాక, కొమ్మూరి సాంబశివరావు గారి నవలలు, అపరాధ పరిశోధన, డిటెక్టివ్ లాంటి పత్రికలు అందించే క్రైం సాహిత్యం చదవడానికి ఇష్టపడేవాడిని. అందుకే క్రైం కథలు సులువుగా రాయగలుగుతున్నాను. ఆ రోజుల్లో అటువంటి సాహిత్యం చదివితే, పిల్లలు పాడయిపోతారు అని అందరి తండ్రులలాగే మా నాన్నగారు కూడా భావించేవారు కాబట్టి, దొంగతనంగా చదివేవాడిని.

రెండువేల పదిహేనులో ఒక మలుపు తిరిగింది, నా రచనా వ్యాసంగం. స్వాతి మాసపత్రికలో నా కథ 'చిరునామా చేరని ఉత్తరం' ప్రచురించబడింది. మొట్టమొదటి కథ స్వాతిలో పడడం అంటే, నాలాంటి వాడికి అవార్డ్ వచ్చినట్లే. అప్పటినుంచి ఉత్సాహం ఉరకలు వేయడం మొదలయింది. ఆ స్ఫూర్తితో కథలు పంపడం మొదలుపెట్టాను. తర్వాత ఏడాదిలో రెండు మైలు రాళ్లు. ఒకటి రంజనీ కథల పోటీలో కన్సొలేషన్ (వింతైన అంత్యక్రియ). మరొకటి స్వాతి కథల పోటీలో పదివేల రూపాయిల బహుమతి (డాక్టర్ సాబ్). అప్పుడే ద్విభాష్యం రాజేశ్వరరావు గారు పరిచయం అయ్యారు. ఆయనే ఫోన్ చేసి అభినందించారు. ఆ ప్రశంస 'లక్ష రూపాయల బహుమతి' కన్నా గొప్పది అని సంతోషపడ్డాను. అటువంటి సందర్భమే మరొకటి ఉంది. 'సార్ధకత' అనే కథ 'రమ్యభారతి' పత్రిక పెట్టిన పోటీలో ప్రథమ బహుమతి గెలుచుకుంది. ఆ పోటీకి న్యాయనిర్ణేత ప్రముఖ రచయిత విహారి గారు. ఆయన తన ఉపన్యాసంలో 'ఈ పోటీకి నూట ఎనభై

కథలు వచ్చాయి. నూట ఎనభై వేల కథలు వచ్చినా ఇదే మొదటిగా నిలుస్తుంది' అని మెచ్చుకుంటుంటే నేనెంత పొంగిపోయి ఉంటానో ఊహించగలరు కదా? అలా ఆ ఇద్దరి ప్రముఖ రచయితల అభినందనలు, దీవెనలు నన్ను ముందుకు నడిపిస్తున్నాయి.

ఇటీవల అంటే జూలై 25వ తేదీన ఎజి ఆఫీస్, హైదరాబాద్ వారి రంజనీ తెలుగు సాహితీ సమితి, అరవై వసంతాల వేడుక సందర్భంగా విడుదల చేసిన బహుమతి కథ– 7, కథా సంకలనంలో ప్రసిద్ధ రచయితల సరసన నా కథ 'తూరుపు సిందూరం' చోటు చేసుకోవడం ఆనందదాయకం. ఇది కాక ఐదారు సంకలనాలలో నా కథలు చోటుచేసుకున్నాయి.

మరో మలుపు 'సుకథ' అనే ఆన్లైన్ మేగజైన్ పెట్టిన పోటీలో పదిహేనువేల రూపాయిల, ప్రథమ బహుమతి (దొంగ దెబ్బ). ఆ తర్వాత కొన్ని కథలకు కన్సొలేషన్ బహుమతులు వచ్చాయి. ఇప్పటికి సుమారు తొంభై దాకా నా కథలు స్వాతి, నవ్య, ఆంధ్ర భూమి లాంటి పత్రికలలోనూ, ఈనాడు, సాక్షి, ప్రజాశక్తి లాంటి దినపత్రికల ఆదివారం అనుబంధాలలోనూ, గో తెలుగు, తెలుగు జ్యోతి, ప్రతిలిపి, సహరి, కథామంజరి లాంటి ఆన్లైన్ పత్రికలలోనూ ప్రచురింపబడ్డాయి. ఈనాడు, ఆంధ్రజ్యోతి అనుబంధాలలో అనేక పర్యాటక వ్యాసాలు కూడా పబ్లిష్ అయ్యాయి. 'పదమూడు రోజులు' అనే పేరుతో మా పదమూడు రోజుల యూరప్ ట్రిప్ ఆధారంగా ఒక నవల పబ్లిష్ చేసాను. దానిలో పర్యాటక వివరాలతోపాటూ, కథ కూడా నడుస్తుంది.

నా రచనలపై శ్రీ మల్లాది వెంకట కృష్ణ మూర్తి, శ్రీ యండమూరి వీరేంద్రనాథ్ ల ప్రభావం ఉంది. వారిద్దరిలాగే కథల్లో విషయ పరిజ్ఞానం చొప్పించాలనే తాపత్రయం నాలో ఉంది. అయితే కొంతమంది పాఠకులు, కొంతమంది రచయితలూ దానిని సమర్థించడం లేదు. అయినా నా ధోరణి మార్చుకోను. పాత మూస పద్ధతిలో సాగే కథలను ఇష్టపడను. చాలా పోటీలలో నూతనత్వం కావాలి అంటూ పాత వాసనలు గల కథలనే ఎంపిక చేయడం బాధాకరంగా ఉంటుంది.

ఇక ఈ 'చిత్రకథాకేళి ' గురించి ...

స్వతహాగా చిత్రకారుడిని అయిన నేను, నా కథలను నా బొమ్మలతో చూసుకోవాలని ఆశపడటమే, ఈ పుస్తకం రూపు దిద్దుకోవడానికి నాంది అయింది.

ఇక నా గురించి ఇతర వివరాలు:

తల్లి తండ్రులు : కీ. శే. శ్రీ కృష్ణ మూర్తి (రిటైర్డ్ తాసిల్దార్), శ్రీమతి అమ్మాజీ

భార్య : శైలా కుమారి (పోస్టల్ డిపార్ట్మెంట్ – వి ఆర్ ఎస్)

కుమారుడు, కోడలు : కార్తిక్, భవ్య

కుమార్తె, అల్లుడు : స్నేహ, వెంకటేష్

నా విద్యార్హతలు : ఎమ్మెస్సీ, ఎం ఫిల్.

ఉద్యోగం : అనకాపల్లి ఎ. ఎం. ఎ. ఎల్. కాలేజీలో 2011 వరకూ కెమిస్ట్రీ లెక్చరర్ గా, హెడ్ ఆఫ్ ది డిపార్ట్మెంట్ గా.

అప్పటినుంచి ఇప్పటివరకూ డా. హిమ శేఖర్ డిగ్రీ కాలేజ్, అనకాపల్లిలో, ఆనరరీ ఫేకల్టీ గా. (కెమిస్ట్రీ మీద, విద్యార్థుల మీద ఉన్న ప్రేమతో)

ఇతర హాబీలు: చిత్రలేఖనం (ఇందులో అరవై ఏళ్ల అనుభవం. ప్రస్తుతం ప్రతి నెలా కథామంజరి, విశాలాక్షి పత్రికల్లో కథలు బొమ్మలు వేయడం. ఇప్పుడు కొత్తగా కథారవళి పత్రిక తోడయింది )

ఫోటోగ్రఫీ : (నలభై ఏళ్ల అనుభవం. ఫోటోగ్రఫీ పై కొన్ని వ్యాసాలు, కొన్ని ఉపన్యాసాలు)

గార్డెనింగ్ : (ముప్పై ఏళ్లకు పైగా, ఇంటిలోనూ, పనిచేసిన కాలేజీలోనూ)

కేన్సర్ ఎవేర్ నెస్: కెమిస్ట్రీ పరిజ్ఞానంతో ఇచ్చిన ఉపన్యాసాలు సుమారు రెండు వందలు (మన రాష్ట్రంలోనూ, రాజస్థాన్ లోనూ, మలేసియా దేశంలోనూ)

పర్యాటకం : మనదేశంలో ఎనభై శాతం. మలేసియా, థాయిలాండ్, తొమ్మిది యూరప్ దేశాలు, అమెరికాలో కొన్ని ప్రాంతాల సందర్శన)

హోమియోపతి: సుమారు ముప్పై ఏళ్లుగా అధ్యయనం – ఉపన్యాసాలు

తెలుగు భాష పరిరక్షణ : 2022 అక్టోబర్లో మా అనకాపల్లి రచయితలతోనూ, కవులతోనూ తెలుగు భాష పరిరక్షణ సమితి స్థాపించి, ఇప్పటికి అనకాపల్లి, ఎలమంచిలి, చోడవరం, తుమ్మపాల, లక్ష్మీ పురం, మాడుగుల, మొదలయిన చోట్ల పాఠశాలల లోనూ , కళాశాలల లోనూ నలభై వరకూ కార్యక్రమాలు నిర్వహించి, పిల్లలను చైతన్య పరచడం జరిగింది. రెండు సార్లు మహాభారతం పై వ్యాసరచన, వక్తృత్వ పోటీలు నిర్వహించి వేలాది రూపాయలతో బహుమతులు ఇవ్వడం జరిగింది. ఇటీవల కాలంలో ప్రముఖ సంస్థ 'రామ్ కీ ఫౌండేషన్' మాతో చేతులు కలిపి ఆర్థిక సహకారం అందించడం ముదావహం.

ఇంకా...ఇతర హాబీలు... కుకింగ్, పాఠాలు చెప్పడం, పాటలు పాడడం మెదలైనవి.

## ప్రసిద్ధ రచయిత డాక్టర్ సుగుణరావు గారి ముందుమాట

### సస్పెన్స్, క్రైమ్ కథలలో సామాజిక,మానవీయ కోణం

శ్రీ కొయిలాడ రామ్మోహనరావు గారు లబ్దప్రతిష్ఠులైన రచయిత. ఆయన రచయితగానే కాక చాలా పాత్రలలోకి పరకాయప్రవేశం చేస్తారు. చిత్రకారుడు, ఛాయాగ్రాహకుడు, యాత్రికుడు, వనవిహారి, గాయకుడు, హోమియోపతి వైద్యుడు ఇంకా విద్యార్థులకు రసాయనశాస్త్రం బోధించే అధ్యాపకుడు. వీటితో పాటు ఈయన చేసిన ఇంకో పని ` తన సాహిత్య వారసత్వాన్ని కుమార్తె, స్నేహ గారికి సంక్రమింపజేయడం. వారు ఆంగ్లంలో నవలా రచన కొనసాగించడం అభినందించవలసిన విషయం.

క్రైమ్, డిటెక్టివ్ కథలను అధ్యయనం చేస్తున్నప్పుడు కొన్ని ఆశ్చర్యకరమైన సంగతులు తెలిసాయి. మహాప్రస్థానం, ఖడ్గసృష్టి వంటి మహా కావ్యాలను రాసిన మహాకవి శ్రీశ్రీ గారు తొలినాళ్లల్లో డిటెక్టివ్ కథలు, నవలలూ రాసారు. ప్రఖ్యాత కథకులు కొడవటిగంటి కుటుంబరావు గారు డిటెక్టివ్ కేయాస్ ఆనంద్ అనే పరిశోధకుడి పేరుతో కొన్ని డిటెక్టివ్ కథలు రాసారు. అలాగే సమగ్రాంధ్ర సాహిత్యంతో పాటు అద్భుతమైన సినిమా పాటలు రాసిన శ్రీ ఆరుద్ర గారు వెండి పలకల గ్లాసు వంటి అద్భుతమైన ఉత్కంఠ కలిగించే డిటెక్టివ్ నవలలు రాసారు.

ఇక మన రామ్మోహనరావు గారి విషయానికొస్తే ఆయన రాసిన సామాజిక కథలు ` వింతయిన అంత్యక్రియ, సార్థకత, పనికిరానివాడు, గొప్పవాడు వంటి కథలు పాఠకుల అభిమానంతో పాటు విమర్శకుల చేత కూడా మంచి కథలుగా ముద్ర వేయించుకున్నాయి.

ఈ చిత్ర కథాకేళి క్రైమ్ కథలు వైవిధ్యభరితంగా ఉన్నాయి. ప్రతీ కథ రాయడం వెనుక రామ్మోహనరావు గారి పరిశోధన, కథ కోసం వారు పడిన తపన కనిపిస్తుంది.

హెడ్ హంటింగ్ క్రైమ్ కథ అయిన దానిలో తాత్త్విక కోణం ఉంది. కర్మలు మూడు రకాలు అంటారు వేదాంతులు. సంచిత, ఆగామి, ప్రారబ్ధ.

సంచిత అంటే గతించిన కర్మ ఫలితం. ఆగామి అంటే రాబోయే కర్మఫలం. ప్రారబ్ద అంటే వర్తమానకాలానికి సంభవించే కర్మ ఫలితం. ఈ కథలో అనుదీప్‌కి కలలు వస్తాయి. గత జన్మలో జ్ఞాపకాలే కలల రూపంలో ప్రత్యక్షమవుతాయనే భ్రాంతిలో ఉంటాడు. తాను గత జన్మలో చేసిన హత్యల వల్ల కలిగిన అపరాధభావనలో ఇరుక్కుపోయాననుకుంటాడు. అవే కలల రూపంలో బయట పడ్డాయనే భావనలో ఉంటాడు. ఆ కలలను తను గత జన్మలో చేసిన హత్యలను ముడిపెట్టి తన ఫియాన్సీ తపస్యకు చెబుతాడు. ఆమె అతన్ని వదిలిపెట్టి వెళ్లిపోతుంది. ''గత జన్మలో నేను చేసిన పాపానికా నన్ను వదిలిపెట్టి వెళ్లిపోతున్నావు?'' అంటాడు ఆశ్చర్యంగా. ''కాదు ఈ జన్మలో నీ మూలంగా ముగ్గురు చనిపోయారు. వారు తల వంచుకునేలాగ చేసినందుకే వారు చనిపోయారు. దానికన్నా వారి తలలు తీయడం మేలు. ఇది గత జన్మలో నువ్వు చేసిన హెడ్ హంటింగ్ కంటే దారుణం'' అంటుంది ఆమె. పూర్వజన్మలు ఉన్నాయో లేవో అనే ప్రశ్న ప్రక్కన పెడితే, చేసిన పాపానికి త్వరితగతినే ఫలితం కలుగుతుందని అంతర్లీనంగా ఒక తాత్త్వికతతో కూడిన జీవితసత్యాన్ని చెప్పిందే ఈ కథ.

రాలిపోయే పువ్వు కథ సీనియర్ సిటిజన్ల మీద కొద్ది మందికి ఉండే చులకనభావం ఆధారంగా రాసిన కథ. పెద్దవారి అనుభవం, వారు అందించిన జ్ఞానం, వారి సంస్కారం ద్వారానే తాము ఎదిగామని మర్చిపోయే సంతానానికి తన జీవితమే ఒక సందేశంగా ఇచ్చిన పెద్దాయన సాహస గాథ ఈ కథ.

సాంకేతిక, శాస్త్రీయ పరిజ్ఞానంతో హంతకుడిని ఎలా పట్టుకోవచ్చో తెలిపిన కథ 'ఫోరెన్సిక్'.

ఉగ్రవాదుల నేపథ్యంలో రాసిన కథ 'రిస్క్'. ఆపద అనగానే పద పద మేము ఉన్నాం అని సాయపడే మిత్రులు తీసుకున్న రిస్క్ వారి

జీవితాలను ఎలా బలి తీసుకుందో హృద్యంగా చెప్పిన కథ.

అండర్ కవర్ ఆపరేషన్ ద్వారా తీవ్రవాదుల ఆట కట్టించిన విధానంతో దిమ్మ తిరిగేలా చేసిన కథ 'దిమ్మ తిరిగిపోయింది'.

'మెలికలు తిరిగిన కేసు' కథ అనేక మలుపులు మెరుపులతో ఉత్కంఠగా సాగింది.

గతంలో జరిగిన ఒక వాస్తవ సంఘటన ఆధారంగా రాసిన కథ 'నన్ను చంపొద్దు నాన్నా!' మూఢనమ్మకాలు విద్యాధికులను సైతం ఎలా ప్రక్కదోవ పట్టిస్తాయో, ఎంత దారుణాలకు పాలుపడేటట్టు చేస్తాయో చెప్పిన కథ. ఇలాంటి దుర్ఘటనలు జరగకుండా వుంటే బాగుండుననిపిస్తుంది.

దొంగ స్వామీజీల వలన, బాబాల వలన అమాయక ప్రజలు, గ్రామీణులు ఏ రకమైన విషమ పరిస్థితులకు లోనయి ప్రాణాలు కోల్పోతున్నారో దృశ్యమానం చేసిన కథ 'కర్తవ్యం'.

ఇలా ఈ కథా సంపుటిలో ప్రతీ కథలో క్రైమ్ ఎలిమెంట్‌తో పాటు మానవీయ కోణం, సామాజిక అంశం ముడి పెట్టి వుండడంతో ఈ కథలన్నీ ఉత్కంఠ కలిగించడంతో పాటు ఆలోచింపజేసే కథలుగా పాఠకులకు అనుభూతిని కలిగిస్తాయి. కొయిలాడ రామ్మోహనరావు గారు ఇలాంటి మరిన్ని మేలైన నాణ్యమైన కథలతో సాహితీ ప్రపంచంలో తనదైన ముద్ర వేస్తారని అభిలషిస్తూ ఈ నాలుగు మాటలు.

– డాక్టర్ ఎమ్. సుగుణరావు,
విశాఖపట్నం

# మంజరి గారి మాటల్లో ...

తెలుగు సాహిత్యంలో క్రైమ్ కథలు రాసే రచయితలు చాలా తక్కువ. అపరాధ పరిశోధన, డిటెక్టివ్, పత్తేదార్ వంటి పత్రికలు వచ్చే రోజుల్లో డిటెక్టివ్ కథలు విరివిగా వచ్చేవి. తెలుగు పాఠకులు పెరగడానికి ఇవి దోహదం చేసాయి. ఎందుకో తెలియదు కాని క్రైమ్ కథల్ని సాహిత్యంగా పరిగణించకపోవడం ఉంది. దానికి కారణం క్రైమ్ కథ రాయడం అంత తేలిక కాకపోవడమేఅని నా భావన. ఈ కథల్లో ఒక్క పదం తప్పు రాసినా కథ తేలిపోతుంది. పక్కింటివాడిది, ఎదురింటివాడిది కథగా రాస్తే ఎలాంటి ఇబ్బంది లేదు. వాక్యం రాయడం రాకపోయినా చెల్లుబాటు అవుతుంది. కాని క్రైమ్ కథ అలా కాదు. ప్రారంభం నుంచి ముగింపు వరకూ ఒళ్ళు దగ్గర పెట్టుకుని రాయాలి.

ప్రత్యేకంగా తెలుగులో క్రైమ్ కథలు రాస్తూ, వాటిని సంపుటిగా చిత్ర కథాకేళి పేరిట సంపుటిగా తీసుకు రావడం చాలా సాహసవంతమైన చర్యగా భావిస్తున్నాను. ఎందుకంటే, విదేశీ భాషల్లో వచ్చిన క్రైమ్ కథల్ని తెలుగులో అనువదించి పుస్తకాలుగా ప్రచురించడం నాకు తెలుసు. ఈ పని మల్లాది ఎక్కువగా చేస్తున్నారు. కాని తెలుగులో క్రైమ్ కథలు రాసి వాటిని పుస్తకంగా తీసుకు రావడం అనేది ఒక్క కొయిలాడ రామ్మోహన్ రావు గారికే చెల్లిందని, ఈ ప్రక్రియకి అతనే మొదటి వాడని అనుకుంటున్నాను.

చిత్ర కథాకేళి సంపుటిలోని కథలు చదివాక రచయిత క్రైమ్ కథలు రాయడంలో రాటుదేలుతున్నాడని అర్థం అవుతుంది. ముఖ్యంగా మూఢనమ్మకాల మీద రాసిన కథలు రచయిత చిత్తశుద్ధికి తార్కాణం. అందుకు మంచి ఉదాహరణ కాళీ హోమం కథ. కథ రాస్తున్నప్పుడు సమాచారం ఏ మేరకు ఎక్కడ ఎంత ఇవ్వాలనేది రచయితకు కొంత అభ్యాసంతో వచ్చే విద్య. అది నేర్చుకోవడం రచయిత బాధ్యత. మరింత కృషి చేస్తే ఇతను తెలుగులో తిరుగులేని రచయితగా గుర్తింపు పొందుతాడని నమ్ముతూ, ఈ సంపుటిలోని కథలు పాఠకుడ్ని నిరాశకి గురిచెయ్యవని అనుకుంటున్నాను.

**మంజరి**
**ప్రముఖ రచయిత**

# ఏ పేజీలో ఏముంది ?

# దొంగ దెబ్బ

సుకథ అంతర్జాల పత్రిక నిర్వహించిన పోటీలో

పదిహేనువేల రూపాయల  బహుమతి పొందిన కథ

(ప్రథమ బహుమతి)

# దొంగదెబ్బ

ఎంతో అన్యోన్యంగా ఉండే షాహిద్, బసంతిల మధ్య ఎప్పుడైనా గొడవలొచ్చాయంటే, దానికి కారణం హేమంత్. అతనంటే బసంతికి అస్సలు పడదు. ఎందుకంటే హేమంత్ స్త్రీ ద్వేషి. స్త్రీలకు గౌరవం ఇవ్వకపోగా, వారిని అసహ్యించుకుంటాడు.

"ఏవో కారణాల వల్ల అతనలా ప్రవర్తిస్తాడు కానీ, చాలా మంచివాడు, గొప్ప దేశ భక్తుడు" అంటూ అతన్ని వెనకేసుకొస్తూ ఉంటాడు షాహిద్.

షాహిద్, పాక్-భారత్ సరిహద్దులో ఉన్న మొట్టమొదటి గ్రామమైన 'పెహ్లాగావ్' లో హోటల్ నడుపుతున్నాడు. అతని నివాసం కూడా హోటల్ వెనకున్న గదుల్లోనే. ఆ ప్రాంతంలో నివసించడం ఎంతో ప్రమాదకరమని తెలిసినా, అక్కడి జనం అక్కడే గడిపేస్తున్నారుగానీ, ఆ ప్రాంతాన్ని వదిలి వెళ్లడం లేదు. దానికి కారణం ఆ ప్రాంతం నివాసానికి, పాడిపంటలకు, పశువుల పెంపకానికి ఎంతో అనువైన వాతావరణం కలిగి ఉండటమే. భారత్, పాక్ విభజన కాక ముందు నుంచి ఎన్నో తరాలుగా అక్కడ ఉండటానికి అలవాటు పడిపోయిన గ్రామస్థులు, ప్రభుత్వం ఎంత ఒత్తిడి చేసినా లెక్క చేయకుండా భయపడుతూనే, అక్కడ ఉండిపోతున్నారు. వాళ్లలో షాహిద్ ఒకడు. పాక్ సైన్యపు దాడి వల్ల తన హోటల్ ఎక్కడ ధ్వంసం అయిపోతుందోనన్న భయం ఒక పక్కనున్నా, మరో చోటికి వెళ్లి బ్రతకలేమన్న ఆలోచనతో, మొండిగా అక్కడే ఉండిపోయాడు. మతాంతర వివాహం చేసుకోవడం వల్ల, అతని బంధువులు, బసంతి బంధువులు పూర్తిగా వెలివేశారు. అయినా వాళ్లిద్దరూ హోటల్ నడుపుకుంటూ ఆనందంగా బ్రతికేస్తున్నారు.

షాహిద్ హోటల్ కి పది కిలోమీటర్ల దూరంలో సరిహద్దు రేఖ వద్ద ఉంది, హేమంత్ మిలిటరీ క్యాంప్. హేమంత్ దినకరన్, ఒక మలయాళీ. వయసు ముప్పై రెండు. ఆ స్త్రీ ద్వేషికి పెళ్లి చేసుకొనే ఉద్దేశం లేదు. రిటైర్ అయిపోయాక, కేరళలో ఒక మంచి పల్లెటూరిలో మూడు, నాలుగు ఎకరాల భూమిని కొనుక్కొని, చిన్న ఇల్లు ఒకటి కట్టుకొని, ఇంటి చుట్టూ ఎన్నో రకాల తోటలు వేసి, ముగ్గురు, నలుగురు అనాధ పిల్లలను దత్తత తీసుకొని పెంచాలని అతని ప్రగాఢమైన కోరిక. ఇక్కడ గమనించవలసినది ఏమిటంటే, ఆ అనాధ పిల్లలు, మగ పిల్లలే అయి ఉండాలన్నది అతని నియమం. ఆర్మీలో లెఫ్టినెంట్ అయిన హేమంత్, సరిహద్దును సంరక్షించడంలో అతి ముఖ్యమైన

పాత్రను పోషిస్తున్నాడు. మేజర్, కెప్టెన్ వంటి పై అధికారులకు అతను ప్రీతి పాత్రుడు. తన కింద పని చేసే, ఎంతో అనుభవం ఉన్న నాన్ కమిషన్డ్ ఆఫీసరులైన సుబేదార్ మేజర్లను, సార్జంట్లను సరైన రీతిలో ఉపయోగించుకొని, శత్రువుల మీద దాడి జరపడంలో సిద్ధ హస్తుడని పేరు తెచ్చుకున్నాడు. అతని వార్ స్ట్రాటజీ అద్భుతంగా ఉంటుందని, స్కౌట్స్, పేట్రోల్స్ అని పిలవబడే సైనికులను గూఢచారులుగా పంపి, శత్రు సైన్యపు సమాచారం రాబట్టడంలో 'అందె వేసిన' చెయ్యి అని అందరు మెచ్చుకుంటారు అతన్ని. ఒక్క మాటలో చెప్పాలంటే ఆ మిలిటరీ క్యాంప్ కి అతనొక వెన్నుముక. శత్రువులకు మేజర్ పేరు కాని, కెప్టెన్ పేరు కాని తెలియకపోవచ్చు కాని, హేమంత్ అంటే తెలియని వారెవరు ఉండరు, అన్నది అతిశయోక్తి కాదు.

అయితే, ఇంత పేరు గాంచిన హేమంత్ మీద ఐదారు సార్లు డిస్సిప్లినరీ యాక్షన్లు తీసుకోవడం జరిగిందని తెలిస్తే ఆశ్చర్యపోక తప్పదు. తోటి మహిళా ఆఫీసర్ల మీద, ఆఫీసర్ల భార్యల మీద, ప్రత్యక్షంగానూ, పరోక్షంగానూ అతను చేసిన కామెంట్లు రంగులద్దబడి పై అధికారులకు చేరడంతో అతను పనిష్మెంట్ అనుభవించక తప్పలేదు. అయితే స్త్రీలంటే అతనికి ఎందుకు ద్వేషమో, షాహిద్ లాంటి మంచి మిత్రులకే తెలుసు.

హేమంత్ కి పదేళ్ళప్పుడు, అతని తల్లి పక్కింటివాడితో లేచిపోయింది. ఆ కారణంగా అతని తండ్రి తాగుడికి బానిసై, మరో ఐదు ఏళ్లకు చనిపోవడంతో హేమంత్ అనాథ అయ్యాడు. తాత సహాయంతో చదువుకొని ఆర్మీలో చేరిన హేమంత్ స్త్రీ ద్వేషానికి అదే కారణం.

షాహిద్ హోటల్ కి, మిలిటరీ క్యాంప్ కి మధ్య మరో దారి ఉంది. అది రెండు కిలోమీటర్ల అడ్డ దారి. కాలి నడకకు మాత్రమే అనుకూలంగా ఉన్నా, నెలకు ఒకటి, రెండుసార్లు అయినా హేమంత్ బృందం జరుపుకునే పార్టీలకు, పని కుర్రాడు అస్లాం సహాయంతో ఎంతో రుచికరమైన భోజనం తీసుకెళ్లి సర్వ్ చేస్తూ ఉంటాడు షాహిద్. అలా పరిచయమైన హేమంత్, షాహిద్ కి మంచి మిత్రుడయ్యాడు. ఒకసారి షాహిద్ కి వీలు కుదరక, భోజనం సర్వ్ చేయడానికి మిలిటరీ క్యాంప్ కి బసంతిని, అస్లాంని పంపాడు. ఆ పరిచయంతోనే హేమంత్ మీద అసహ్యం పెంచుకొని, అతని ప్రస్తావన ఎప్పుడు వచ్చినా తిడుతూ ఉంటుంది.

★★★

ఆ ప్రాంతంలో పెహ్లాగావ్ వాసులు, మిలిటరీ ఆఫీసర్లే కాకుండా, మరో వ్యక్తి కూడా ప్రమాదం అంచున జీవిస్తున్నాడు. అతను డాక్టర్ ఫ్రెడ్డీ లెవిన్. అతనొక యురోపియన్. ఆ ఎనభై ఏళ్ల వృద్ధుడు, కేవలం సరిహద్దు ప్రజల సంక్షేమం కోసం, క్రిస్టియన్ మిషనరీ పంపగా, ఈ ప్రాంతానికొచ్చి చాల ఏళ్లుగా సెటిల్ అయిపోయి, వైద్య సేవలందిస్తున్నాడు. షాహిద్ హోటల్ కి వంద గజాల దూరంలో ఉంది, అతని క్లినిక్ కమ్ రెసిడెన్స్. రోజూ ఉదయం కిటికీ తలుపులు తెరవగానే, హోటల్ ముందున్న ఆవరణను శుభ్రం చేస్తూనో, టేబుళ్లు, కుర్చీలు సర్దుతూనో, షాహిద్ దంపతులు అతనికి కనిపిస్తారు. కిటికీ తెరిచిన శబ్దం వినగానే, అక్కడి నుంచి అతనికి వినయపూర్వకంగా సలాం చేస్తారు. దాదాపు ప్రతీ రోజు ఆ సీన్ రిపీట్ అవుతూ ఉంటుంది.

కానీ, మొట్టమొదటిసారిగా నిన్న, ఈ రోజు రిపీట్ కాలేదు. నిన్నటి నుంచి హోటల్ బంద్ చేయబడి ఉంది. పగటి పూట కూడా కిటికీ తలుపులు, గుమ్మం తలుపులు మూసి ఉండటం డాక్టర్ కి ఎంతో ఆశ్చర్యంగా ఉంది. బయట తాళం వేసి ఉండకపోవటం, పొగ గొట్టం నుంచి పొగ వస్తూ ఉండటం, ఇంటి లోపల మనుషులు ఉన్నారని స్పష్టం చేస్తోంది. ఎందుకలా జరుగుతోందో అతనికి ఏ మాత్రము అర్థం కావటంలేదు.

"బసంతి ఆరోగ్యం ఎలా ఉందో? రోగం గానీ తిరగబడలేదు కదా? రోగం తిరగబడితే, వెంటనే తన దగ్గరకు తీసుకొస్తారు గానీ, తలుపులు బిడాయించుకొని ఇంట్లోనే ఎందుకుండి పోతారు?" అనుకుంటూ పరిపరి విధాల ఆలోచిస్తూ మథన పడసాగాడు లెవిన్.

నాలుగు నెలల క్రితం, ఉన్నట్టుండి కళ్ళు తిరిగి పడిపోవడంతో బసంతికి గల అనారోగ్యం బయటపడింది. ఒక పట్టాన లెవిన్ కి ఆ వ్యాధి ఏమిటో అంతుబట్టలేదు. షాహిద్ కి, అస్లాంకి ఏడుపొక్కటే తక్కువ. ఐతే ఎంతో అనుభవం గల లెవిన్, ఈ జబ్బుని నయం చేయడం ఖాయమని ధైర్యం చెప్పి, ఆమెకు అన్ని రకాల పరీక్షలు చేయించాడు. ఇరవై నాలుగు గంటల పాటు అబ్జర్వేషన్ లో ఉంచి, అనేక సార్లు ఈసీజీ తీస్తే, అసలు రోగం బయటపడింది. ఈసీజీలో కొన్ని నోట్స్ మిస్ అవుతూ ఉండటం వల్ల, ఆమె హార్ట్ బీట్ సక్రమంగా లేదని, దానితో వచ్చిన తేడాల వల్లనే అలా కళ్ళు తిరిగి పడిపోతుందని కనుగొనగలిగాడు. అప్పటి నుంచి డాక్టర్ లెవిన్, ట్రీట్మెంట్ సత్ఫలితాలను ఇస్తూ వచ్చింది. చాలా కాలం పాటు మందులు వాడుతుండాలని, మధ్యలో ఆపేస్తే రోగం తిరగబడుతుందని, అప్పుడు ప్రాణానికే ప్రమాదమని, ఎప్పుడయినా సమస్య వస్తే, అర్థరాత్రయినా అపరాత్రయినా చూడకుండా తన దగ్గరకు తీసుకురావాలని లెవిన్ చేసిన హెచ్చరికను పాటిస్తూ వచ్చారు ఆ దంపతులు ఈనాటి వరకు.

ఆ రోజు ఆదివారం కావడం వల్ల లెవిన్ కి ఖాళీ ఉంది కాబట్టి, స్వయంగా షాహిద్ ఇంటికెళ్లి విషయం కనుక్కుందామని బయల్దేరిన లెవిన్ కి, రోడ్ మీద అస్లాం ఎదురయ్యాడు. వాడిని లోపలికి పిలిచి, పరిస్థితి ఏమిటని ప్రశ్నించాడు.

"ఏమో డాక్టర్ సాబ్! నాకూ పరిస్థితి ఏమి అర్థం కావటం లేదు. నిన్న ఉదయం పనిలోకి వచ్చే సరికి, తలుపులు మూసేసి ఉండటంతో ఆశ్చర్యపోయి, తలుపు తట్టాను. చాలా సేపటి వరకు తలుపు తీయలేదు. ఆ తరువాత తలుపు సగం తెరిచారు మా సాబ్. 'రేయ్ అస్లాం, ఈ రెండు రోజులు హోటల్ బంద్. నువ్వెళ్ళిపో, మళ్ళీ ఎప్పుడు రావాలో మీ బాబాకి ఫోన్ చేసి చెప్తాను. అంత వరకు ఇటు వైపు రాకు' అంటూ హడావిడిగా చెప్పేసి, టక్కున తలుపు వేసేసుకున్నారు. మా సాబ్ అలా మాట్లాడటం నేను ఎప్పుడూ చూడలేదు. ఆయన ముఖంలో భయం కనిపించింది సాబ్. లోపలేదో గడబిడ జరుగుతుంది. మా సాబ్, మేమ్ సాబ్ డేంజర్ లో ఉన్నట్టు అనిపిస్తుంది డాక్టర్ గారూ" అన్నాడు అస్లాం చాలా గాబరా పడుతూ.

"ఛ ... అలా ఎందుకనుకోవాలి?" అని కొట్టి పడేశాడు లెవిన్.

"లేదు సాబ్, నా మాట నమ్మండి. అందుకే ఈ రోజు కూడా వచ్చాను. నా అనుమానం కరెక్టే. ఆ ఇంట్లో చాలా మందే ఉన్నారు. ఆ పొగ గొట్టాన్ని చూడండి. పొద్దుట్నుంచి బ్రేక్ లేకుండా దాన్నుంచి పొగ వస్తూనే ఉంది. అనుమానం వచ్చి ఇంటి వెనక్కి వెళ్లి చూసాను. డ్రైనేజ్ వాటర్ ని బట్టి, లోపల చాలా మంది ఉన్నారని తెలిసిపోతుంది" అనే సరికి,

"బంధువులు వచ్చారేమో!" అన్నాడు లెవిన్. అలా అన్నాడు కానీ, షాహిద్, బసంతిల ఇంటికి బంధువులెవరు రారని అతనికీ తెలుసు. అదే అన్నట్లు అడ్డంగా తల ఊపాడు అస్లాం.

"నువ్వన్నట్లు వాళ్లిద్దరూ ఏదో ప్రమాదంలో పడినట్లే అనిపిస్తోంది" దిగులుగా అన్నాడు లెవిన్.

"మీ ఊహ కరెక్టే డాక్టర్ లెవిన్" అంటూ ఆరడుగులు పొడవుతో, బలిష్టంగా ఉన్న యువకుడు క్లినిక్ లోకి అడుగు పెట్టాడు.

"మీరు... మీరు" అంటూ తడబడ్డాడు లెవిన్ ఆ అపరిచిత వ్యక్తిని పరిశీలనగా చూస్తూ.

"మొన్న రాత్రి టెర్రరిస్టులు షాహిద్ హోటల్ లోకి దూరి, సెటిల్ అయిపోయారనే సమాచారం అందింది మాకు." అని హేమంత్ చెప్తుంటే లెవిన్, అస్లాంల ముఖాలు కళా విహీనమయ్యాయి. అస్లాం ఏడవటం మొదలు పెట్టాడు.

"లెఫ్టనెంట్ హేమంత్ దినకరన్" అంటూ పరిచయం చేసుకున్నాడతను. అతనితో పాటు మరో ముగ్గురు మిలిటరీ అధికారులు కూడా క్లినిక్ లోకి ప్రవేశించి, చొరవగా కిటికీ తలుపులు మూసేసారు. అందరు మఫ్టీలోనే ఉన్నారు.

"మా మిలిటరీ ఫోర్స్ అంతా మీ ఇంటికి కొంచెం దూరంలో రెడీగా ఉంది. షాహిద్ కి, అతని భార్యకి ఏ ప్రమాదం జరగకుండా టెర్రరిస్టులను తుదముట్టించాలి. మీ ఇంట్లోనుంచే ఆపరేషన్ మొదలుపెట్టడం మాకు అనుకూలం కాబట్టి, మీ సహకారం తీసుకుందామని వచ్చాము." అన్నాడు హేమంత్.

"నా సహకారం పూర్తిగా ఉంటుంది. కానీ ఆ దంపతులిద్దరికీ ఏ అపాయం జరగకూడదు," దృఢంగా ధ్వనించింది లెవిన్ స్వరం.

"ష్యూర్...ష్యూర్...షాహిద్ నాకు కూడా మంచి మిత్రుడే" అన్నాడతను.

"ఇప్పుడు ఏం చేద్దామనుకుంటున్నారు?" కుతూహలంగా అడిగాడు లెవిన్.

"పరిస్థితి చాలా సెన్సిటివ్ కాబట్టి, చాలా జాగ్రత్తగా వ్యవహరించాలి. మా మేజర్ తోనూ, కెప్టెన్ తోనూ సంప్రదించాక, మాలో మేము డిస్కస్ చేసుకుంటే తప్ప, ఏ నిర్ణయానికి రాలేము. ఈ లోపల మీరిద్దరూ మాకొక సహాయం చేయాలి. శ్రమ అనుకోకుండా ఈ కిటికీ రెక్కల చాటు నుండి, షాహిద్ హోటల్ ని, పరిసరాల్ని గమనిస్తూ ఉండాలి. ఏ విషయం తెలిసినా మాకు వెంటనే చెప్పాలి. పెద్దవారు... మీకు శ్రమ అవుతుంది. అస్లాం చూసుకుంటాడు, మీరు కొంచెం టచ్ లో ఉండండి చాలు" అన్నాడు హేమంత్.

"లేదు... లేదు...నాకిది శ్రమ కాదు...షాహిద్, బసంతిలు నా పిల్లల్లాంటి వాళ్ళు" అంటూ ఆ పనిలో పడిపోయిన ఆ వృద్ధుడికి మనసులోనే అభినందనలు తెలిపాడు హేమంత్.

మూడు నాలుగు గంటలు ఓపికగా పడిగాపులు పడినా ఫలితం ఏమి కనిపించలేదు. రానురాను టెన్షన్ పెరిగిపోతోంది అందరిలో. సూర్యాస్తమయం అవుతోంది. చీకటి పడితే అసలేమీ తెలియదు అని టెన్షన్ పడుతున్న సమయంలో,

"సార్ ఒక సారి ఇటు రండి" అంటూ కేకవేసాడు అస్లాం. హేమంత్, మిగిలిన ఆఫీసర్లు ఒక్క అంగలో కిటికీ దగ్గరకు చేరి, అస్లాం వేలితో చూపిస్తున్న వైపు చూసారు. హోటల్ నుంచి ముగ్గురు వ్యక్తులు బయటకు వస్తున్న దృశ్యం కిటికీలోంచి కనిపిస్తుంది. బురఖాలో ఉన్న వ్యక్తిని రెండు చేతుల్లో ఎత్తుకొని షాహిద్ ముందు నడుస్తున్నాడు. అతని చేతుల్లో ఉన్నది బసంతి అని చేతి వేళ్ళను, పాదాలను బట్టి అస్లాం ఊహించాడు. షాహిద్ ని అంటిపెట్టుకొని నడుస్తున్న మూడో వ్యక్తి కూడా బురఖాలో ఉన్నట్టు కనిపిస్తుంది. ఆ వ్యక్తి అటు ఇటు చూస్తూ, నడుస్తూ ఉండటం అందరు గమనించారు.

"షాహిద్ వెనుక బురఖాలో ఉన్నది టెర్రరిస్ట్, షాహిద్ వీపుకు రివాల్వర్ ఆన్చి ముందుకు నడిపిస్తున్నాడు." అన్నాడు హేమంత్. అందరు అంగీకరిస్తూ తలలూపారు.

"వాళ్ళు మీ ఇంటి వైపే వస్తున్నారు, గమనించారా డాక్టర్?" అడిగాడు హేమంత్.

"గమనించాను, బసంతికి ఈ మధ్య ట్రీట్మెంట్ ఇస్తున్నాను. బహుశా జబ్బు తిరగబడి ఉంటుంది. మీరందరు వెనక గదిలో దాక్కోండి. ఆ టెర్రరిస్ట్ తో ఎలా డీల్ చేస్తారో ఆలోచించండి. క్విక్ ... టైం లేదు" హడావిడిగా అన్నాడు లెవిన్.

చకచకా ప్లాన్ ఆలోచించాడు హేమంత్.

"మనకో అద్భుతమైన అవకాశం వచ్చింది డాక్టర్. మీరు ఏదో విధంగా టెర్రరిస్ట్ ని, మేముండే గది తలుపు దగ్గర, నిలబడేటట్లు చేసి, ఈ స్టీల్ గ్లాస్ కింద పడేసి సిగ్నల్ ఇవ్వండి. మిగిలింది మేము చూసుకుంటాం." అంటూ మిగిలిన వారితో పాటు వెనుక గదిలో దాక్కున్నాడు హేమంత్.

క్లినిక్ లో ఒక్కడే మిగిలిపోయాడు డాక్టర్ లెవిన్. అతనికి చాలా టెన్షన్ గా ఉంది. ఆయాసపడుతూ క్లినిక్ లోకి ప్రవేశించాడు షాహిద్.

"డాక్టర్ సాబ్, మళ్ళీ రోగం తిరగబడింది. బసంతిని కాపాడండి" అంటూ ఆమెను బల్ల మీద పడుకోబెట్టి, ముఖం మీద ఉన్న ముసుగును తొలగించాడు. స్పృహ కోల్పోయిన బసంతిని జాలిగా చూసి, బురఖాలో ఉన్న వ్యక్తిని చూస్తూ చాలా కాజువల్ గా "ఈమెవరు?" అని అడిగాడు.

"నా బెహెన్ రషీదా.. నిన్నే వచ్చింది" షాహిద్ తడబడుతూ సమాధానం ఇచ్చాడు. అతని సమాధానాన్ని పట్టించుకోనట్టు నటిస్తూ, బసంతికి ఇంజక్షన్ ఇచ్చే పనిలో పడ్డాడు. టెర్రరిస్ట్ అటు ఇటు తల తిప్పుతూ పరిసరాలను గమనించడం క్రీగంట చూసి, అతనికి అనుమానం రాకుండా జాగ్రత్తగా మసులుకోసాగాడు లెవిన్.

"పది నిమిషాల్లో బసంతికి స్పృహ వచ్చేస్తుంది. ఈ సారి డోస్ పెంచాను కాబట్టి, సైడ్ రియాక్షన్ లా ఫిట్స్ వచ్చే ప్రమాదం ఉంది. అందుచేత మీరిద్దరూ చెరో వైపు నిలబడి, ఆమెను కాచుకోండి. ఫిట్స్ వస్తే బసంతి ఇటు దొర్లిపోవటానికి ఎక్కువ అవకాశం ఉంది. షాహిద్, నువ్వు ఇటు వచ్చి చూసుకో, మీ బెహెన్ అటు చూసుకుంటుంది." అంటూ డైరెక్ట్ చేసాడు.

డాక్టర్ సూచన పాటించడంతో, టెర్రరిస్ట్, వెనక గదికున్న తలుపును ఆనుకుని నిలబడాల్సి వచ్చింది. లెవిన్ కి కావాల్సింది అదే. ఆ తలుపు వెనకనే ఉన్న మిలిటరీ ఆఫీసర్లు లెవిన్ ఇచ్చే సిగ్నల్ కోసం ఎదురు చూస్తున్నారు. బసంతి స్పృహలోకి వచ్చింది. షాహిద్ ముఖంలో సంతోషం తొంగి చూసింది. "జీసస్.." అనుకుంటూ తృప్తిగా నిట్టూర్చాడు, లెవిన్. 'వెంటనే సిగ్నల్ ఇవ్వాలి, లేదంటే వీడు మళ్ళీ వాళ్ళను వెనక్కు తీసుకుపోతాడు' అనుకుంటూ పొరపాటున చేయి తగిలినట్లు నటిస్తూ, గ్లాసును కింద పడేసాడు. వెంటనే హేమంత్, అసిస్టెంట్ బహదూర్ తలుపు తీసుకొని లోపలికొచ్చే ప్రయత్నం చేస్తుండగా, వాళ్ళ ప్లాన్ బెడిసికొట్టింది.

టెర్రరిస్ట్, ఎదురుగా ఉన్న అద్దాల బీరువా ద్వారా వెనక జరిగే దాడిని అతను పసిగట్టగలడనే ఆలోచన హేమంత్ కు తట్టకపోవడం కొంప ముంచింది. వెనుక జరిగే దాడిని పసిగట్టిన టెర్రరిస్ట్, బహదూర్ అనే ఆఫీసర్ ని కాల్చి చంపేయడంతో, అతను బసంతిని పడుకోబెట్టిన బల్ల దగ్గర కుప్పకూలిపోయాడు. బసంతి, భయంతో పెద్ద కేక వేసి స్పృహ

కోల్పోయింది. ఆ హఠాత్ సంఘటనకు దిమ్మదిరిగిపోయిన హేమంత్, అతని అనుచరులు అప్రయత్నంగా వెనక్కి జరిగారు. వాళ్ళ చేతుల్లోనూ రివాల్వర్లు ఉన్నాయి కానీ, టెర్రరిస్ట్ వల్ల బసంతి, షాహిద్, లెవిన్ లకు ప్రమాదం ఉంది కాబట్టి వాళ్ళు ఏమి చేయలేని స్థితిలో ఉండిపోయారు. టెర్రరిస్ట్ రివాల్వర్ బసంతికి గురి పెట్టి ఉండటంతో అతనిదే పై చేయి అయింది. ప్లాన్ బెడిసి కొట్టినందుకు, అద్భుతమైన అవకాశం చేజారినందుకు హేమంత్ ఎంతగానో చింతించాడు.

మిలిటరీ ఆఫీసర్లను బంధించడానికి, వీధి తలుపులు వేసేయడానికి షాహిద్ ని, అస్లాంని ఉపయోగించుకున్నాడు, టెర్రరిస్ట్. కుర్చీలో తాళ్లతో కట్టి వేయబడిన హేమంత్, అతని అనుచరులు నిస్సహాయంగా చూస్తూ ఉండిపోయారు. లెవిన్, అస్లాం, షాహిద్ లు భయంతో వణుకుతూ ఒక మూలన నిలబడ్డారు. టెర్రరిస్ట్ బురఖా తొలగించాడు. గొప్ప విజయం సాధించిన మహారాజులా గర్వంతో మిడిసిపడుతున్న ఆ టెర్రరిస్ట్ అందరికి ఒక రాక్షసుడిలా కనిపించాడు.

"నువ్వే కదా! హేమంత్ దినకరన్ వి! నాకు ఏం అదృష్టం పట్టింది!" అంటూ వికటంగా నవ్వాడు. ఆశ్చర్యంగా చూసాడు హేమంత్.

"నీ గురించి చాలా తెలుసుకున్నాను. మా దేశం అంటే నీకు ద్వేషమట, నీ కంఠంలో ప్రాణముండగా సరిహద్దు దాటి ఎవడు రాలేరని ఛాలెంజ్ చేశావట. నీ మూలంగా మూడు సంవత్సరాలుగా మా సైన్యం ఈ సరిహద్దును దాటలేకపోయింది. నీ లాంటి వాడిని చంపితేనే మీ ఆర్మీకి బలం తగ్గిపోతుంది. మాలో ప్రతి ఒక్కరికి నిన్ను చిత్రహింసలు పెట్టి చంపాలన్న కోరిక ఉందిరా" అని కసిగా అరిచాడు. ఆ మాటలు అంటున్నప్పుడే బసంతికి స్పృహ వచ్చింది. అప్పుడే హేమంత్ యొక్క గొప్పదనం తెలిసి అతని మీద గౌరవం పుట్టుకొచ్చింది. టెర్రరిస్ట్ మాటలు వింటుంటే అతను అప్పటికప్పుడే హేమంత్ ని చంపేస్తాడేమోనని భయం కలిగింది. హేమంత్ ని రక్షించుకోవాలి. ఏం చేయడానికైనా తన ఒక్కదానికే అవకాశం ఉంది. ఆడదని, రోగిష్టి అని భావించి, టెర్రరిస్ట్ దృష్టి, ఆమె మీద తప్ప మిగిలిన వాళ్ళ మీదే ఉందన్న విషయం గ్రహించింది. తక్షణ కర్తవ్యం కోసం ఆమె, పరి పరి విధాల ఆలోచించడం మొదలుపెట్టింది.

"రేయ్... మీ ఆర్మీకి కొండంత అండగా నువ్వుండటం వల్ల డైరెక్ట్ గా దాడి చేసి మిమ్మల్ని ఓడించలేమని, దొంగ దెబ్బ తీద్దామని ప్లాన్ వేశాం. మా బ్యాచ్ అంతా వీడి హోటల్ లో చేరాం. అడ్డదారిలో వీడింటి నుంచి సరిహద్దును చేరే అవకాశం ఉందని గ్రహించి, వీడి ఇల్లును ఎంచుకున్నాం. పైగా హోటల్ ఉంది కాబట్టి ఎన్ని రోజులైనా భోజనానికి ఇబ్బంది ఉండదిక్కడ. తగిన సమయం చూసి, అటు నుంచి మా సైన్యం, ఇటు నుంచి మేము ఒకే సారి దాడి చేస్తే, మిమ్మల్ని మట్టుబెట్టడం సులువు కదా? అయితే, ఇంత వరకు మాకు శుభ్రంగా వండిపెట్టిన దానికి రోగం రావడంతో మేము బయటకు రావాల్సి వచ్చింది. అయినా పై చేయి మాదే అయింది. మిమ్మల్ని అందరిని చంపేసి, మా వాళ్ళతో కలిసిపోయి, మేము అనుకున్న లక్ష్యాన్ని సాధిస్తాం" అంటూ విజయ గర్వంతో నవ్వాడు.

"అదేమంత సులువు కాదు. షాహిద్ హోటల్ లో మీరు తిష్ట వేశారని మాకు తెలిసిపోయింది. ఈ క్లినిక్ వెనుక వందలాది సైనికులున్నారు. మేము చనిపోయినా వాళ్ళు మిమ్మల్ని వదలరు" అన్నాడు హేమంత్ ఆవేశంగా.దాంతో వాడికి పిచ్చి కోపం వచ్చింది. రివాల్వర్ జేబులో పెట్టుకుని, పదునైన కత్తిని పైకి తీసాడు. ఆ కత్తిని, వాడి ముఖాన్ని చూస్తే, అందరి ముఖాల్లోనూ భయం తాండవించింది, ఒక్క హేమంత్ ముఖంలో తప్ప. అతని ధైర్యానికి టెర్రరిస్ట్ తో సహా అందరూ ఆశ్చర్యపోయారు. హేమంత్ కి ఏమి అపాయం జరగకూడదని బసంతి తన ఇష్టదైవమైన శ్రీకృష్ణుడిని ప్రార్థిస్తే, షాహిద్ అల్లాను, లెవిన్ జీసస్ ను ప్రార్థించారు. కానీ ఏ దేవుడు వాళ్ళ మొరని వినలేనట్లుంది.

భుజం మీద కత్తితో బలంగా పొడవడంతో బాధతో గిలగిలలాడాడు హేమంత్. బసంతి కళ్ళమ్మట నీరు జలజలా కారింది.

"అతన్ని ఏమి చేయద్దు, వదిలేయ్.." అంటూ హృదయవిదారకంగా ఏడ్చింది. కానీ, ఆ రాక్షసుడు ఊరుకోలేదు. కత్తితో పొడుస్తూ, హేమంత్ ను బాధిస్తూ, పైశాచిక ఆనందాన్ని పొందుతున్నాడు.

బసంతి ఇక ఉపేక్షించదలచుకోలేదు. అంత వరకు సాహసం చేయడానికి ధైర్యం చాలక వెనకడుగు వేసినా, బసంతి ప్రాణాలకు తెగించి కార్యసాధనకు నడుం బిగించింది. శక్తినంతా కూడ గట్టుకుని మెరుపు వేగంతో బహదూర్ శవం పక్కన పడి ఉన్న రివాల్వర్ ను అందిపుచ్చుకొని టెర్రరిస్ట్ కు గురి పెట్టింది. ఆ హఠాత్ సంఘటనకు అతనికి దిమ్మదిరిగిపోయింది.

"ఏయ్...ఏయ్..." అంటూ ఆమెను హెచ్చరిస్తూ ఉండగానే రివాల్వర్ లోంచి నాలుగు బులెట్లు అతని గుండెల్లోకి దూసుకుపోయాయి. క్షణికావేశం టెర్రరిస్ట్ ని చంపేసింది కానీ, తను చేసిన పనికి తానే షాక్ అయిపోయి, బొమ్మలా నిలబడి పోయింది. ఆ షాక్ నుండి తేరుకోవడానికి కొంత సమయం పట్టింది. ఈ లోగా ఒక్క అంగలో ఆమె దగ్గరకు దూకి, ఆమె చేసిన ఘనకార్యాన్ని, సాహసోపేత చర్యను అభినందిస్తూ ఆమెను కౌగిలిలోకి తీసుకొని, నుదుటి మీద ముద్దు పెట్టి, తన ఆనందాన్ని, ప్రేమను వ్యక్తం చేశాడు షాహిద్. అతని గుండెల్లో గువ్వలా వాలిపోతూ నీరసంగా నవ్వింది.ఆ సంఘటనతో హేమంత్ లో మార్పు వచ్చింది. ఒక స్త్రీ కారణంగా తను ఈ రోజు బ్రతికి బట్టకట్టగలిగినందుకు, 'తన ఆలోచనా విధానాన్ని మార్చుకోవాల్సిన అవసరం ఎంతైనా ఉంది' అన్న రియలైజేషన్ అతనిలో ప్రారంభమైంది.

ఒక ప్రక్క డాక్టర్ చేత ట్రీట్మెంట్ తీసుకుంటూనే, తన అనుచరులకు తరువాత కార్యక్రమం గురించి సూచనలిచ్చాడు హేమంత్. అతని సలహా మేరకు షాహిద్ హోటల్ లో ఉన్న టెర్రరిస్ట్ లను సజీవంగా బంధించేందుకు ప్రయత్నించారు. కానీ వారు లొంగక కాల్పులు జరపడంతో, బయట నుంచి మన ఆర్మీ కాల్పులు జరపక తప్పలేదు. ఆ కాల్పులకు షాహిద్ హోటల్ పూర్తిగా ధ్వంసం అయిపోయింది.

నాశనమైపోయిన హోటల్ ని చూసి గుండెలు బాదుకుంటున్న షాహిద్ దంపతులను ఓదార్చాడు మేజర్ సన్యాల్. అతను, హేమంత్ పై అధికారి. ప్రభుత్వం నుంచి షాహిద్ దంపతులకు పూర్తి కాంపన్సేషన్, డాక్టర్ లెవిన్ కి అవార్డు వస్తాయని చెప్పి, కాంపన్సేషన్ అతి త్వరలో వచ్చే ఏర్పాటు చేస్తానని ప్రామిస్ చేసే సరికి షాహిద్, బసంతిలు హాయిగా ఊపిరి పీల్చుకొని, క్లినిక్ లో చికిత్స పొందుతున్న హేమంత్ ని కలవడానికి వెళ్లారు.

# నరకం

ప్రతిలిపి 2022

# నరకం

"చాలా థాంక్స్ అన్వర్ భయ్యా. నీవల్ల అజ్మీర్ లో నా పనులన్నీ, ఏ కష్టమూ లేకుండా పూర్తి అయిపోయాయి , అజ్మీరే కాక పుష్కర్ కూడా చూపించావు. నీ వల్ల పుష్కర్ లోని బ్రహ్మదేవాలయాన్ని తనివితీరా చూసాను. ఆ పేరు పెట్టుకున్న నాకు, మర్చిపోలేని తృప్తినిచ్చావు" అన్నాడు 'బ్రహ్మదేవ్' ఎంతో ఆనందపడుతూ.

"ముందు భోజనం చెయ్యండి భయ్యా. మా బేగం, మీకోసం మంచి మంచి వంటకాలు చేసింది. ముంబైలో ఉంటున్న మీకు దొరుకుతాయో లేదోనని, మీకోసం ప్రత్యేకంగా ఆంధ్రా వంటకాలు కూడా చేసింది. అవి కూడా రుచి చూడండి" అనగానే, ఆశ్చర్యపోతూ,

"ఆంధ్రా వంటకాలు ఆమెకెలా తెలుసు?" అంటూ అడిగాడు బ్రహ్మ.

"ఆమెది ఆంధ్రాయే కదా? తెలుగు చక్కగా మాట్లాడుతుంది. మీరు కూడా తెలుగువారని అన్నయ్య చెప్పాడు. మీరు ఇక్కడ హిందీలో మాట్లాడడం మానేసి, తెలుగులోనే మాట్లాడొచ్చు. నాకు తెలుగు మాట్లాడడం రాదు గానీ, అర్థం అవుతుంది" అన్నాడు అన్వర్.

"అవును మాది 'మారేడుమిల్లి' అనే గ్రామం. తూర్పు గోదావరి జిల్లాలో...." అంటూ చెప్పబోతున్న బ్రహ్మను ఆపాడు అన్వర్, "నాకెందుకు తెలియదు? మా నిఖా అయింది అక్కడే కదా? అదే జియా వాళ్ళ ఊరు. మా మామగారికి అక్కడే చిన్న బట్టల దుకాణం ఉంది. దాని పేరు...?" అంటూ ఆగిపోయి,

"జియా... మీ షాపు పేరేమిటి?" అని అడిగాడు. ఘోషా కారణంగా లోపలుండి పోయి, ఆ సంభాషణ వింటున్న, జియా గుండెలు దడ దడ లాడాయి. 'ఏదో ఉపద్రవం ముంచుకొస్తుంది' అన్న భయంతో ఆమె వణికిపోతూ, సమాధానం ఇవ్వలేకపోతుంది. వినపడలేదోమోనని, మళ్ళీ అడిగాడు అన్వర్.

"నేను చెపుతాను భయ్యా. ఆ షాపు పేరు 'నీలం కట్ పీసెస్'. మీ మావగారి పేరు దిలావర్ ఖాన్ కదా?" అని ప్రశ్నిస్తున్న బ్రహ్మ ముఖం సీరియస్ గా మారడం, అతను భోజనం చేయడం ఆపేయడం గమనించిన అన్వర్ కి ఏదో తేడాగా ఉన్నట్లు అనిపించింది. అయోమయంగా చూస్తూ "అవును భయ్యా" అనగానే, పైకి లేచిపోయాడు బ్రహ్మ. అతని చేయి పట్టుకొని,

"ఏమయింది? ముందు భోజనం పూర్తిచేయండి" అంటూ బ్రతిమాలాడు. బ్రహ్మ వైఖరిలో మార్పులేదు. గబగబా చేతులు కడుక్కుంటూ,

"ముంబైలో ఉన్న మీ అన్నయ్యకు, నాకు ఉన్న స్నేహం కారణంగా, ఆయన చెప్పాడని, నీ పనులన్నీ మానుకొని, ఈ మూడురోజులూ నీ స్వంత టాక్సీలో తిప్పి, నాకెంతో సహాయం చేసావు. వెళ్ళే ముందు మీ ఇంట్లో చక్కని విందు ఏర్పాటు చేసావు. ఇవేమీ నేను మర్చిపోలేను. కానీ నా తమ్ముడిని చంపిన, నీ భార్య వండిన భోజనం మాత్రం చేయలేను" అనేసరికి మతిపోయి, బొమ్మలా నిలబడిపోయాడు అన్వర్.

★★★

"భోజనం రెడీ అమ్మగారూ" అని పిలుస్తున్న లక్ష్మి వైపు చూసింది సునంద. ఆ రోజు ఉదయమే లక్ష్మి, వాళ్లింట్లో వంటమనిషిగా చేరింది. ముదురు ఎరుపు రంగుగల చీర, తలపైకి కప్పుకొని, ముఖం కనిపించీ, కనిపించకుండా దాచుకుంటూ, తలవంచుకునే మాట్లాడుతుంది, లక్ష్మి ఎప్పుడూ. చూడగానే 'పక్కా పల్లెటూరి మనిషి' అనిపించేలా ఉంటాయి ఆమె కట్టూ, బొట్టూ.

"లక్ష్మీ ....నువ్వు వచ్చినపుడే అడుగుదామని అనుకున్నాను. అప్పుడు వీలుకాలేదు. భర్తను, అత్త మామలను వదిలేసి, ఎక్కడో దూరంగా ఉన్న, శ్రీకాకుళం జిల్లాలోని పల్లెటూరినుంచి విశాఖపట్నం వచ్చి, మా ఇంట్లో వంట మనిషిగా పనిచేయాల్సిన అవసరం ఏమొచ్చింది? అంత కష్టమేమొచ్చింది?" అంది.

"పరిస్థితులు అలా వచ్చాయమ్మా. బస్సు ఏక్సిడెంట్లో మా ఆయన రెండు కాళ్ళూ చచ్చుబడిపోయాయి.ఇంటికున్న ఒకే ఒక ఆధారం పోయింది. నేను పదో తరగతి వరకూ చదువుకున్నాను గానీ, ఆ చదువుతో ఏ ఉద్యోగం దొరుకుతుంది? మీ దగ్గర పనికి ఎక్కువ జీతం ఇస్తారని తెలిసి, ఎంతో ఆశతో వచ్చాను. మా ఊళ్లోనే ఉన్న కేరళ వైద్యుడొకాయన, ఆరునెలల్లో మా ఆయన కాళ్ళు బాగుపడేలా చేస్తానన్నాడు. ఆ ఆశతోనే ఉన్నానమ్మా. మీరిచ్చే జీతంతో మా వాళ్ళు ఇబ్బంది లేకుండా బతికేస్తారని, ఇంత దూరం వచ్చాను" అంది. లక్ష్మి మీద ఎంతో జాలి కలిగింది సునందకి.

తొందరగానే లక్ష్మి స్థానం అక్కడ సుస్థిరమయింది. దానికి కారణం ఆమె పాకశాక ప్రావీణ్యం, పని పట్ల ఆమెకుండే శ్రద్ధ, ఆమె పాటించే శుభ్రత మొదలయినవి. వచ్చిన కొత్తలోనే సునంద గురించి చాలా విషయాలు తెలుసుకుంది, లక్ష్మి. ఒకప్పుడు ఎంతో ఆస్తిపరుడయిన ఆమె తండ్రి ఆర్థికంగా చితికిపోతే, ఆస్తి అంతస్తు మోజుతో, ఎంతో ఆస్తిపరుడయిన, విరూపాక్షను చేసుకుంది. చాలా అందగత్తె అయిన సునంద ముందు 'కాకి ముక్కుకు దొండ పండులా' తీసికట్టుగా ఉంటాడతను. అయినా సునందకు అవేమీ పట్టవు. అంతులేని సంపద, కావలసినంత స్వేచ్ఛ ఆమెకు తృప్తినిస్తున్నాయి. విరూపాక్ష నిరంతరం వ్యాపార వ్యవహారాలతో, ఇంటిపట్టున ఉండకుండా దేశ, విదేశాలు తిరుగుతూ ఉంటాడు. పిల్లలిద్దరూ హాస్టల్లో ఉంటారు. దాంతో, స్నేహితురాళ్ళతో సినిమాలు, షికార్లతో కాలక్షేపం చేస్తూ ఉంటుంది.

లక్ష్మి పనిలో చేరిన రెండువారాలకు, సునంద ఆనందంతో రెచ్చిపోయే రోజు వచ్చింది. దానికి కారణం, ఆమె చిన్ననాటి స్నేహితురాళ్లు శ్రావ్య సింగపూర్ నుంచి, రజని ఢిల్లీ నుంచి రావడమే. దాదాపు పదేళ్ల తర్వాత వాళ్ళు ముగ్గురూ కలవబోతున్నారనే ఆనందంతో మైమరచిపోయింది సునంద.

ఎన్నో ఏళ్ల తర్వాత కలిసిన ముగ్గురు స్నేహితురాళ్లూ, సునంద ఇంటి టాపు లేచిపోయేటంత, గొడవ చేసారు. రెండ్రోజుల తర్వాత, విరూపాక్ష ప్రత్యేకంగా కట్టించిన గెస్ట్ హౌస్ కి వెళ్లి, అక్కడ శ్రావ్య పుట్టినరోజు ఘనంగా జరపాలని ప్లాన్ వేసుకున్నారు. కావలసిన సామాన్లు పట్టుకొని, లక్ష్మితో సహా బయల్దేరారు.

వైజాగ్ కి, భీమిలికి మధ్యలో, బీచ్ ఒడ్డున, సరుగుడు తోటల మధ్య చాలా అందంగా కట్టించిన గెస్ట్ హౌస్ అది. వ్యాపార వ్యవహారాలకు అనుగుణంగా ఆ గెస్ట్ హౌస్ కట్టించాడు విరూపాక్ష. తనకు కావలసినట్లు పనులు జరుపుకోవడానికి, సంబంధిత ఆఫీసర్లను అక్కడికి తీసుకొచ్చి, వాళ్లకు కావాల్సిన ఏర్పాట్లన్నీ చేస్తాడు. మందు, మగువ అందించడానికి అతని మనుషులు సిద్ధంగా ఉంటారు. ఆ గెస్ట్ హౌస్ లో జరిగే తతంగాలు కనబడనంత, వినబడనంత దూరంలో కట్టిన ఇంటిలో, వాచ్ మేన్ గంగులు ఉంటాడు. అయితే ఫోన్ ద్వారా వచ్చిన సమాచారం అందుకొని, తక్షణం చెప్పిన పని చేయడానికి గంగులు ఎప్పుడూ సిద్ధంగా ఉంటాడు.

అతి సుందరమయిన గెస్ట్ హౌస్ ని చూస్తూనే మైమరచిపోయారు సునంద స్నేహితురాళ్లు. సునంద గర్వంగా నవ్వుకుంది. 'కానీ.....అక్కడ ఊహించని పరిణామాలు ఎదుర్కోవాల్సి ఉంటుందని, ఆ ముగ్గురికీ తెలియదు'.

★★★

"మీరేదో పొరపాటు పడ్డారు. నా జియా ఎన్నటికీ అలా చేయదు. ఎక్కడో తేడా ఉంది. ఏమి జరిగిందో చెప్పండి భయ్యా" అంటూ వేడుకున్నాడు.

"ఆ రోజుల్లో మా కుటుంబం చాలా ఆర్థిక ఇబ్బందుల్లో ఉండడం వల్ల, నా తమ్ముడు 'గురుదేవ్' చదువు మధ్యలోనే ఆపేసి, మారేడుమిల్లి సేక్రేడ్ హైస్కూల్ లైబ్రరీ లో చిన్న ఉద్యోగం చేస్తూ ఉండేవాడు. ఆ సమయంలోనే జియా, అక్కడ పదో తరగతి చదువుతూ ఉండేది. అప్పుడే వీళ్ళిద్దరూ ప్రేమలో పడ్డారు. పెళ్లి చేసుకోమని జియా, తరచూ ఒత్తిడి చేస్తుండేదట. మంచి ఉద్యోగం వచ్చాక చేసుకుంటానని మా వాడు చెప్పినా వినేది కాదట. అందుకే తరుచూ వాళ్ళిద్దరూ గొడవపడేవారట. ఒక రోజు స్కూల్ చివర ఉండే ప్రహరీ గోడ దగ్గర, వాళ్ళిద్దరూ గొడవపడితే, ఆ ఘర్షణలో మా వాడిని జియా గట్టిగా తోసేస్తే, వాడు గోడను గుద్దుకోవడం, ముందురోజు పడిన వర్షానికి బాగా నాని ఉన్న ఆ గోడ కూలిపోవడం, వాడు అవతల ఉన్న నదిలో కొట్టుకుపోయి చనిపోవడం జరిగిపోయాయి. ఇదీ జరిగిన సంగతి. ఆమెనే అడుగు, ఆ నేరం చేసిందో లేదో?" అంటూ విస విసా నడుచుకొని పోతున్న, బ్రహ్మనే చూస్తూ స్థాణువులా నిలబడిపోయాడు అన్వర్.

అతని నవనాడులు కుంగిపోయినట్లు అయింది. ఒక్కసారిగా నీరసం ముంచుకు రావడంతో, అక్కడే కూలబడ్డాడు.

బ్రహ్మ వెళ్లిపోయాడని నిర్ధారణ చేసుకున్న జియా బయటకు వచ్చి, భోరున ఏడుస్తూ, అన్వర్ కాళ్ళ దగ్గర కూర్చుని,

“నాకు ఏ పాపం తెలియదండి. నేను నేరం చేయలేదు” అంది.

“ఎంతో అమాయకురాలివని నమ్మానే? నాకెందుకింత ద్రోహం చేసావు?” అంటూ అరుస్తున్న అన్వర్, తన మాటలు నమ్మడం లేదని తెలుసుకున్న జియా వేదనకు అంతులేదు.

“నేను చెప్పేది కాస్త వినండి” అంటున్నా అతను వినే స్థితిలో లేడు. ఏమీ మాట్లాడకుండా కారు తాళాలు తీసుకొని, బయటకు నడిచాడు. అతను ఏం చేయబోతున్నాడో ఆమెకు అర్థమయిది. అన్వర్ కి సంతోషం వచ్చినా, దుఃఖం వచ్చినా ‘తారాఘడ్’ కొండ మీదకు వెళ్లి, అక్కడున్న మసీదు దగ్గర కాస్సేపు కూర్చొని వస్తాడు. మనసంతా కల్లోలంగా ఉన్న అన్వర్, ఎప్పటిలాగే వేగంగా కారు నడుపుకుంటూ పోతే, ఏ ప్రమాదం వస్తుందోనని భయపడిపోయిన జియా అతన్ని ఆపడానికి ప్రయత్నించి, విఫలం కావడంతో, మొండిగా తను కూడా కారెక్కి కూర్చుంది. ఊహించినట్లే అన్వర్ అతివేగంగా కారు నడుపుతున్నాడు. కారు కొండ ఎక్కుతుంటే, జియా గుండెలు భయంతో కొట్టుకుంటున్నాయి. వంపుల దగ్గర కూడా, వేగం తగ్గించడం లేదు అన్వర్. చివరకు అనుకున్నంత పని అయింది. కారు అదుపు తప్పి, లోయలో పడిపోయింది.

★★★

ఆ రోజంతా గెస్ట్ హౌస్ లోనే, పేకాడుతూ, సినిమాలు చూస్తూ, లక్ష్మి రుచికరంగా చేసిన వంటకాలన్నీ ఆరగిస్తూ గడిపేశారు. మర్నాడు ఉదయమే విరూపాక్ష స్టాఫ్ వచ్చి, గెస్ట్ హౌసంతా చక్కగా అలంకరించి, బర్త్ డే కేకు అందించి, వెళ్ళిపోయారు. ఉదయం లేటుగా లేచిన ఆ ముగ్గురు ఆడవాళ్ళూ, లంచ్ పూర్తి చేసాక, బీచ్ లోకి వెళ్లి, చిన్న పిల్లల్లా కేరింతలు కొడుతూ ఆనందంగా గడిపేశారు. అసలు ప్రోగ్రాం అంతా రాత్రికి పెట్టుకున్నారు. డిన్నర్లోకి ఏఏ వంటకాలు చేయాలో లక్ష్మికి ముందుగానే చెప్పింది, సునంద. రాత్రే కేక్ కట్టింగ్ ప్లాన్ చేసుకున్నారు. ఆ రోజు స్పెషల్ అన్నట్లు, రెడ్ వైన్ కూడా రెడీ అయింది. ఆ రోజొక మరుపురాని అనుభవంగా ఉండాలని, ప్రతీదీ చాలా శ్రద్ధగా ప్లాన్ చేసింది, సునంద. కానీ అది మరొకరకంగా మరుపురాని అనుభవం కాబోతుందని ఆమె ఊహించలేదు.

చలికాలం కావడం వల్ల, ఎండలో సముద్ర స్నానం చాలా హాయిగా ఉండడం, జనమెవ్వరూ లేని ప్రయివేట్ బీచ్ కావడం, వాళ్లకు అనుకూలంగా ఉండడంతో ఆ ముగ్గురూ చాలాసేపే బీచ్ లో ఉండిపోయారు. సాయంత్రం తిరిగి వచ్చి, కాస్సేపు రెస్ట్ తీసుకొని, కబుర్లలో పడ్డారు. రాత్రి అయ్యేసరికి, విద్యుద్దీపాల కాంతిలో గెస్ట్ హౌస్ ఎంతో అందంగా తయారయింది.

ధూమ్ ధాం గా కేకు కటింగ్ అయిపోయాక, వాళ్ళకు కావాల్సిన వైన్, గ్లాసులు, ఆహారం అన్నీ, హాల్లో అమర్చి, ‘ఏదయినా అవసరం అయితే పిలవని చెప్పి, బయటకు వెళ్ళిపోయింది, లక్ష్మి.

"గుడ్ గర్ల్. చక్కగా పనిచేస్తుంది. మన ప్రైవసీకి అడ్డురాదు. ఇలాంటి పనివాళ్లు దొరకడం కష్టమే. సునందా...నువ్వు లక్కీ" అంది శ్రావ్య. నిజమేనన్నట్లు తలూపింది సునంద, వైన్ బాటిల్ ఓపెన్ చేస్తూ. 'చీర్స్' అంటూ గోలగా అరుస్తూ, డ్రింక్ చేయడం మొదలుపెట్టారు. అరుపులు, కేకలు, నవ్వులతో హాలంతా దద్దరిల్లిపోయింది. అనుకోకుండా రజని కిటికీ వైపు చూసేసరికి, అక్కడ ఒక నల్లని ఆకారం అస్పష్టంగా కనిపించడంతో హడలిపోయి, నోట మాట రాక చెయ్యెత్తి, అటువైపు చూపించేసరికి, మిగిలిన ఇద్దరూ అటువైపు చూసారు. ఆ ఆకారం మెల్లగా అక్కడినుంచి మాయమయింది.

"లక్ష్మీ ...ఎవరో లోపలికి వచ్చారు. పోయి చూడు" అంటూ ఆజ్ఞాపిస్తున్నట్లు గట్టిగా అరిచింది సునంద. మరో రెండు సార్లు పిలిచినా ప్రయత్నం శూన్యం. ఒక్కసారి పిలిస్తే చాలు, పరిగెత్తుకుంటూ వచ్చే లక్ష్మినుంచి సమాధానం రాకపోయేసరికి ఆమె మనసు కీడుని శంకించింది. దాంతో తాగిన మత్తంతా దిగిపోయింది. ఒక ఫ్లవర్ వాజ్ ను చేతబట్టుకొని, నెమ్మదిగా అడుగులు వేస్తూ, తలుపులు తీసి బయట ఎవరున్నారో తెలుసుకోవడానికి కాస్త ధైర్యం చేసింది, సునంద. భయం భయంగా ఆమె వెనకాలే నడిచారు, మిగిలిన ఇద్దరూ. గుండెలు దడ దడ లాడుతున్నా, వాటిని చిక్కబట్టుకొని, మెల్లగా తలుపు తీయబోయింది. తలుపులు తెరుచుకోలేదు. బయట ఎవరో గడియ పెట్టారు. తలుపులు దబ దబా బాదినా ఫలితం లేదు. "వాచ్ మన్ కి ఫోన్ చెయ్యి" అంటూ సలహా ఇచ్చింది రజని. ఫోన్ చేద్దామని ప్రయత్నిస్తే, సునంద సెల్ ఫోన్ కనబడలేదు. మిగతా ఇద్దరి ఫోన్లు పోయినట్లు, లేండ్ లైన్ వైరు ఎవరో కట్ చేసినట్లు తెలుసుకోగానే అందరూ భయభ్రాంతులయ్యారు. తామొక పెద్ద ప్రమాదంలో ఇరుక్కున్నామని గ్రహించగానే అందరి ముఖాల్లోనూ భయం తొంగి చూసింది.

★★★

కళ్ళు తెరిచి చూసేసరికి, జియా హాస్పటల్లో ఉంది. ఆమెకు బాగా దెబ్బలు తగిలాయి, ముఖం కొద్దిగా కాలిపోయింది. అన్వర్ చనిపోయాడన్న విషయం తెలుసుకున్న జియా ఆవేదనకు అంతులేకుండా పోయింది. ఆమె కోలుకోవడానికి చాలా రోజులు పట్టింది. 'గురు' ని తను చంపలేదని, తను నిరపరాధి అని, ఎవరో చేసిన నేరం తనపైకి నెట్టేసారని, తెలుసుకోకుండానే అన్వర్ చనిపోయినందుకు ఆమె చింతించని రోజు లేదు.

బ్రహ్మ చెప్పినట్లు గురు, జియా ప్రాణానికి ప్రాణంగా ప్రేమించుకునారు. కానీ గురు, ఆ స్కూల్లో 'త్రీ డెవిల్స్' గా పేరుపడ్డ ముగ్గురు అమ్మాయిల వలలో పడిపోయాడు. వాళ్ళ తండ్రులు బాగా పలుకుబడి ఉన్నవాళ్లు కావడంతో, స్కూల్ యాజమాన్యం గానీ, స్టాఫ్ గానీ వాళ్ళను అదుపుచేయలేకపోవడంతో, స్కూల్లో వాళ్ళదే పై చేయిగా ఉంటుంది. అందగాడు అయిన గురు వాళ్ళ దృష్టిలో పడేసరికి, అతను జియాను గాఢంగా ప్రేమిస్తున్నాడని తెలిసినా, తీయగా అతన్ని బుట్టలో వేసుకొని అతన్ని ఊరించసాగారు. వయసులో ఉన్న గురు, ఆ అందమయిన అమ్మాయిల వైపు ఆకర్షింపబడ్డాడు. పాతిక ఎకరాల స్కూల్ కేంపస్ లో దట్టమయిన చెట్లు అనుకూలంగా

ఉండేసరికి, వీలు దొరికినప్పుడల్లా ఆ అమ్మాయిలు, చెట్ల చాటున అతనితో రొమాన్స్ చేస్తూ, ముద్దులతోనూ, కౌగిలింతలతోనూ ఆనందపడుతూ ఉండేవారు, ఎవరికీ తెలియకుండా. గురు కూడా ఎంజాయ్ చేస్తూ ఉండేవాడు. ఆ విషయం జియాకు తెలిసిపోయింది. ఆ ముగ్గురి కదలికల మీద దృష్టి పెట్టింది. స్కూల్ చివరన ఉన్న ప్రహరీ గోడ దగ్గర, ఆ ముగ్గురితో పాటూ గురు కూడా ఉన్నాడన్న విషయం తెలిసేసరికి, అక్కడికి వెళ్ళింది. అక్కడ గురు, వంతుల వారీగా ఆ ముగ్గురితో రొమాన్స్ సాగిస్తున్నాడు. గోడకు జారబడి ఉన్న గురు మీద పడి, ఒకరి తర్వాత ఒకరు ముద్దు పెట్టుకోవడంలో మునిగిపోయారు వాళ్ళు. ముందు రోజు పడిన భారీ వర్షం వల్ల, బాగా నానిపోయిన పాతగోడ, ఏ క్షణాన్నయినా కూలిపోవడానికి సిద్ధంగా ఉన్నదన్న విషయం, వాళ్ళకెవరికీ తట్టలేదు. గోడ పడిపోవడం, గురు వెనక్కి పడిపోయి నదీ ప్రవాహంలో కొట్టుకుపోవడం క్షణాల్లో జరిగిపోయింది. అతనితో పాటూ పడిపోబోతున్న అమ్మాయిని, మిగిలిన స్నేహితురాళ్లు పట్టుకొని, కాపాడడంతో ఆమె రక్షించబడింది. సరిగ్గా అదే సమయానికి అక్కడికి వచ్చిన జియా ఆ హఠాత్పరిణామానికి షాక్ అయిపోయింది. ప్రాణానికి ప్రాణంగా ప్రేమించిన ప్రియుడు నదిలో పడి కొట్టుకుపోవడం, ఆమెను స్థాణువుగా నిలబెట్టింది. ఆ అవకాశాన్ని ముగ్గురూ చక్కగా ఉపయోగించుకున్నారు. సహాయం కోసం గట్టిగా కేకలు పెట్టేసరికి, స్టూడెంట్లు, స్టాఫ్ పరిగెత్తుకొని రాగానే,

"గురుని కాపాడండి. ఈ రాక్షసి అతన్ని నదిలోకి తోసి చంపేసింది" అంటూ జియాను చూపించారు. అప్పటికే గురు నదిలో మునిగిపోవడంతో, ఎవరూ ఏమీ చేయలేకపోయారు. ఈ లోగా ప్రిన్సిపాల్ అక్కడికి వచ్చింది. జియా ఏ నేరమూ చేయలేదని ఆమె నమ్మకం అయినా, వాళ్ళు

ముగ్గురూ కట్టకట్టుకొని అబద్ధం ఆడుతుంటే, ఆమె ఏమీ చేయలేక, ఆ ముగ్గురిని, జియాను ఆఫీసుకి తీసుకెళ్ళి, ఆడపిల్లలందరి తండ్రులకు కబురుపెట్టింది.

"గురు, జియాలు చాన్నాళ్ళనుంచీ ప్రేమించుకుంటున్నారు. ఈ మధ్య ఏవో తేడాలు వచ్చినట్లున్నాయి. పెళ్లి చేసుకోమంటే, తప్పించుకు తిరుగుతున్నాడు అంటూ మాకు చెపుతూ ఉండేది. మేము వచ్చి చూసేసరికే, వాళ్ళిద్దరూ గొడవ పడుతున్నారు. కానీ ఇంత ఘోరం జరుగుతుందని అనుకోలేదు. ఈ రాక్షసి గురుని బలంగా తోసేసేసరికి అతను గోడకు గుద్దుకున్నాడు. గోడ పడిపోవడంతో, నదిలో పడిపోయాడు" అని వాళ్ళు ముగ్గురూ ఆరోపించేసరికి, నమ్మాలా? లేదా? అనే మీమాంసలో పడ్డారు అందరూ. జియా ఇంట్లో ఆమెకు గురు రాసిన ప్రేమలేఖలు దొరికాయి. ఇటీవల కాలంలో రాసిన లేఖలలో, తను వేరే ఎవరితోనూ తిరగడం లేదని, అలాంటి అనుమానాలేవీ పెట్టుకోవద్దని రాయడంతో, వాళ్ళిద్దరి మధ్య ప్రేమ ఉన్నట్లు, ఈ మధ్య కాలంలో భేదాభిప్రాయాలు వచ్చినట్లు రుజువు కావడంతో, జియాయే దోషిఅని, ఆ ముగ్గురి తండ్రులు నిర్ధారణకి వచ్చేశారు. ఇంత జరుగుతున్నా జియా షాక్ లోంచి తేరుకోకపోవడం, ఆ ముగ్గురికీ కలిసివచ్చింది. ప్రిన్సిపాల్ ఎంత ప్రయత్నించినా, జియాను కాపాడలేకపోయింది. 'కేసు పోలీసులదాకా వెళ్ళనివ్వవద్దని, ఇక్కడే ఏదో విధంగా సెటిల్ చేయమని ప్రిన్సిపాల్ బతిమాలడంతో, అక్కడున్న పెద్దలు ఒక తీర్మానం చేసారు. దాని ప్రకారం జియా తండ్రి, గురు కుటుంబానికి పది లక్షల నష్టపరిహారం ఇవ్వాలి. జియాను వెంటనే ఎక్కడికయినా దూరంగా

పంపేయాలి. పరిస్థితి పూర్తిగా చక్కబడేవరకూ ఆమె, తిరిగి రాకూడదు. ఎంతో నచ్చజెపితేగానీ, గురు తండ్రి ఆ తీర్మానానికి ఒప్పుకోలేదు. జియా తండ్రి మాత్రం మారు మాట్లాడకుండా అన్ని షరతులకు అంగీకరించి, జియాను అజ్మీర్లో ఉన్న తన తమ్ముడి దగ్గరకు పంపేశాడు.

★★★

తాము ప్రమాదంలో ఇరుక్కుపోయామన్న భయం అందరిలోనూ ఆవహించగా, ఎటువంటి పరిణామాలు ఎదుర్కోవాలోనన్న భయంతో వణికి పోతున్నారు ఆ ముగ్గురూ. ఎవరో తమను తెలివిగా ట్రాప్ చేసారని గ్రహించారు. అయితే ఎవరు ఈ పనిచేసి ఉంటారన్నది, వారి ఊహకు అందని విషయం. ఇంతలో బయట లైట్ వెలగడంతో అందరూ అటు చూసారు. మళ్ళీ కిటికీ దగ్గర నల్లటి రూపం ప్రత్యక్షమయ్యేసరికి, వాళ్ళ గుండెలు దడ దడ లాడాయి. ఈసారి అక్కడున్న రూపం స్పష్టంగా కనిపించింది. నల్లటి బురఖా వేసుకొని ఉన్న స్త్రీ, అక్కడ నిలబడి ఉంది. ఆమె ముఖం మీదున్న ముసుగును తొలగించగానే, 'లక్ష్మి' అని ఒకరి నోటమ్మట, 'జియా' అని మరొకరు నోట మాటలు వినబడ్డాయి. తమతో మారేడుమిల్లిలో చదివిన జియాయే, తమ ఇంట్లో వంటమనిషిగా చేరిన లక్ష్మి అని అర్థమయిపోయింది, సునందకి. అయితే స్కూల్లో జియాను ఎక్కువగా బురఖాలోనే చూడడం వల్ల, ప్రస్తుతం ఆమె ముఖం కొంత కాలిపోయి ఉండడం వల్ల, పల్లెటూరి మహిళ వేషం కట్టి, పైటకొంగుతో ముఖం దాచుకోవడం వల్ల జియాయే, లక్ష్మి అని పోల్చుకోలేకపోయింది.

"నువ్వా? ఎందుకిలా చేస్తున్నావు?" అంటూ గట్టిగా అరిచింది, సునంద.

"ఏమీ తెలియనట్లు అడుగుతావే? గురు చనిపోవడానికి కారణం నేనేనని నింద వేసి, మీరు తప్పించుకున్నారు. మర్చిపోయారా?" అంది కసిగా.

"అది ఎప్పుడో చిన్నతనంలో జరిగిన పొరపాటు. అయినా అప్పుడు జరిగినదానికి ఇప్పుడు పగతీర్చుకోవడం ఏమిటి? ఈపాటికి అంతా మర్చిపోయి, కొత్త జీవితాన్ని ప్రారంభించి ఉండాలే!" అంటూ అయోమయంగా ప్రశ్నించింది రజని.

"నిజమే అలాగే కొత్త జీవితాన్ని ప్రారంభించాను. మారేడుమిల్లి నుంచి అజ్మీర్ వచ్చేసాను. అక్కడే డిగ్రీ వరకూ చదువుకొని, ఒక 'మదర్సా'లో పని చేస్తూ హాయిగా గడుపుతున్న రోజుల్లో, అన్వర్ పరిచయం అయ్యాడు. ఎప్పుడూ బురఖాలో ఉంటూ, మా మతాచారాలను చక్కగా పాటిస్తున్న నేనంటే ఇష్టపడ్డాడు. నిఖా చేసుకుంటానని ముందుకొచ్చాడు. చాలా మంచివాడని, స్వంత ఇల్లు, టాక్సీ ఉన్నాయని, ఆర్థికంగా ఏ ఇబ్బందులు ఉండవని, విని ఉన్న మా వాళ్ళందరూ ఇష్టపడ్డారు.

హాయిగా కాపురం చేసుకుంటున్న సమయంలో అనుకోకుండా గురు అన్న మా ఇంటికి రావడంతో, 'చేయని నా నేరం' బయటపడింది. అది నమ్మిన అన్వర్ మనసంతా అల్లకల్లోలం అయిపోయింది. ఆ స్థితిలో కారు వేగంగా నడిపి, ఏక్సిడెంట్ చేయడం వల్ల ప్రాణాలు పోగొట్టుకున్నాడు. అలా నా జీవితంలో మీరు పోసిన నిప్పులు చల్లారలేదు. గతాన్ని మరిచిపోయి,

ఎంతో ఆనందంగా ఉండవలసిన నా జీవితం చిన్నాభిన్నమయిపోయింది. అప్పట్లో మిమ్మల్ని ఏమీ చేయకుండా వదిలేసిన నేను, ఇప్పుడు క్షమించదలచుకోలేదు. ఎన్నో ఆశలతో, ఎంతో పొందికగా కట్టుకున్న నా సంసార సౌధం, మళ్ళీ మీవల్లే కూలిపోయింది. మీ వల్ల నా జీవితమంతా నరకం అయిపోయింది. అందుకే కసితో రగిలిపోయాను. సోషల్ మీడియా సహాయంతో మీరందరూ ఎక్కడెక్కడున్నారో తెలుసుకునే ప్రయత్నం చేసాను. సునంద, వైజాగ్ లో ఉందని తెలియగానే, ఆమె ఇంట్లో చేరి, అవకాశం చూసి మట్టుపెట్టాలని చూస్తుండగా, నా అదృష్టం కొద్దీ, నా వలలో మీరిద్దరూ పడ్డారు. మీ ముగ్గురినీ ఒక్కసారే కడతేర్చే అవకాశం మీరే ఇచ్చారు. ఎవరినీ ప్రాణాలతో వదలను" అంటూ గట్టిగా నవ్వుతుంటే, వాళ్ళు ముగ్గురూ భయంతో వణికి పోయారు.

"ప్లీజ్. మమ్మల్ని వదిలేయ్. మేము నీకు నిజంగానే ద్రోహం చేసాం. కామంతో, డబ్బు తెచ్చిన గర్వంతో కళ్ళు మూసుకుపోయి, గురుని తగులుకున్నాం. మా వల్లనే అతను నదిలో పడి చనిపోయాడు. ఆ నేరం నీ మీద నెట్టేసి, మేము తప్పించుకున్నాం. మా తప్పు ఒప్పుకుంటున్నాము. కావాలంటే, ఈ విషయం ఎక్కడ చెప్పమన్నా చెప్తాం. మమ్మల్ని వదిలేయ్. మాకూ సంసారాలు ఉన్నాయి. పిల్లలున్నారు. వాళ్ళ గురించయినా దయతో ఆలోచించు" అంటూ సునంద ఏడుస్తూ వేడుకుంటుంటే, మిగిలిన ఇద్దరూ తలలు ఆడించారు.

"నేనిప్పుడు చేసేదేమీ లేదు. మీరు ఇప్పుడే తిన్న బిరియానీలో...ఇదిగో ఈ విషం కలిపాను. ఒక గంటలో అది పనిచేస్తుంది. అంటే...ఒక గంట వరకే మీరు బ్రతికి ఉంటారు. మీ చావు మీరు చావండి" అంటూ వికటంగా నవ్వుతూ అక్కడినుంచి మాయమయింది.

ఆ మాటలు విన్న ముగ్గురికీ ప్రాణాలు అప్పుడే పోతున్నంత భయం కలిగింది. చావు తథ్యం అన్న విషయం స్పష్టం కావడంతో, అందరూ హృదయవిదారకంగా ఏడవడం మొదలుపెట్టారు. భర్తలను, పిల్లలను ఆత్మీయులను తలుచుకుంటూ,ఒకరినొకరు పట్టుకొని, గుండెలు అవిసేలా ఏడుస్తున్నారు. విషం పనిచేస్తున్నట్లు ఒక్కొక్కరు ఒక్కొక్క విధంగా బాధపడసాగారు. గుండెలు పట్టి నలిపేస్తున్నట్లు, కడుపులో భరించరాని నొప్పిమొదలయినట్లు, తీవ్ర దాహంతో గొంతు అంతా మండుతున్నట్లు, ఊపిరి అందక ఉక్కిరిబిక్కిరి అవుతున్నట్లు...ఇలా రక రకాల వేదనలతో సతమతమవుతున్న, ఆ ముగ్గురినీ రక్షించే నాధుడే లేడు. 'ఈ నరకాన్ని భరించలేకున్నాం. ప్రాణాలు వెంటనే పోతే బాగుండును' అనే ఆలోచన ముగ్గురి మనసుల్లోనూ ఉంది. అలా భారంగా గంట గడిచినా, తమకే అపాయమూ జరగకపోయేసరికి, ఆశ్చర్యంతో ఒకరి నొకరు చూసుకుంటున్న సమయంలో, జియా మళ్ళీ ప్రత్యక్షమయింది.

"ఇప్పటికి మీరు గ్రహించే ఉంటారు. నేను ఏ విషమూ కలపలేదని" అనగానే వాళ్ళ ముఖాలు వికసించాయి. ముగ్గురూ ఒకేసారి అప్రయత్నంగా చేతులెత్తి నమస్కరించారు. మిమ్మల్ని శిక్షించాలంటే, చంపనవసరం లేదు. మీరు ఈ గంటసేపు అనుభవించిన 'నరకం' చాలు నా పగ సగం చల్లారడానికి" అనగానే ఆ ముగ్గురి ముఖాలు పాలిపోయాయి. ఆనందం మాయమయి, భయం చోటు చేసుకుంది. జియా మళ్ళీ ఏం చేయబోతుందో వాళ్ళు అంచనా వేయలేకపోతున్నారు.

భయంతో వణికి పోతున్నారు. మీచే తాగించాల్సిన విషాన్ని, నేనే తాగుతున్నాను" అంటూ పాయిజన్ బాటిల్ ని చూపిస్తూ, అందులో ఉన్న విషాన్ని గట గటా తాగేసింది. కిటికీలోంచి సీసాను వాళ్ళ దగ్గరకే గిరాటు వేసి,

"మీరు నేరాన్ని ఒప్పుకున్నపుడు మీకు తెలియకుండా వీడియో తీశాను. మీ సెల్ ఫోన్లు నా దగ్గరే ఉన్నాయి కదా? వాటిలో ఆ వీడియోని అప్లోడ్ చేసాను. నా మీద నింద ఎలా వచ్చిందో, ముందుగా వివరించి, ఆ తర్వాత మీ స్టేట్మెంట్ అప్లోడ్ చేసాను. ఇది నా మరణ వాంగ్మూలం కాబట్టి, అందరూ నమ్మి తీరతారు. దాంతో మీ భాగోతం బయటపడుతుంది. మీ భర్తలకు, బంధువులకు, స్నేహితులకు ఆఖరికి మీ పిల్లలకు మీరెలాంటి వాళ్ళో తెలిసిపోతుంది. దాంతో నా పగ పూర్తిగా చల్లారుతుంది" అంటూనే నేలకొరిగింది. అనుకోని ఆ పరిణామానికి ఆ ముగ్గురూ మ్రాన్పడిపోయారు. తేరుకున్న వెంటనే కిటికీ దగ్గరకు చేరి, నేలమీద అచేతనంగా పడిఉన్న జియాను చూసి, భోరుమన్నారు. తలుపులు తెరిచి, ఆమెను రక్షిద్దామని వాళ్ళు చేసిన ప్రయత్నాలేవీ ఫలించలేదు. ఒక గంటసేపు విశ్వప్రయత్నం చేసిన మీదట, తలుపులు తెరవగలిగారు. అప్పటికే జియా ప్రాణాలు గాలిలో కలిసిపోయాయి. శ్రావ్య అందరి మొబైల్స్ చెక్ చేసి చూసింది ఆత్రంగా. జియా ఏమీ అప్లోడ్ చేయలేదని, రెండోసారి కూడా భయపెట్టే తన కసి తీర్చుకుంది, అని తెలుసుకున్న వాళ్ళు ముగ్గురూ ముందు ఆనందపడినా, తమ కారణంగా ఒక అమాయకురాలు బలి అయిపోయిందని, ఆమె జీవితం సర్వనాశనం అయిపోయిందని కుమిలిపోయారు. వాళ్ళు పడుతున్న వేదన వర్ణనాతీతం. పశ్చాత్తాపంతో కుంగిపోతూ, జియా ఆత్మకు శాంతి కలగాలని కోరుకోవడం తప్ప, వాళ్ళేం చేయగలరు?

# ఉరుములు లేని మెరుపులు

ప్రజాశక్తి ఆదివారం అనుబంధం

జూలై 24, 2022

# ఉరుములు లేని మెరుపులు

“దేవదానం, సత్యమూర్తి, కైలాష్ వీళ్ళంతా ఎలా చనిపోయారు? నలభై ఏళ్లకే చనిపోవడం ఏమిటి? అంతా విచిత్రంగా ఉంది. ఆ రోజుల్లో మనం ఐదుగురమే ఎంతో క్లోజ్ గా ఉండేవాళ్లం కదా? వాళ్ళు చనిపోయారన్న విషయం ఇంతవరకూ నాకు తెలియకపోవడం చాలా బాధగా ఉంది. ఇంతకూ ఏమి జరిగింది?” అని అడిగాడు విశాల్.

ఢిల్లీలో అగ్రికల్చరల్ సైంటిస్ట్ గా పనిచేస్తూ, పదో తరగతి విద్యార్థుల బ్యాచ్ సిల్వర్ జూబిలీ ఉత్సవంలో పాల్గొనడానికి సిరిపల్లి వచ్చిన విశాల్ కి పాత మిత్రులను, టీచర్లను చూసుకొని పొంగిపోవాలో, బాల్య స్నేహితుల మరణానికి కుంగిపోవాలో తెలియని పరిస్థితి ఎదురయింది.

జరిగినదంతా వివరించాడు పరమాత్మ. సుమారు పదిహేనేళ్ల క్రితం ఆ ఊరికి ‘సిద్ధేశ్వర్ బాబా’ వచ్చి ఆశ్రమం నెలకొల్పడంతో ఆ ఊరి రూపురేఖలు మారిపోయాయి. అప్పటినుంచీ ఎన్నో అద్భుతాలు జరగడం ప్రారంభమయింది. శివాలయంలో రోజూ మధ్యాహ్నం పన్నెండు గంటలకు, ఒక నాగుపాము గర్భగుడిలోకి ప్రవేశించి, శివుని పాదాల వద్ద ఉంచిన కోడిగుడ్డును ఆరగించి, వచ్చిన దారినే వెళ్ళిపోవడం చాలా ఏళ్లుగా జరుగుతూ వస్తుంది. ఆ వింతను చూడడానికి రోజూ ఐదారు వందలమంది భక్తులు వస్తూ ఉండడంతో, ఆ గుడి చుట్టూ ఎన్నో షాపులు, హోటళ్ళు వెలిసి, ఆ ప్రాంతమంతా రద్దీగా తయారయ్యింది.

ప్రతి ఏటా, ఆశ్వయుజ మాసంలో అమావాస్య నాడు, అర్ధరాత్రి పన్నెండు గంటలకు, ఊరి అవతల ఉండే దుర్గ గుడిని ఆనుకుని ఉన్న కొండమీద మెరుపులు కనిపిస్తూ ఉంటాయి. ఆ పండగనాడు ఆ ఊరికి వేల సంఖ్యలో జనం వస్తారు. ఇవి కాక బాబా ఆశ్రమంలో ఎన్నో అద్భుతాలు ప్రదర్శించబడుతూ ఉంటాయి. ఆయన భగ భగ మండే నిప్పుల మీద నడుస్తారు. ఆయన శిష్యులు నీళ్ళ మీద నడుస్తారు. సలసలా కాగే నూనెలో చేయిపెట్టి, దానిలో వేగుతున్న గారెలనో, జిలేబీలనో తీసి భక్తులకు ప్రసాదంగా పంచుతారు. బాబా, గాలిలోంచి విభూతిని, ఉంగరాలను, గొలుసులను సృష్టించి తన ప్రియమయిన భక్తులకు ఇస్తారు. ఆ ఆశ్రమంలోఎన్నో సేవలు అందుతూ ఉంటాయి. ఉచిత వైద్య సేవలు, నిత్యాన్నదానం అక్కడ రోజూ జరిగే కార్యక్రమాలు. ఎందరో అనాథ పిల్లలను

బాబా చదివిస్తూ ఉంటారు. అనేకమంది వృద్ధులకు అక్కడ ఆశ్రయం ఉంటుంది. తమ ఊరు బాగు పడడానికి, ఊర్లో జరిగే అద్భుతాలకు బాబాయే కారణమని ఊరి ప్రజలు ఆయన్ని కలియుగ దైవంలా కొలుస్తారు. కానీ బాబా అంటే కిట్టని వాళ్ళు కూడా ఆ ఊళ్ళో ఉన్నారు. వాళ్ళలో ముఖ్యులు దేవదానం, సత్యమూర్తి, కైలాష్. వాళ్ళు ముగ్గురూ మూడు రకాలుగా ఊర్లో జరుగుతున్న అద్భుతాలమీద, బాబా మహిమల మీద ధ్వజమెత్తారు.

ముందుగా రంగంలోకి దిగింది కైలాష్. చదువు పూర్తి అయ్యాక, ఆ ఊర్లోనే చిన్న వ్యాపారం పెట్టుకొని, భార్యాపిల్లలతో ఆనందంగా జీవిస్తున్న కైలాష్, ఊరి ప్రజలలో చైతన్యం తెచ్చే ప్రయత్నంలో ప్రాణాల మీదకు తెచ్చుకున్నాడు. అతను ముందుగా దృష్టి పెట్టింది, శివాలయంలో జరిగే అద్భుతం మీదే. నాగుపాము తనంతట తాను, క్రమం తప్పకుండా అదే సమయానికి రావడం దేవుడి మహిమ కాదని, దాని వెనుక ఏదో మోసం ఉందని గట్టిగా నమ్మాడు. అదేమాట అనేకమందితో చెప్పాడు. దానికి తగ్గ ఆధారాలు సంపాదించడానికి చాలా ప్రయత్నాలు చేసాడు. రేపో మాపో ఆ మోసాన్ని బట్టబయలు చేస్తాడు అన్న పుకార్లు కూడా వెలువడ్డాయి. ఆ తర్వాత రెండు రోజులకే అతను పాము కాటుతో మరణించడంతో ఊరంతా దిగ్భ్రాంతి చెందింది. పరమశివుడి ఆగ్రహానికి బలై పోయాడని అందరూ గట్టిగా నమ్మారు.

కైలాష్ మరణించిన నాలుగు నెలలకు సత్యమూర్తి కూడా ప్రాణాలు వదిలాడు. సత్యమూర్తి, తను చదివిన హైస్కూల్లోనే సైన్స్ టీచర్ గా పనిచేస్తున్నాడు. అతని భార్యా పిల్లలు పట్నంలో ఉంటే, తను మాత్రం ఆ ఊరిలోనే పెద్ద ఇల్లొకటి అద్దెకు తీసుకొని, ఆ యింట్లో ఒక సైన్స్ లేబొరేటరీ పెట్టుకున్నాడు. ఖాళీ సమయాల్లో స్కూల్ పిల్లలకు రకరకాల ప్రయోగాలు చేసి చూపిస్తూ,

వాళ్ళలో సైన్స్ పట్ల ఆసక్తిని పెంచేవాడు. అంతేకాకుండా బాబాలు, స్వామీజీలు చూపిస్తున్నవి అద్భుతాలు కావని, అవన్నీ సైన్స్ ని ఉపయోగించి చేస్తున్న మేజిక్కులేనని చెపుతూ, కొన్ని ప్రయోగాలు కూడా చేసి చూపించేవాడు. ఆ విధంగా పిల్లలను చైతన్య పరచడం, వాళ్ళ తల్లి తండ్రులకు కొరుకుపడలేదు. వాళ్ళు హేతువాదులుగా, నాస్తికుల్లా మారతారని, మన సంస్కృతికి, ఆచార వ్యవహారాలకు దూరమైపోతారని, అన్నింటికన్నా మించి తాము దేవుడిలా కొలిచే బాబా పట్ల అగౌరవంగా ప్రవర్తిస్తారని భయం పెంచుకుంటూ సతమతమవుతున్న సమయంలో, లేబొరేటరీలో జరిగిన అగ్ని ప్రమాదంలో సత్యమూర్తి కాలి బూడిద అయిపోయాడని తెలియడంతో వాళ్ళంతా హాయిగా ఊపిరి పీల్చుకున్నారు. లేబొరేటరీలో ఉన్న కెమికల్స్ కారణంగానే అగ్నిప్రమాదం జరిగిందని పోలీసులు తమ దర్యాప్తులో తెలియజేసారు. బాబా మాత్రం కైలాష్, సత్యమూర్తిల మరణాల పట్ల ఏ విధమయిన వ్యాఖ్యానాలు చేయలేదు. వాళ్ళ కుటుంబాలకు ప్రగాఢ సంతాపాన్ని తెలియజేసి, కైలాష్ భార్యకు ఆశ్రమంలో ఉద్యోగం ఇచ్చి, అతని పిల్లలను చదివించే బాధ్యతను తీసుకున్నారు. సత్యమూర్తి భార్యకు డిసీజ్డ్ కోటాలో ఉద్యోగం వచ్చేటట్లు చేసి, వాళ్ళ కుటుంబాన్ని ఆదుకున్నారు.

కైలాష్, సత్యమూర్తిలు ఎంతో సాహసం చేసి, వాళ్ళు నమ్మిన సిద్ధాంతాల కోసం పోరాటం చేసి, ప్రాణాలు కోల్పోయినా భయపడకుండా దేవదానం కూడా దాదాపు అదే బాటను పట్టాడు. అతని ముఖ్య ధ్యేయం 'మెరుపుల పండగ' వెనుక ఉన్న మోసాన్ని బహిర్గతం చేయడం. దాని కోసం అతను చేసిన ప్రయత్నాలు ఏమీ ఫలించలేదు. అయినా ఏనాటికయినా రుజువు చేసి చూపిస్తానని శపథం చేసేవాడు. బాబా చేసే అద్భుతాలు బూటకాలేనని, గతంలో ఇలాంటి బాబాలు, స్వామీజీలు ఎలా దొరికిపోయారోన్న ఉదంతాలను ఉదాహరణలుగా చెపుతూ తన ఉపన్యాసాలతో జనాన్ని ఊదరగొడుతూ ఉండేవాడు. క్రితం నెలలో జరిగే మెరుపుల పండగ రోజు ఉదయమే ఒక బహిరంగ సభ ఏర్పాటుచేసి, మెరుపుల పండగలో జరిగే మోసాన్ని బహిర్గతం చేస్తానని ప్రచారం చేసేసరికి, ఆ సభకు లెక్కలేనంతమంది హాజరయ్యారు. కానీ సభ ప్రారంభంలోనే, మొదటి మాటలు మాట్లాడుతూనే, రక్తం కక్కుకుంటూ నేలకు ఒరిగిపోయాడు. బాబా శిష్యులు, మునసబు పెద్ది నాయుడు వెంటనే అతన్ని హాస్పటల్ కి తరలించినా, దార్లోనే ప్రాణాలు వదిలాడు.

ఇదంతా విన్న విశాల్ మనసు బాధతో కుంగిపోయింది. కాస్సేపటివరకూ ఆ బాధనుంచి తేరుకోలేకపోయాడు. "మన మిత్రుల మరణాలు దేవుడి ఆగ్రహం కారణంగా జరిగినవని ప్రజలు నమ్ముతున్నారంటే నాకు ఆశ్చర్యంగా ఉంది. వాళ్ళు ముగ్గురూ ప్రవర్తించిన తీరు, బాబాకో, ఆయన మనుషులకో లేదా ఈ అద్భుతాల వల్ల లాభపడేవారికో ఆగ్రహం తెప్పించి ఉండవచ్చు. ఇది వాళ్ళ పనే కావచ్చు. నీకు అలా అనిపించలేదా?" అని సూటిగా అడిగాడు విశాల్. అతన్నే ఆశ్చర్యంగా చూస్తూ, తల అడ్డంగా తిప్పుతూ, "ఛ...అలాంటిదేమీ లేదు. నీకీ ఊరి మనుషుల గురించి, బాబా గురించి తెలియకపోవడం వల్ల, నీ ఆలోచన అలా ఉంది" అని చెపుతున్న పరమాత్మ వైపే చూస్తూ సంభాషణను పొడిగించలేదు.

★★★

విశాల్ కి సిరిపల్లి బాగా నచ్చడంతో, మరో మూడు రోజులు ఆ ఊర్లోనే ఉండి, పచ్చని పొలాలను, కొండలను, వాగులను చూస్తూ ఆనందంగా గడిపి, తిరుగు ప్రయాణం పట్టాడు. ఆరు నెలల తర్వాత అతని నుంచి పరమాత్మకు ఒక మెసేజ్ వచ్చింది.

"ఇటీవల కాలంలో మేము చేస్తున్న రీసెర్చ్ లో భాగంగా కొత్త పంటలను కనుగొన్నాం. వాటికి నీ బంజరు భూమిలో ఉన్న మట్టి అనుకూలం అని గ్రహించి, దాని సేంపిల్ కొంత నాతో తెచ్చి, ఇక్కడ పరీక్ష చేస్తే, నా ఊహ నిజమని తేలింది. నీకు అభ్యంతరం లేకపోతే, మేము అక్కడికి వచ్చి మీ పొలంలో ప్రయోగాలు మొదలు పెడతాం" అన్నది దాని సారాంశం. పరమాత్మ వెంటనే అంగీకారం తెలపడంతో విశాల్ తన మనుషులతో ఆ ఊరు వచ్చి, ప్రయోగాలు ప్రారంభించాడు. అతను నెలకోసారి వచ్చి ప్రోగ్రెస్ చూసుకుంటుంటే, అతని మనుషులు అక్కడే ఉండి, ప్రయోగాలను కొనసాగిస్తున్నారు.

ఈసారి విశాల్ మెరుపుల పండగకు రెండ్రోజుల ముందే వచ్చాడు. ఆ పండగనాడు జరిగే అద్భుతాన్ని కళ్ళారా చూడాలని అతను ఉవ్విళ్ళూరుతున్నాడు. ఈసారికూడా ఎప్పటిలాగే ఇసుక వేస్తే రాలనంత జనం వచ్చారు. వాళ్ళను కంట్రోల్ చేయడానికి, కొండ చుట్టూ ఏర్పాటుచేసిన బారికేడ్లను దాటకుండా చూడడానికి పోలీసులు బాగా కష్టపడాల్సి వచ్చింది. నిర్ణీత సమయానికి కొండమీద మెరుపులు దర్శనం ఇచ్చాయి. "మహాద్భుతం" అన్నాడు విశాల్ పరవశంగా.

★★★

మర్నాడు ఆ ఊర్లో ఒక విచిత్రమయిన సంఘటన జరిగింది. ఆ రోజు ఉదయం పోలీసులు ఊరిలోకి వచ్చి బాబాను, అతని శిష్యులను, పెద్ది నాయుడితో పాటూ కొంతమంది గ్రామ పెద్దలను అరెస్ట్ చేసి, విశాఖపట్నం తీసుకెళ్ళిపోయారన్న వార్త దావానలంగా వ్యాపించడంతో ఖంగు తిన్న పరమాత్మ, హుటాహుటిన విశాల్ దగ్గరకు పరిగెత్తి, విషయం చెప్పాడు. అది విన్న విశాల్ ఆశ్చర్యపోకుండా 'తనకంతా తెలుసునన్నట్లు' మందహాసం చేయడంతో మతిపోగొట్టుకున్నాడు.

"నువ్వు ముందు కూర్చుని కాస్త స్థిమితపడు. అంతా వివరంగా చెప్తాను. మన మిత్రుల మరణాలు హత్యలేనని, నాకెప్పుడో అనిపించింది. కానీ ఆధారాలు ఏమీలేని కారణంగా మౌనంగా ఉండిపోయాను. మూడు రోజులు అదనంగా ఉండి, ఆధారాల కోసం తీవ్రంగా గాలించాను. ఎంతో కష్టం మీద ఒక్క ఆధారం మాత్రమే సంపాదించగలిగాను. మెరుపుల కొండ మీద నాకొక డబ్బా దొరికింది. దాని అట్టడుగున ఉన్న పౌడర్ని సేకరించి, పరీక్షించాను. అది 'మెగ్నీషియం' పౌడర్. దీపావళి రోజున మనం కాల్చే తాళ్ళు, సెర్చ్ లైట్లలో ఆ పౌడరే ఉంటుంది. దాన్ని మండిస్తే కళ్ళు మిరుమిట్లు గొలిపే కాంతి చాలా ఎక్కువగా వస్తుంది. వాళ్ళు దాని సహాయంతోనే మెరుపులు సృష్టించేవారు.

ఆ ఆధారం దొరకగానే నేను విశాఖపట్నం వెళ్ళి, ఈ మధ్యనే ఎస్పీగా చార్జ్ తీసుకున్న 'దైవసహాయాన్ని' కలిసాను. అతను నాకు పీజీలో క్లాస్ మేట్. అంతేకాదు మన దేవదానానికి

బంధువు. దేవదానాన్ని ఎవరో హత్య చేసి ఉంటారని అతనికీ అనుమానమే. కానీ ఆధారాలు ఏమీలేక అవకాశం కోసం చూస్తుండగా, నేను అతన్ని కలవడం జరిగింది. అప్పుడే ఒక ప్లాన్ ఆలోచించాము. దానిలో భాగంగానే నీ పొలంలో ప్రయోగాలు మొదలుపెట్టాము. నేను తీసుకువచ్చిన మనుషుల్లో ముగ్గురు పోలీసు ఆఫీసర్లే. వాళ్ళందరూ ఆధారాల కోసం శక్తివంచన లేకుండా ప్రయత్నించారు. మా అదృష్టం కొద్దీ శివాలయం పూజారి కొడుకు ఏదో మత్తుమందు తీసుకొని, ఊరవతల తోటలో పడి ఉండడం మా వాళ్ళ దృష్టిలో పడింది. అతని దగ్గర దొరికిన మత్తుమందు ఇక్కడెక్కడా దొరికేది కాదు. అది వాడికెలా దొరికిందో మా వాళ్లకు అర్థం కాలేదు. మా టీంలోని పోలీసులు పూజారి ఇంటి వెనుక ఉన్న గోడౌన్లో ఆ మందు ఎక్కువ మొత్తంలో ఉన్నట్లు, అక్కడే ఉన్న కేజ్ లలో నాలుగైదు  నాగుపాములు ఉన్నట్లు కనిపెట్టారు. దాంతో చిక్కుముడి విడిపోయినట్లు అయింది. ఆ పాములకు మత్తుమందు అలవాటు చేసి, వాటిని బానిసలుగా చేసి, మత్తుమందు ఇంజెక్ట్ చేసిన కోడి గుడ్లను ఎరగా చూపి, తమకు కావలసినట్లు అద్భుతం సృష్టించారు, సూత్రధారులు బాబా, పెద్ది నాయుడు. మెరుపుల పండగ రోజున మావాళ్లు చాకచాక్యంగా ఒకడిని పట్టుకొని, వాడి దగ్గరున్న మెగ్నీషియం పౌడర్ ని స్వాధీనం చేసుకొని, అదుపులోకి తీసుకున్నారు. పోలీసుల దర్యాప్తులో దేవదానం ఎలా చనిపోయాడో తెలుసుకోవడం జరిగింది. ఆ దుర్మార్గులు, మైక్ ద్వారా విషప్రయోగం చేసారు. దేవదానం మాట్లాడుతున్నపుడు, శక్తివంతమయిన విషం మైక్ లోంచి ఆవిరి రూపంలో బయటకు వచ్చేలా చేసారు. దాని ప్రభావం వల్ల దేవదానం మరణించాడు. పోస్ట్ మార్టం రిపోర్ట్ తారుమారు చేసి, నేరం బయటకు రాకుండా జాగ్రత్త పడ్డారు.  ఇక బాబా చేసే అద్భుతాలు, అదే నిప్పుల మీద నడవడం, నీళ్ళ మీద నడవడం, విభూతి, ఉంగరాలు సృష్టించడం లాంటివి మోసాలేనని నిరూపించడానికి మా దగ్గర ఎన్నో రుజువులు ఉన్నాయి. ఇప్పటికి వాళ్ళ పాపం పండడంతో దొరికిపోయారు" అంటూ ముగించిన విశాల్ ని చూస్తూ కాస్సేపు నోరు వెళ్ళబెట్టి ఉండిపోయాడు పరమాత్మ.

# అలా కలిసొచ్చింది

సాక్షి ఫన్ డే, మే 8, 2022

# అలా కలిసొచ్చింది

"ఏరా తమ్ముడూ...? ఏంటి విషయం? పొద్దుటే ఫోన్ చేసావు?" అంటూ హుషారుగా అడిగాడు రాజారావు.

"సారీ అండి. నేను ఎస్సై అంబరీష్ ని. కృష్ణ ఫోన్ నుంచి మాట్లాడుతున్నాను" అన్న సమాధానం వినపడగానే షాక్ అయ్యాడు.

"ఎస్సై గారా? ఏమయింది మా తమ్ముడికి? వాడి ఫోన్ మీకెలా?...." అంటుండగా, "చాలా దారుణం జరిగిపోయింది. కృష్ణని ఎవరో హత్య చేసారు" అని వినబడగానే, నెత్తిన పిడుగు పడినట్లయింది రాజారావుకి. కాస్సేపటివరకూ అతని నోటమ్మట మాట రాలేదు. కష్టం మీద గొంతుపెగల్చుకొని నీరసంగా అడిగాడు,

"ఎక్కడ ..? ఎప్పుడు?" అంటూ.

"నిన్న రాత్రి. టోల్ గేట్ కి అగనంపూడికి మధ్యలో సైడ్ రూట్లో" అని సమాధానం ఇచ్చాడు ఎస్సై.

"నేను దగ్గరలోనే అంటే స్టీల్ ప్లాంట్ లో ఉన్నాను. అరగంటలో అక్కడికి వస్తాను. స్పాట్ ఎక్కడో కాస్త వివరంగా చెప్పండి" అంటూ అభ్యర్థించాడు తన్నుకొస్తున్న దుఃఖాన్ని అదుపు చేసుకుంటూ. అంబరీష్ ఆ వివరాలు చెప్పగానే తన టేక్సీ స్టార్ట్ చేసాడు.

★★★

రాజారావు హత్య జరిగిన ప్రదేశానికి వెళ్ళి, టేక్సీ పక్కన పడిఉన్న శవాన్ని చూసాడు. కత్తిపోటుకి గురైన కృష్ణ ఒళ్ళంతా నెత్తురుతో తడిసిపోయి ఉంది. ఆ శవాన్ని చూస్తూనే బిగ్గరగా ఏడుస్తూ, మృతదేహంపై పడబోతున్న రాజారావుని ఆపి,

"సారీ. ఏమీ అనుకోకండి. పంచనామా పూర్తికాలేదు. ఈ లోగా ఎవరూ శవాన్ని ముట్టుకోకూడదు" అంటూ అపాలజీ చెప్పాడు అంబరీష్. చాలాసేపటి వరకూ తేరుకోలేకపోయాడు రాజారావు. అప్పటివరకూ ఓపిగ్గా వేచిఉన్న అంబరీష్,

"క్షమించండి ... ఈ సమయంలో మిమ్మల్ని ఇబ్బంది పెడుతున్నందుకు. మీ తమ్ముడు ఎలాంటివాడు? అతనికి ఎవరయినా శత్రువులు ఉన్నారా?" అంటూ రొటీన్ ప్రశ్నలు వేసాడు.

"మా తమ్ముడు చాలా మంచివాడు సార్. చాలా చాలా నెమ్మదస్తుడు. నేనే కాస్త దూకుడుగా ఉంటాను. నాకు కోపం ఎక్కువ. అంత మంచి వాడిని ఇంత క్రూరంగా చంపడానికి, ఆ దుర్మార్గుడికి చేతులెలా వచ్చాయి?" అని భోరున ఏడ్చాడు రాజారావు. అతను చెప్పిన వివరాలను బట్టి, అన్నదమ్ములిద్దరూ ఆరేళ్ల క్రితం వైజాగ్ వచ్చి సెటిల్ అయ్యారని, చెరో టేక్సీ నడుపుకుంటూ వాళ్ళ కుటుంబాలను పోషించుకుంటున్నారని తెలిసింది. అన్నదమ్ముల స్వభావాలు పూర్తిగా భిన్నంగా ఉన్నాయని, వాళ్ళను, వాళ్ళ టేక్సీలను చూస్తూనే తెలుస్తుంది. కృష్ణకి శుభ్రత చాలా ఎక్కువ. రోజుకి మూడు నాలుగు సార్లయినా టేక్సీని రుద్ది రుద్ది శుభ్రం చేసుకుంటాడు. రాజారావుకి శుభ్రత బాగా తక్కువ. కృష్ణ చక్కగా షేవ్ చేసుకొని మంచిబట్టలు వేసుకుని నీట్ గా తయారయితే, ఇతను మాత్రం మాసిన గెడ్డంతో, పెరిగిపోయిన చింపిరి జుట్టుతో, మాసిపోయిన చౌకబారు బట్టలు వేసుకొని ఉన్నాడు.

★★★

వాళ్ళిద్దరూ మాట్లాడుకుంటుండగా సిఐ మహంకాళి అక్కడికి వచ్చాడు. ఎస్సై అతనికి సెల్యూట్ చేసి కేసు వివరాలు తెలియజేసాడు. ఆ తర్వాత కాళి తనదయిన శైలిలో దర్యాప్తు ప్రారంభించాడు. ఏదీ వదలకుండా అన్నిటినీ క్షుణ్ణంగా పరిశీలించాడు. ఎవరితోనో ఫోన్లో మాట్లాడాడు. అతని దర్యాప్తు ఏ దిశలో జరుగుతుందో అంబరీష్ కి అంతుపట్టడం లేదు. ఫోరెన్సిక్ టీం కి సహాయపడడం, శవాన్ని పోస్ట్ మార్టంకి పంపడం వగైరా బాధ్యతలను ఎ.ఎస్సైకి అప్పజెప్పి, స్టేషన్ కి బయల్దేరారు కాళి, అంబరీష్ లు. మధ్యాహ్నానికి గానీ కేసు ఒక కొలిక్కి రాలేదు. అప్పుడు చెప్పడం మొదలుపెట్టాడు కాళి.

"నా అంచనా ప్రకారం సుమారు పదిగంటల ప్రాంతంలో ముగ్గురు పాసింజర్లను ఎక్కించుకొని, వైజాగ్ నుంచి బయల్దేరాడు కృష్ణ. ఒకడు డ్రైవర్ పక్కన సీట్లోనూ, మిగిలిన ఇద్దరూ వెనుక సీట్లోనూ కూర్చున్నారు. వాళ్ళు తమిళనాడు నుంచి వచ్చారు. నేషనల్ హైవే మీదుగా కారు నడుపుతున్న కృష్ణను బెదిరించి, పక్కదారికి మళ్ళించి ఉంటారు" అన్న వివరాలు అతని నోటమ్మట వెలువడగానే, విస్తుపోయి చూసాడు అంబరీష్, 'ఈయన దగ్గర మహిమ గల తాయెత్తు గానీ ఉందా ఏమిటి? ఇలా చెప్పేస్తున్నాడు!' అనుకుంటూ ఆశ్చర్యంగా చూసాడు. చిన్నగా నవ్వుతూ చెప్పడం కొనసాగించాడు కాళి.

"హత్య, రాత్రి పదకొండున్నర తర్వాత జరిగింది. హత్య జరిగేముందు పెద్ద గొడవే జరిగింది. అయితే శాంత స్వభావుడు అయిన కృష్ణని వాళ్లు ఎందుకు చంపవలసి వచ్చింది? ఆ విషయం తేలవలసి ఉంది" అని చెపుతూ ఒక నిమిషం ఆగగానే అందుకున్నాడు అంబరీష్,

"మరోసారి మీరు గ్రేట్ అని రుజువు చేసారు సార్. హత్యకు ముందు గొడవ జరిగిందన్న విషయం ఊహించగలిగాను. ఎందుకంటే కృష్ణ బట్టలు, అక్కడక్కడ చిరిగిపోయి ఉన్నాయి. శవం పక్కన అతని షర్ట్ బటన్స్ పడి ఉన్నాయి. అతని ఒంటి మీద గాయాలూ ఉన్నాయి. కానీ మిగతా వివరాలు ఎలా తెలుసుకున్నారో, నా మట్టి బుర్రకు తట్టడం లేదు" అన్నాడు అంబరీష్.

"దర్యాప్తు చేయడంలో నువ్వు మరింత శ్రద్ధ తీసుకోవాలి. ఏ ఒక్క క్లూను వదలకుండా తీవ్రంగా గాలించాలి. కృష్ణ టేక్సీ లోపల నాకు ఖాళీ గుట్కా పేకెట్, రెండు న్యూస్ పేపర్ ముక్కలు దొరికాయి. వాటిని నువ్వూ చూసే ఉంటావు. కానీ వాటిని పట్టించుకోలేదు. ఆ పేకెట్ తమిళనాడులో తయారయ్యింది. మన రాష్ట్రంలో ఆ పేకెట్లు దొరకవని, మన వాళ్ళ ఎంక్వైరీలో తేలింది. ఇక న్యూస్ పేపర్ ముక్కలు తమిళ పేపర్ కి సంబంధించినవి. వాటిని వాసన చూస్తే, కరక్కాయ పొడి కలిపిన మందేదో పొట్లం కట్టడానికి వాటిని వాడారని తెలుస్తుంది. అది దగ్గుకు సంబంధించిన మందు కావచ్చు. కేవలం గంట –గంటన్నర ప్రయాణంలో రెండు సార్లు ఆ మందు వేసుకున్నాడంటే, ఆ మనిషికి దగ్గు ఎక్కువగా వస్తుంది భావించవచ్చు. అది ఎల్లోపతీ మందు కాదు, ఇక్కడ దొరక్కపోవచ్చు కాబట్టి, అది వాడుతున్నవాడు సొంత ఊరినుంచే తెచ్చుకొని ఉండాలి. ఆ సొంత ఊరు తమిళనాడులోనే ఉండాలి.

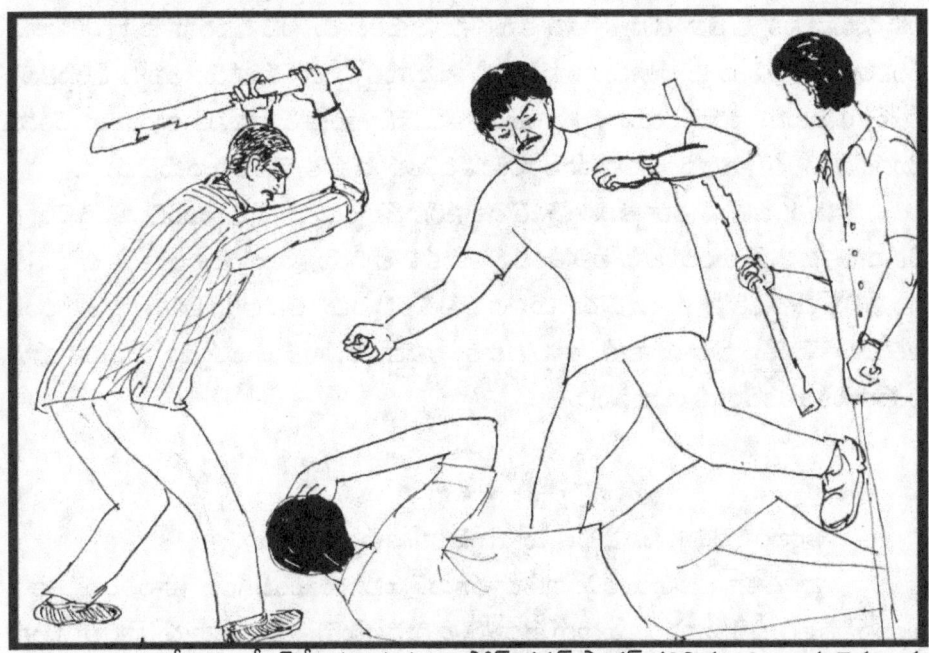

కారులో ఉన్న మేట్ మీద అస్పష్టంగా స్టోన్ క్రషర్ పౌడర్ కనిపిస్తుంది. వాళ్ళ చెప్పులకు అంటిన ఆ పౌడర్ అక్కడ రాలిందన్నమాట. ఆ పౌడర్ ఉన్న చోట్లను బట్టి, వాళ్ళెక్కడ కూర్చున్నారో ఊహించాను. రాజారావు చెప్పినదాన్ని బట్టి, కృష్ణకి శుభ్రత ఎక్కువని తెలిసింది కదా? టేక్సీలో కనిపించిన గుట్కా పేకెట్, పేపర్ ముక్కలు, స్టోన్ క్రషర్ పౌడర్లకు కారణం పాత పాసింజర్లు కాదు. కచ్చితంగా ఆ ముగ్గురే వాటికి కారణం " అని చెప్పగానే కాళి మేధస్సుకు, సునిశిత పరిశీలనకు అబ్బురపడ్డాడు. అదేమీ పట్టించుకోకుండా తన ధోరణిలో కొనసాగించాడు కాళి.

"కృష్ణ, లీలామహల్ దగ్గరున్న టేక్సీ స్టాండ్ లో ఉండేవాడని చెప్పావు కదా? తమిళనాడు నుంచి వచ్చిన ముగ్గురు మనుషులు, అక్కడికి దగ్గరలో ఉన్న ఏ లాడ్జ్ లోనయినా దిగారేమో

మనవాళ్ళను కనుక్కోమను.ఏదయినా లాడ్జ్ ముందున్న రోడ్డు మీద గుంతలను పూడ్చడానికి స్టోన్ క్రషర్ పౌడర్ వాడారేమో చూడమను. వాళ్ళను సులువుగా పట్టుకోవడానికి అదొక క్లూ. వాళ్ళు తమిళంలో మాట్లాడుకుంటూ ఉండొచ్చు. అది మరో క్లూ.

పదకొండు ఇరవైకి కృష్ణ తన భార్యతో మూడు నిమిషాలు మాట్లాడని, అతని సెల్ ఫోన్ లో కాల్ హిస్టరీ చూస్తే తెలిసింది. అతని భార్యతో మాట్లాడి కన్ఫర్మ్ చేసుకున్నాను. దాన్ని బట్టే హత్య పదకొండున్నర తర్వాతే జరిగి ఉండాలని ఊహించాను. అయితే కృష్ణ హత్య అనుకోకుండా జరిగినదయి ఉండాలి. అతన్ని చంపాలన్న ఉద్దేశ్యం ఎవరికీ ఉండదని, అతని చరిత్ర చెబుతుంది. అంతేకాక, కేవలం అతన్ని హత్య చేయడం కోసం వాళ్ళు అంత దూరం నుంచి వచ్చారని అనుకోను. వాళ్ళ ప్లాన్ వేరే ఏదో ఉంది. మరొకరిని ఎవరినయినా హత్య చేయడానికో లేదా బ్యాంక్ కొల్లగొట్టడం లాంటి నేరం కోసమో వాళ్ళు వచ్చి ఉంటారు. నా ఉద్దేశ్యం ప్రకారం కొన్ని రోజులు, ఎక్కడయినా నక్కి ఆ తర్వాత వాళ్ళ కార్యక్రమం చూసుకుంటారు. అప్పటివరకూ వైజాగ్ లో గానీ, పరిసరాలలో గానీ దాక్కుంటారు. మనం గట్టిగా ప్రయత్నిస్తే దొరక్కపోరు. తప్పని పరిస్థితిలో, వాళ్ళు అనుకున్న నేరం చేయడాన్ని వాయిదా వేసుకొని ఉంటారు. దానికి కారణాలు రెండు. మొదటిది, చేతిలో వాహనం లేకపోవడం . రెండవది, అప్పుడే హత్య చేసి తప్పించుకోవడం.

హత్య జరిగిన తర్వాత, వాళ్ళు రోడ్డెక్కేసరికి పన్నెండు దాటి ఉంటుంది. తిరిగి వైజాగ్ వెళ్ళడానికి ఆ సమయంలో బస్సులేవీ ఉండవు కనుక ఏ లారీయో పట్టుకొని ఉంటారు. టోల్ గేట్ సిసి ఫుటేజ్ చూస్తే, కొన్ని క్లూలు దొరకొచ్చు. ఆ ఫుటేజ్ తెప్పించు" అని ఆర్డర్ వేసి, ఆ కేసు గురించే ఆలోచిస్తూ వెనక్కి వాలాడు కాళి, కాస్త రిలాక్స్ అవడానికి. అతను అప్పజెప్పిన పనిని పూర్తి చేయడానికి బయల్దేరాడు అంబరీష్.

★★★

అంబరీష్ తెచ్చిన సిసి ఫుటేజ్ చూడగానే కాళి కళ్ళు మెరిసాయి.

"నా ఊహ నిజమయింది. ఇక్కడ చూడు. సుమారు ఒంటిగంట ప్రాంతంలో రికార్డ్ అయిన సీన్ ఇది. దీని ప్రకారం, ముగ్గురు కుర్రాళ్ళు లారీలో ఇరుక్కొని కూర్చున్నారు. వారిలో నల్లగా ఉన్న వాడొకడు నోటికి చేయి అడ్డుపెట్టుకొని దగ్గుతున్నాడు. రెండవ వాడు తెల్లగా ఉన్నాడు. జుట్టు పూర్తిగా ఊడిపోయి, దాదాపు గుండులా తయారయ్యింది. వాళ్ళిద్దరూ ఎక్కడ కనబడినా సులువుగా గుర్తుపట్టవచ్చు. మూడో వాడు సన్నగా పొడవుగా ఉన్నాడు. అయితే ఈ ఫుటేజ్ సహాయంతో వాళ్ళను గుర్తుపట్టడం అంత సులువేమీ కాదు. మన ఆర్టిస్టుని పిలిపించి, అన్ని ఏంగిల్స్ లో వాళ్ళ ఊహాచిత్రాలను గీయమని చెప్పు. ఆ బొమ్మలను అన్ని స్టేషన్లకు పంపి, అందరినీ గాలించమని చెప్పు. వాళ్ళు ఎక్కిన లారీని ట్రేస్ చేయండి. ఆ డ్రైవర్ ని పట్టుకుంటే, వాళ్ళ పోలికలు తెలిసిపోతాయి. వాళ్ళు మాట్లాడే భాష, వాళ్ళ బాడీ లాంగ్వేజ్ మొదలయినవి తెలిసిపోతాయి"

అన్నాడు హుషారుగా.ఆ హుషారుని చూసాక అంబరీష్ లో కొత్త ఉత్సాహం వచ్చింది. కేసు తొందరలోనే సాల్వ్ అయిపోతుందనే ఆశ కలిగింది అతనిలో.

తొందరగానే లారీని ట్రేస్ చేసారు పోలీసులు. డ్రైవర్ ద్వారా ఆ ముగ్గురి వివరాలూ తెలిసాయి. వాళ్ళని వైజాగ్ లో ఎక్కడ దించాడో కూడా తెలిసింది. 'ఇంకేముంది? వాళ్ళు దొరికిపోయినట్లే. నేరస్తులను పట్టుకోవడానికి బోలెడు క్లూలు ఉన్నాయి' అనుకుంటూ రెట్టించిన ఉత్సాహంతో గాలింపు మొదలుపెట్టారు పోలీసులు. వాళ్ళను పట్టుకున్నారన్న వార్తను వినడానికి అసహనంగా వెయిట్ చేస్తున్నారు ఇనస్పెక్టర్లు. కానీ రోజులు గడుస్తున్నా ఏ ప్రోగ్రెస్సూ కనబడటం లేదు. వాళ్ళు దిగిన లాడ్జ్ ని కనిపెట్టారుగానీ, అప్పటికే వాళ్ళు గది ఖాళీ చేసి వెళ్లిపోయినట్లు తెలిసింది. రాజారావు రోజూ స్టేషన్ కి వచ్చి కేసు విషయంలో ప్రోగ్రెస్ ఏమీ లేదని తెలుసుకొని, బాధ పడుతూ తిరిగి వెళ్ళిపోతున్నాడు.

★★★

ఒకరోజు రాత్రి పదిగంటలు దాటిన తర్వాత, అంబరీష్ కి రాజారావు నుంచి ఫోన్ రావడంతో, కేసు ఒక్కసారిగా మలుపు తిరిగింది.

"సర్... ఆ ముగ్గురూ ఇప్పుడు నా టేక్సీలోనే ఉన్నారు. అర్జంట్ గా టాయిలెట్ కి వెళ్ళాలని చెప్పి సులభ్ కాంప్లెక్స్ కి వచ్చి, మీకు ఫోన్ చేస్తున్నాను. అనకాపల్లి వెళ్లి రావడానికి ఐదు వేలిస్తామని నాతో బేరం కుదుర్చుకున్నారు. ఇద్దరు తమిళంలోనే మాట్లాడుకుంటున్నారు. వాళ్ళలో ఒకడు దగ్గుతున్నాడు. మరొకడిది బట్టతల. బేరం ఆడినవాడు సన్నగా పొడవుగా ఉన్నాడు. కచ్చితంగా వాళ్ళే సార్" అన్నాడు గబగబా.

"వెరీ గుడ్. మనకి ఇలా కలిసి వచ్చిందన్న మాట. నీ ఫోన్ ని ట్రాక్ చేస్తూ, వాళ్లకు అనుమానం రాకుండా మిమ్మల్ని ఫాలో అవుతాము. నువ్వేమీ భయపడకు"అంటూ అభయాన్ని ఇచ్చి ఫోన్ కట్ చేసాడు అంబరీష్.

★★★

"సర్ ...నేనిప్పుడు అనకాపల్లిలో ఉన్నాను. లొకేషన్ షేర్ చేసాను. నన్ను ఇక్కడే ఉండమని వాళ్ళు ముందుకు నడిచి వెళ్తున్నారు. ఎడమ వైపు నాల్గవ వీధిలోకి తిరిగారు" అని చెపుతుండగా,

"మేము దగ్గరలోనే ఉన్నాము. రెండు నిమిషాల్లో నీ దగ్గరకు వస్తాం" అని ఫోన్ పెట్టేసాడు అంబరీష్. కాస్సేపటికే పోలీసు జీపు అక్కడికి వచ్చింది. అంబరీష్ తో సాయుధులయిన ఇద్దరు పోలీసు ఆఫీసర్లు, ఇద్దరు పోలీసులు నాల్గవ వీధి వైపు నడిచారు. రాజారావు అక్కడే ఉండిపోయి ఏం జరగబోతుందోనన్న ఉత్సుకతతో ఎదురుచూస్తున్నాడు. దాదాపు అరగంట దాటినా, వెళ్ళిన వాళ్ళు తిరిగి రాకపోయేసరికి, రాజారావులో టెన్షన్ మొదలయింది. గాబరాపడుతూ అటువైపే చూడసాగాడు. అక్కడికి వెళ్లి చూడ్డానికి అతనికి ధైర్యం సరిపోవడం లేదు.

కాస్సేపటికి, పోలీసులు తిరిగి రావడం చూసిన తర్వాత అతని మనసు కుదుటపడింది. వాళ్ళతో పాటూ నడుస్తున్న ముగ్గురు నేరస్తులు, వాళ్ళ చేతికి తగిలించిన బేడీలు చూడగానే ఆనందం

పట్టలేకపోయాడు రాజారావు. గబ గబా అంబరీష్ కి ఎదురెళ్ళి,

"ఏమయింది సార్? మా తమ్ముడిని ఎందుకు చంపారు ఈ దుర్మార్గులు?" అంటూ ఆత్రుతగా ప్రశ్నిస్తున్న రాజారావు వైపు నవ్వుతూ చూస్తూ, " అన్ని వివరాలూ స్టేషన్ కి వెళ్ళిన తర్వాతే. అంతవరకూ సస్పెన్స్" అన్నాడు. చేసేదేమీలేక తల ఊపాడు రాజారావు.

స్టేషన్ కి వెళ్ళిన తర్వాత అంబరీష్ చెప్పడం మొదలుపెట్టాడు. కాళితో సహా అందరూ శ్రద్ధగా వినడం మొదలుపెట్టారు. సన్నగా పొడవుగా ఉన్నవాడి పేరు 'రాహుల్' వాడు తెలుగువాడే. వాడే అసలు నేరస్థుడు. రాహుల్ కి పన్నెండేళ్ల వయసప్పుడు తండ్రి చిన్నప్పుడే చనిపోతే, వాడి తల్లి వేరే వ్యక్తిని పెళ్లి చేసుకొని, కలకత్తా వెళ్ళిపోతూ, కొడుకుని తన తండ్రి 'జానకిరాం' కి అప్పగించింది. అప్పటినుంచి ఆయనే వీడిని గొప్ప క్రమశిక్షణతో పెంచి పెద్ద చేసాడు. అదే కొంపముంచింది. తల్లి తండ్రుల ప్రేమకు దూరమయిన రాహుల్, తాతగారి స్ట్రిక్ట్ డిసిప్లిన్ తో విసిగిపోయి, తాత అంటే అయిష్టాన్ని పెంచుకున్నాడు. అది కక్షగా మారడానికి ఎక్కువ రోజులు పట్టలేదు. తనకు స్వేచ్ఛను ఇవ్వడం లేదని, కనీస అవసరాలకు కూడా డబ్బు ఇవ్వడం లేదని తల్లికి తరచూ ఫిర్యాదు చేసేవాడు. 'నీ మంచి కోసమే తాతగారు అలా చేస్తున్నారు' అంటూ తల్లి జానకిరాం ని సమర్థిస్తూ రావడంతో, తాత మీద కక్ష ఇంకా పెరిగింది. ఇంటర్ అత్తెసరు మార్కులతో పాస్ అయిన రాహుల్ ని చెన్నైలో ఒక ఇంజినీరింగ్ కాలేజ్ లో చేర్చారు, భారీ డొనేషన్ కట్టి. అక్కడ మిగిలిన ఇద్దరు నేరస్థులు రామన్, రాఘవన్ లు పరిచయం అయ్యారు. వాళ్ళ సహవాసం వల్ల, రాహుల్ కి అన్ని వ్యసనాలు అబ్బాయి. ఇంటి దగ్గర నుంచి పంపే డబ్బు అతని ఖర్చులకు సరిపోవడం లేదు. అప్పులు పెరిగిపోయి, అతని పరిస్థితి దుర్భరం అయింది. తాత దగ్గర తల్లి నగలు, బోలెడంత డబ్బు ఉన్నట్లు రాహుల్ పసిగట్టాడు. తాతను చంపేసి డబ్బు, నగలు పట్టుకుపోవాలని ప్లాన్ వేసి, ఇద్దరినీ తోడు తెచ్చుకున్నాడు.

హత్య జరిగిన రోజు రాత్రి కృష్ణ టేక్సీ ఎక్కి, సగం దార్లో జానకిరాం ని ఎలా చంపాలి ? అన్న విషయాన్ని చర్చించుకోవడం మొదలుపెట్టారు. వాళ్ళు మాట్లాడేది తమిళం కాబట్టి, కృష్ణని పట్టించుకోలేదు. కానీ కృష్ణకు తమిళం వచ్చు కాబట్టి, వాళ్ళ ప్లాన్ అర్థం అయిపోయింది. కారు ఆపి వాళ్ళను దిగిపోమని, పోలీసులకు ఈ విషయం చెప్తానని బెదిరించాడు. దాంతో రాఘవన్, కృష్ణ మెడపై కత్తి పెట్టి, కారుని పక్కదారి పట్టించాడు. అక్కడ కారు ఆపించి, కృష్ణను దారుణంగా కొట్టి, కత్తితో పొడిచి చంపేశారు. ఆ తర్వాత ఏమి జరిగిందో మీ అందరికీ తెలుసు. రెండవ ప్రయత్నంలో వాళ్ళు రాజారావు కారు ఎక్కడం మన అదృష్టం. మేము సరయిన సమయంలో వెళ్ళడంతో జానకిరాంని రక్షించగలిగాం. అక్కడే అన్ని విషయాలు తెలిసాయి" అంటూ ముగించాడు.

# కాళీ హోమం

ఉపాధ్యాయ మాస పత్రిక, డిసెంబర్ 2020

# కాళీ హోమం

"నోరు మూసుకొని నేనుచెప్పినట్లు చెయ్యి. వెంటనే మందుల స్టాకంతా మా ఆశ్రమానికి పంపించు. నీకు ప్రజాసేవ చేయాలనో, పెద్ద డాక్టర్ గా పేరు తెచ్చుకోవాలనో దురదగా ఉంటే, ఇక్కడికొచ్చి వైద్యం చెయ్యి. ఆశ్రమంలో కూడా హాస్పిటల్ ఉందిగా? నీకింకా నాపవర్ గురించి తెలిసినట్టులేదు. మీ డిస్ట్రిక్ మెడికల్ ఆఫీసర్ తో సహా అందరూ నా చేతుల్లో ఉన్నారు" అని సత్యానంద బాబా బెదిరించగానే డాక్టర్ సవ్యసాచికి పౌరుషం తన్నుకొచ్చింది. తిరగబడుతూ "మీరెవరు అలా ఆర్డర్ వేయడానికి? వైద్యం చేయడానికి, ప్రభుత్వం హాస్పిటల్ ఇచ్చింది, నెలనెలా జీతం ఇస్తుంది.ఎవరు శాసించినా నేను అక్కడే వైద్యం చేస్తాను"అనేసరికి బాబా శిష్యులు రెచ్చిపోయి అతనిమీద చెయ్యి చేసుకోవడమేకాక, మెడపట్టుకొని బయటకు తోసేసారు. అది చూసిన మిగిలిన శిష్యులు, భక్తులు, వాలంటీర్లు ఎగతాళిగా నవ్వుతూ ఉంటే, అవమానభారంతో సగం చచ్చిపోయిన సవ్యసాచి నీరసంగా బయటకు అడుగులేశాడు.

★★★

సవ్యసాచి మెడిసిన్ పూర్తి చేసాక పల్లెటూరి ప్రజలకు సేవచేయడానికి బాగా వెనకబడిన పల్లెటూరయిన 'సిరిపల్లె'ను ఎంచుకున్నాడు. అక్కడి 'పిహెచ్ సి'లో అడుగుపెట్టాక అతనికి అన్ని విషయాలు తెలిసాయి. అది పేరుకే హాస్పటల్. మందులుండవు. సరైన సౌకర్యాలుండవు. పేషంట్లు అసలే ఉండరు. చాలా ఏళ్లుగా అక్కడ పోస్ట్ చేయబడ్డ డాక్టర్లు ఆశ్రమంలోనే పనిచేయడానికి అలవాటు పడ్డారు. హాస్పిటల్ సిబ్బందికి ఇది అలవాటు అయిపోయినా, ఫార్మసిస్ట్ జగదీష్, స్టాఫ్ నర్స్ సునీతలకు మాత్రం తాముచేస్తున్నది తప్పని తెలిసి, బాధ పడటం తప్ప ఏమీ చేయలేక నిస్సహాయంగా ఉండిపోయారు.

సత్యానందబాబా అనేక మహత్యాలు ప్రదర్శించడం ద్వారా చాలా పాపులర్ అయిపోయాడు. అతని పేరు దేశవ్యాప్తంగా మాత్రమే కాక, ప్రపంచ వ్యాప్తంగా మారు మోగిపోవడంతో ఫారినర్లతో సహా ప్రతి ఏటా లక్షలాది భక్తులు ఆశ్రమానికి వస్తూ ఉంటారు. బాబా గాలినుంచి విభూతి, ఉంగరం,గొలుసులు సృష్టిస్తాడు. నోట్లోంచి శివలింగాన్ని తెప్పించి, ముఖ్యమంత్రికో, కేంద్రమంత్రికో ప్రసాదిస్తాడు. అతని గురువు అమృతానంద బాబా ఫొటోఫ్రేమ్

నుంచి,నిరంతరం విభూతి రాలేలా చేస్తాడు. దాన్ని సినిమా ఏక్టర్లకో, పారిశ్రామిక వేత్తలకో పంచుతాడు.

ఇవన్నీ ఒక ఎత్తైతే, ప్రతి అమావాస్యనాడు అక్కడ జరిగే కాళీహోమం మరొక ఎత్తు. హోమగుండం ముందు బాబా నిలబడి మంత్రాలు చదువుతుంటే, గుడి తలుపులు వాటంతట అవే తెరుచు కోవడం మహాద్భుతం. ఎంతో మంది హేతువాదులు, శాస్త్రవేత్తలు ఎంతగానో ప్రయత్నించినా,ఏమీ చెయ్యలేకపోయారని, సైన్సు కే ఇది పెద్ద సవాల్ అని, మీడియా విస్తృత ప్రచారం చేయడంతో బాబాకి మరింత పేరు వచ్చింది.

బాబాకున్న బ్రహ్మాండమైన పలుకుబడివల్ల, ఆ ప్రాంతమంతా అతని మాటే శాసనం. బాబాకు ఎదురు నిలవడం చాలా కష్టమని గ్రహించినా, అతని బండారం ఎలాగైనా బయట పెట్టాలని నిర్ణయించుకున్నాడు సవ్యసాచి. ఆ ప్రయత్నంలో అతనికి తోడు నిలిచేది, జగదీష్, సునీతలు మాత్రమేనని తెలుసుకొని, తనకి సహకరించడానికి వాళ్ళను ఒప్పించాడు. జగదీష్, సునీతల కృషి వల్ల, హాస్పిటల్ కి క్రమక్రమంగా పేషంట్లు రావడంతో, సవ్యసాచి ప్రాక్టీస్ పుంజుకుంది. ఇది గమనించిన బాబా శిష్యులు వాళ్ళిద్దరినీ బెదిరిస్తే,

" ఏం చేయమంటారు? డాక్టర్ మమ్మల్ని వేపుకు తినేస్తున్నాడు. ఇంత వరకు పనిపాట లేకుండా హాయిగా ఉన్నాం. ఇప్పుడు రెండు రకాలుగా వాయింపు అయిపోతుంది. ఒక పక్క హాస్పటల్లో పనిచేయాలి. మరోపక్క పేషంట్ల కోసం తిరగాలి. మీరే ఏదో ఒకటి చేసి మమ్మల్ని కాపాడండి" అంటూ రివర్స్ గేర్లో తగులుకునేసరికి, శిష్యులు వెనక్కిపోయి, బాబాకి చెప్పుకున్నారు. 'రాజు కన్నా మొండివాడు గొప్ప' అనే సామెతకిఅర్థం అప్పుడే తెలిసింది బాబాకి. సవ్యసాచికి తనవారంటూ ఎవరూ లేరు. అతనొక అనాథ. ఎవరిని అడ్డు పెట్టుకొని అతన్ని బెదిరించాలో బాబాకి అర్థం కాక,

"సర్లే ఎలాగోలా ఏడవనీ" అనేసాడు.

★★★

సవ్యసాచి హస్తవాసి మంచిది కావడం, అతనెన్నో మొండికేసులు నయం చేయడం, ఇరవయినాలుగు గంటలూ అందుబాటులో ఉండడం, అతనికెంతో మంచి పేరు తెచ్చాయి. ప్రజల గుండెల్లో అతనిప్పుడు దేవుడుగా స్థానం సంపాదించుకున్నాడు. అతన్ని ఇప్పుడేమయినా చేస్తే, ప్రజలు తిరగబడ్తారని గ్రహించి, బాబా ఊరుకొని, సరైన అవకాశంకోసం ఎదురుచూస్తున్నాడు. బాబానుంచి ఏ ప్రమాదమయినా రావచ్చు అని జగదీష్, సునీతలు భయపడుతుంటే, హాస్పిటల్లో బాబా ఫోటో ఒకటి తగిలించి, ప్రజలు తనని పొగిడినప్పుడు "అంతా బాబా మహిమ" అనడం మొదలుపెట్టాడు. ఆ విషయం విన్న బాబా చల్లబడ్డాడు. 'ఇప్పుడు దారికొచ్చాడు. భయం పట్టుకున్నట్లుంది' అనుకున్నాడు తృప్తిగా.

నాలుగు రోజుల తర్వాత హాస్పిటల్ లో పెట్టిన బాబా ఫోటోనుంచి విభూతి రాలడం మొదలయింది. ఆ వింత చూడ్డానికి ఊరంతా కదలి వచ్చింది. 'అంతా బాబా మహిమ' అనడం మానలేదు సవ్యసాచి. ఆ విషయం బాబాకి చెప్పారు అతని శిష్యులు.

"నా ఫోటో నుంచి విభూతి రాలడమా? ఆశ్చర్యంగా ఉందే? ఎందుకైనా మంచిది, వాడి మీద ఓ కన్నేసి ఉంచండి. వాడేదో ప్లాన్ లో ఉన్నట్టున్నాడు" అన్నాడు బాబా.

"ప్లానేమిటి బాబా? అంతా మీ మహత్యమే. మమ్మల్ని పరీక్షించడానికి అంటున్నారా? మీ మహత్యం గుర్తించలేమని అనుకుంటున్నారా?" అనేసరికి 'వెధవల్లారా వాడు నేను చేసే మేజిక్కే చేస్తున్నాడురా. మీకెలా అర్థమవుతుంది' అని నెత్తి బాదుకున్నాడు, వాళ్ళు వెళ్ళిపోయాక.

★★★

జగదీష్ కి, సునీత కి అంతా అయోమయంలా ఉంది. తరచి తరచి అడిగినా చిన్నగా నవ్వుతాడే తప్ప, ఏమీ చెప్పడు సవ్యసాచి.వారం రోజులయినా విభూతి అలాగే రాలుతుండడంతో జగదీష్, సునీతలు ఆ రహస్యం ఏమిటో చెప్పాలని, అనేక సార్లు బతిమాలగా వాళ్ళిద్దరికే చెప్పాడు.

"లేక్టిక్ యాసిడ్ ను నీటిలో కలిపి ఫోటో ఫ్రేముకి పూత పూస్తే ఆరిపోయిన తర్వాత బూడిదలా రాలుతుంది. అది ఇక్కడ దొరకదు కనుక, గంజిలో విభూతిని కరిగించి, ఏడెనిమిది సార్లు ఫ్రేము మీద స్ప్రే చేసాను. ఆరిపోయిన తర్వాత మెల్లగా విభూతి రాలుతుంది, కొన్ని రోజులపాటు. అంతే" అని ముగించేసరికి,

"బాబా చేసేవన్ని ఇలాంటి మోసాలేనన్నమాట"అంది సునీత ఆశ్చర్యంగా.

"అవును. విభూతి, ఉంగరాలు, గొలుసులు హేతువాదులు కూడా గాలిలోంచి తెప్పించారు. కానీ ఎవరికి కొరుకుపడనిది ఆ కాళీ హోమమే. దాని గురించి నాకు కొంత ఐడియా ఉంది. కానీ రుజువు చెయ్యాలంటే చాలా విషయాలు తెలియాలి. ఆశ్రమం కట్టిన పదేళ్లకు అంటే ఆరేళ్లక్రితం కాళీ మందిరం కట్టారట. అది కట్టిన మేస్త్రీలు ఎవరయినా మీకు తెలుసా?" అని ప్రశ్నించాడు.

"ఆ మేస్త్రీలందరు నార్త్ ఇండియా నుంచి వచ్చారు. ఇప్పుడు వాళ్ళెక్కడ ఉంటారో తెలుసుకోవడం కష్టం. అయితే వాళ్లకు మేస్త్రీ ఒకడు తక్కువైతే, మా వెంకటేశం వాళ్ళతో పనిచేశాడు" అని జగదీష్ చెప్పగానే, సవ్యసాచికి ఉత్సాహం వచ్చింది.

"పద. వెంటనే అతన్ని కలవాలి" అన్నాడు.

"కష్టం సార్ వాడు చేయని హత్యా నేరానికి, ఆరేళ్లుగా జైల్లో మగ్గుతున్నాడు.

"మై గాడ్! ఏమైందో వివరంగా చెప్తావా? " ఆతృతగా అడిగాడు.

"ఆలయనిర్మాణం జరుగుతున్నన్ని రోజులూ పగలు రాత్రి అనే భేదం లేకుండా వాడక్కడే ఉండేవాడు. ఒక రాత్రి ఆడపిల్ల ఆక్రందన వినబడగానే, గాఢ నిద్రలోంచి లేచి అటువైపు పరుగెత్తి, ఆ అరుపులు బాబా మందిరం నుంచి వస్తున్నాయని పసిగట్టి, కిటికీ సందుల్లోంచి చూసి,షాకయి పోయాడు. బాబా మానభంగం చేస్తున్నది, తనకి దూరపు చుట్టమయిన అనసూయ అని తెలిసే

సరికి, అతని రక్తం కుత కుతా ఉడికిపోయింది" అని చెపుతుండగా అడ్డు తగిలాడు సవ్యసాచి.

"ఏం పేరు? అనసూయా?" అని రెట్టించే సరికి ఆశ్చర్యంగా చూసి,

"మీకు తెలుసా? గిరీశం మాస్టారమ్మాయి" అని అడిగాడు జగదీష్.

"ఆ విషయం తర్వాత చెప్తాను. ముందు ఇది కంటిన్యూ చెయ్యి" కుతూహలంగా అడిగాడు.

“తండ్రి చనిపోయాడన్న జాలి కూడా లేకుండా భర్త, అత్తా, మామా ఏదోవంకన నరకయాతన పెడుతుంటే, భరించలేక ఇల్లొదిలి వచ్చేసిన అనసూయ, వరుసకు అన్న అయిన వెంకటేశాన్ని ఆశ్రయించింది. అతను బాబాతో మాట్లాడి, ఆమెకు ఆశ్రమంలో ఆశ్రయం ఇప్పించాడు గాని, ఇలా జరుగుతుందని కలలో కూడా ఊహించలేదు. పాపం ఎంత ప్రయత్నించినా, వెంకటేశం ఆమెను కాపాడ లేకపోయాడు. అప్పటికే, బాబా ఆమెను పాడుచెయ్యడం, బాబా శిష్యులు ఆమెను చంపేయడం జరిగిపోయింది. ఆ నేరాన్ని వెంకటేశం మీదకు నెట్టేసారు” అని ముగించేసరికి అందరి కళ్ళలోనూ నీళ్ళు తిరిగాయి.

★★★

మర్నాడే జైలుకెళ్ళి వెంకటేశాన్ని కలిసి, కొన్ని వివరాలు సేకరించాడు సవ్యసాచి. కొంత అవగాహన వచ్చింది. పూర్తిగా రావాలంటే, కాళీ మందిరాన్ని పరీక్షించాలి. కచ్చితంగా హోమగుండం ఉన్న గదిలో, నేల మాళిగ ఉండి తీరాలి. అది తెలియాలంటే ఏదైనా కర్రతో నేలను కొట్టి చూసి, గుల్లగా ఉందో లేదో తెలుసుకోవాలి. అయితే ఎలా పరీక్షించాలి? ఆ ప్రయత్నంలో సులువుగా దొరికిపోయే చాన్స్ ఉంది. అలా జరిగితే, అక్కడే చంపి పారేస్తారు. ఇలా ఆలోచిస్తూ ఉంటే అతనికి ఒక చక్కని ఐడియా వచ్చింది. రెండ్రోజుల్లో శివరాత్రి ఉంది. ఆ రాత్రి ఆశ్రమంలో గొప్ప ఉత్సవం జరుగుతుంది. అందరూ అప్పుడు బిజీగా ఉంటారు. ఆ గోలలో తనుచేసే చప్పుళ్ళు ఎవరికీ వినిపించవు. తన పనిని ఎవరూ పట్టించుకోరు. తనపని సులువుగా అయిపోవడానికి అదే గొప్ప ఛాన్స్ అనుకొని, ఆ విషయం జగదీష్ , సునీతలకు చెప్పాడు. అది వినగానే వాళ్ళిద్దరూ భయంతో వణికి పోయారు. అదే పనిగా అతని మనసు మార్చడానికి విశ్వప్రయత్నం చేశారు. కాని అతను పట్టువిడవలేదు.

"నేను ఎందుకు ఇంతగా తెగిస్తున్నానో చెప్తా వినండి. నేను ఈ ఊర్లోనే పుట్టి పెరిగాను. ఒక రోజు వర్షంలో చెట్టు కింద తలదాల్చుకున్న మా అమ్మా, నాన్న పిడుగుపాటుతో మరణిస్తే, గిరీశం మాస్టారే నన్ను ఆదుకున్నారు. అనసూయ నన్ను స్వంత తమ్ముడిలా ప్రేమగా చూసేది. పై చదువుకోసం మాస్టారు నన్ను సిటీలో ఉన్న గవర్నమెంట్ హాస్టల్లో చేర్పిస్తే, అక్కడే చదువుకొని డాక్టర్నయ్యాను. స్వంత ఊరి ప్రజలకు సేవ చేద్దామని వస్తే, ఇక్కడ ఎన్నో కొత్త విషయాలు తెలిసాయి. బాబా బండారం నేనే బయట పెట్టాలని నిర్ణయించుకున్నాను. నేనేమయిపోయినా ఫర్వాలేదు. బాబా బారి నుంచి నా ఊరి జనం బయటపడాలి. మాస్టారి ఆత్మకు, అక్క ఆత్మకు శాంతి కలగాలి. అదే నా ఆశయం. నేను చేసేపని చాలా ప్రమాదమని నాకు తెలుసు. నేను తలపెట్టిన

కార్యక్రమం ఎట్టి పరిస్థితి లోనూ విఫలం కాకూడదని ఈ ఉత్తరం రాసి వెళ్తున్నాను" అంటూ ఆ ఉత్తరాన్ని సునీతకు అందించాడు. అది ప్రధానమంత్రికి అడ్రస్ చేసి ఉంది. అయోమయంగా చూస్తున్న వాళ్ళిద్దరినీ ఉద్దేశించి అన్నాడు,

"మొన్నటివరకూ ఎన్నికల దగ్గర్నుంచి అన్ని విషయాలలో రాష్ట్రానికి, కేంద్రానికి సన్నిహిత సంబంధాలున్నాయి. రాష్ట్రమంతా బాబా గుప్పెట్లో ఉంది. ఎవరికి కంప్లైంట్ చేసినా లాభంలేదు. కేంద్రంలో కూడా మనకెవ్వరు సాయం చేయరు. కాని మనకు ఇప్పుడు మంచి రోజులొచ్చాయి. లేటెస్ట్ డెవలప్ మెంట్లు చూసారుగా? ఈ మధ్య ముఖ్యమంత్రి కూతురు కామేశ్వరి టెలిఫోన్ స్కాంలో దొరికిపోయింది. కేంద్రం ఏ సాయమూ చేయలేదని మన ముఖ్యమంత్రి ఏదో వంకన కేంద్రానికిచ్చే సపోర్ట్ వెనక్కి తీసుకొని, కేంద్రాన్ని ఇబ్బంది పెట్టే పనులుచేస్తున్నాడు. ప్రధాన మంత్రికి చాలా మంటగా ఉంది. బాబా విషయం ఏదోరకంగా కేంద్రానికి తెలియజేస్తే, అంతా వాళ్ళే చూసుకుంటారు. బాబాతో పాటూ రాష్ట్రమంత్రులంతా రోడ్డున పడితే, కేంద్రానికి సంతోషమేగా? అందుకే నేను తొందరపడుతున్నాను. ఒకవేళ నేను వాళ్లకు చిక్కిపోతే, ఈ ఉత్తరం వెంటనే స్పీడ్ పోస్ట్ చెయ్యండి. కాళీ హోమంతో సహా బాబాచేసే మోసాలన్నీ ఆ ఉత్తరంలో వివరంగా రాసాను. అది నా మరణ వాంగ్మూలం అవుతుంది కనుక, తప్పకుండా ఏక్షన్ తీసుకుంటారు. ఊరు బాగుపడుతుంది" అంటుంటే అతని గొంతు వణికింది. సునీత భోరున ఏడుపు మొదలుపెట్టింది. జగదీష్ సవ్యసాచిని పట్టుకొని ఏడ్చేశాడు.

★★★

భూమి లోపలి భాగం

చివరికి న్యాయమే గెలిచింది. ప్రధానికి రాసిన లేఖ పోస్టు చెయ్యాల్సిన అవసరం రాలేదు. సవ్యసాచి విజయం సాధించాడు. బాబాతో పాటు అనేకమంది పెద్దవాళ్ళు జైలు పాలయ్యారు. మీడియా ఎదురుగా కాళీహోమం రహస్యాన్ని బట్టబయలుచేసాడు సవ్యసాచి.

"హోమగుండం ఉన్న గదిలోని నేలకింద మరోగది ఉంది. దాన్నే నేలమాళిగ అని పిలుస్తారు. అందులో అన్ని ఏర్పాట్లూ ఉన్నాయి. హోమగుండానికి దిగువన ఒక ఇత్తడి బిందెలో సగం వరకు నీళ్ళుంటాయి. ఆ నీటి మట్టానికి పైన, నీళ్ళు బయటకు పోవడానికి ఒక గొట్టం ఉంటుంది. హోమగుండంలో నిప్పులు రాజుకోగానే, వాటివేడి ఒక గొట్టం ద్వారా బిందెలోకి చేరుతుంది. ఆ వేడికి బిందెలోని గాలి వేడెక్కి, వ్యాకోచం చెందుతుంది. అలా దాని ఘనపరిమాణం ఎక్కువయిపోయేసరికి, చోటుకోసం నీటిని బయటకు నెట్టేస్తుంది. అలా బయటపడిన నీరు, అక్కడ వేలాడదీయబడిన బకెట్లో పడుతుంది. అలా బరువెక్కిన బక్కెట్ కిందకు దిగుతుంది. ఆ బకెట్ కి రెండు తాళ్ళు కట్టబడి ఉంటాయి. ఆ తాళ్ళు ఆలయ ద్వారపు తలుపులకు జోడించబడిన, లోహపు కడ్డీలకు కట్టబడిఉంటాయి. బకెట్ కిందకు దిగేటప్పుడు వాటిని లాగడంతో లోహాపు కడ్డీలు తిరగడం, తలుపులు మెల్లిగా తెరుచుకోవడం జరుగుతుంది. అదీ చిదంబర రహస్యం" అని ముగించగానే హాలు కరతాళధ్వనులతో మోగిపోయింది.

(ప్రముఖ రష్యన్ వైజ్ఞానిక రచయిత కీ.శే. యాకోవ్ పెరల్మాన్ కి ఈ కథ అంకితం)

# పోలీసోడు

సాక్షి ఫన్ డే ఆగస్ట్ 8, 2021

# పోలీసోడు

"ఏమిటి పరిస్థితి? వాడు దొరికాడా?" అని ఫోన్ చేసి అడుగుతున్నాడు సి ఐ మహంకాళి.

"ఇంకా లేదు సార్. బ్యాంక్ కి ఎదురుగానే కాచుకొని ఉన్నాం"అన్నాడు వినయంగా ఎస్సై ఆత్మారాం.

"నీతోపాటూ ఎవరున్నారు?" అని అడిగాడు.

"ఇద్దరు పీసీలు ఉన్నారు సార్. వాళ్లకు ఈ విషయం తెలియదు. ఏదో రొటీన్ డ్యూటి అనుకుంటున్నారు"

"గుడ్. ఈ విషయం ఎవ్వరికీ తెలియకూడదు. నీకు తెలుసుగా. మన రహస్యాలు లీకయిపోతున్నాయి. ఎవరినీ నమ్మలేకపోతున్నాం. జాగ్రత్త. వాడు గొప్ప కన్నింగ్ ఫెలో. ఇన్నాళ్ళకు వాడిని పట్టుకునే అవకాశం దొరికింది. ఎట్టి పరిస్థితుల్లో వాడు తప్పించుకోకూడదు" అంటూ హెచ్చరించాడు సి ఐ.

ఆత్మారాం చాలా ఎలెర్ట్ గా ఉన్నాడు. ఒకవైపు ఫోన్ మాట్లాడుతున్నా, అతని చూపులు బ్యాంక్ పైనుంచి మళ్లడం లేదు. అతను పనిచేసే 'పాడేరు' అనే గిరిజన ప్రాంతం చుట్టూ ఇటీవల కాలంలో మావోయిస్టుల కార్యక్రమాలు బాగా ఎక్కువ అయ్యాయి. ఎన్నడూ లేనిది అక్కడి అడవి ప్రాంతంలో అధిక సంఖ్యలో తీవ్రవాదులు చేరి, అనేక కార్యక్రమాలకు అక్కడినుంచే రూపకల్పన చేస్తున్నారని నిర్ధారణ కావడంతో, పాడేరు పోలీస్ స్టేషన్ పై అధిక ఒత్తిడి పడింది. ఒక ముఖ్యమయిన మావోయిస్టు బ్యాంకులో ఉన్నాడని పక్కా సమాచారం అందడంతో ఆత్మారాంకి అతన్ని పట్టుకునే బాధ్యత అప్పగించబడింది.

ఎవరయినా తమని గమనిస్తున్నారేమోనని అటూ ఇటూ చూస్తూ, తన పనిలో నిమగ్నమయిపోయాడు ఆత్మారాం. అతనికి కాస్తంత దూరంలో నడిచివస్తున్న ఒక మనిషి, అతన్ని బలంగా ఆకర్షించాడు. సెల్ ఫోన్ మాట్లాడుతూ తన లోకంలో తాను ఉన్న ఆ మనిషి, 'కుడి కాలిని ఈడ్చుకుంటూ నడవడం, అప్పుడప్పుడు ఎడమ చెవిని రుద్దుకుంటూ ఉండడం' ఆత్మారాం ని బాగా డిస్టర్బ్ చేసాయి. 'ఇలా కాలు ఈడుస్తూ నడవడం, చెవినలా రుద్దుకోవడం ఎవరో చేసేవారే? ఆ అలవాట్లు ఉన్న ఇతన్ని ఎక్కడో చూసానే? ఎక్కడ? ఎక్కడ?' అనుకుంటూ పరధ్యానంలో పడినా,

వెంటనే కర్తవ్యం గుర్తొచ్చి, బ్యాంక్ పై దృష్టి నిలిపాడు. అయినా ఆత్మారాం మనసు నిలకడగా ఉండడం లేదు. ఆ వ్యక్తి కారణంగా అతను బాగా డిస్టర్బ్ అవుతున్నాడు. అతను దగ్గరవుతున్న కొలదీ, అతని ప్రభావం ఆత్మారాం పై పెరగసాగింది. అతను ఆత్మారాం ని దాటుకొని ముందుకు వెళ్ళిపోయాడు. అప్పుడు వెలిగింది ఆత్మారాంకి, అతను చిన్నప్పుడు తనతో కలిసి చదువుకున్న, క్లోజ్ ఫ్రెండ్ భాస్కర్ అని. వెంటనే అనాలోచితంగా అతని నోటమ్మట 'బాచీ' అన్న పదం వెలువడింది. అతను ఆగిపోయి, వెనక్కి తిరిగి చూసి, ఎవరు పిలిచారో తెలియక దిక్కులు చూస్తున్నాడు. తన ఊహ కరెక్టే అని తెలియగానే, ఆత్మారాం ఆనందానికి అంతేలేదు.

"నేనురా బాచీ....ఆత్మారాం ని" అంటూ అరిచాడు.

"సారీ మీరెవరో నాకు తెలియదు. ఎవరిని చూసి ఎవరనుకుంటున్నారో?" అంటూ ఒక్క అడుగు వెనక్కివేసాడు.

"అరే...నన్ను గుర్తుపట్టలేదా? రామచంద్రపురం హైస్కూల్లో కలిసి చదువుకున్నాం. ఎలా మర్చిపోతావు, ఈ ఆత్మ ని?" అన్నాడు ఆశ్చర్యపోతూ.

"ఓ....ఆత్మారాంవా? నిజంగా? అయితే మాత్రం ఎలా గుర్తుపడతాను? అప్పుడు సన్నగా పుల్లలా ఉండే నువ్వు ఇలా వస్తాదులా మారిపోతే ఎలా గుర్తుపట్టగలను?" అంటూ నవ్వి,

"థైరాయిడ్ వల్ల నా ముఖం కూడా బాగా మారిపోయింది. చిన్నప్పటి స్నేహితులెవరూ గుర్తు పట్టలేకపోతున్నారు. నువ్వు ఎలా గుర్తుపట్టావు? అంటూ ఆశ్చర్యపోయాడు.

"వాళ్ళకీ నాకూ తేడా లేదా? నేను పోలిసోడిని కదా?" అంటూ గర్వంగా నవ్వుతున్న ఆత్మారాంకి తన కర్తవ్యం గుర్తువచ్చింది. ఆందోళనగా బ్యాంక్ వైపు చూసాడు. 'అయ్యో ఎంత ఏమరుపాటుగా ఉన్నాను? కొంపదీసి వాడు ఈ గేప్ లో తప్పించుకు పోలేదు కదా?' అనుకుంటూ కంగారుపడ్డాడు. 'వాడసలే నక్కజిత్తులమారి. వాడు తప్పించుకోవడానికి, రెండు నిమిషాలు చాలు. నేను ఎక్కువ టైమే ఇచ్చేసాను. ఎంత పొరపాటు అయిపోయింది?' అనుకుంటూ గాబరాపడ్డాడు.

"ఏమిటా కంగారు? ఎనీ థింగ్ రాంగ్?" అని అడిగాడు భాస్కర్. దానికి సమాధానం చెప్పకుండా,

"ఒక్క క్షణం ఇక్కడే వెయిట్ చేయి. ఇప్పుడే వస్తాను" అంటూ హడావిడిగా బ్యాంక్ వైపు నడిచాడు.

బ్యాంక్ లోకి అడుగుపెడుతూనే సెక్యూరిటీ గార్డ్ ని పిలిచి, గేట్ వేసేయమని ఆర్డర్ చేసి, జనం మధ్యలో తిరుగుతూ తీవ్రవాది కోసం తీక్షణంగా గాలించడం మొదలుపెట్టాడు. అతని జాడ లేకపోవడంతో చెమటలు పట్టాయి. మేనేజర్ ని కలిసి, సి సి కెమెరా ఫుటేజ్ చూసాడు. కొద్దిసేపటిక్రితమే అతను వెతుకుతున్న మనిషి గేట్లోంచి బయటకు పోయినట్లు రికార్డ్ అయిఉంది. అతను గేటు దాటిన టైం చూసాడు. సరిగ్గా అదే సమయంలో తను భాస్కర్ తో మాట్లాడుతూ కర్తవ్యాన్ని మర్చిపోయినట్లు గ్రహించాడు. 'ఛ...ఎంత పొరపాటు జరిగిపోయింది?' అనుకుంటూ కుమిలిపోయాడు. ఎప్పుడూ ఇలాంటి పొరపాటు చేయని ఆత్మారాంకి చాలా బాధగా ఉంది.

మావోయిస్ట్ కోసం బయట పడిగాపులు కాచే బదులు, బ్యాంక్ లోకే వెళ్లి, అతన్ని పట్టుకోవాలని, మొదట ఆలోచన చేసాడు ఆత్మారాం. 'అలా అయితే ఈ తప్పు జరిగి ఉండేది కాదు' అనుకున్నాడు బాధగా. అయితే సి ఐ అందుకు ఒప్పుకోలేదు. అలా చేస్తే, పెద్ద పబ్లిసిటీ అయిపోతుందని, మీడియాతో నానా ఇబ్బందులు వస్తాయని, ఏ కష్టమర్ని అయినా అడ్డుపెట్టుకొని, తప్పించుకునే ప్రయత్నం చేస్తాడని, అప్పుడు వాడిని పట్టుకోవడం కష్టం అవుతుందని అడ్డు చెప్పాడు సి ఐ. బయటకు వచ్చిన తీవ్రవాదిని గుట్టుచప్పుడు కాకుండా బంధించి, జీపెక్కించడమే ఉత్తమమని సలహా ఇచ్చాడు.

జరిగినదంతా యథాతథంగా చెప్పకుండా, మావోయిస్ట్ చాలా తెలివిగా తన కన్ను గప్పి తప్పించుకున్నాడని సి ఐ తో చెప్పాడు. సి ఐ ఉగ్రుడయిపోయి, చెడామడా తిట్టేసాడు. అలా తిట్లు కాయడం మొదటిసారి కావడంతో తీవ్ర మనస్తాపానికి గురి అయ్యాడు, ఆత్మారాం.

బ్యాంక్ నుంచి బయటకు వచ్చిన ఆత్మారాం ని చుట్టుముట్టారు కానిస్టేబుళ్లు.

"ఏమయింది సార్? అలా బ్యాంక్ లోకి పరిగెత్తారు? మమ్మల్ని పిలిస్తే, మేమూ కూడా వచ్చేవాళ్ళం కదా?" అన్నాడొకడు. ఏమి జరిగిందో తెలియక అయోమయంగా చూస్తూ ఉండిపోయాడు భాస్కర్.

"ఏం లేదు. చిన్న ఎంక్వైరీ అంతే. నన్ను మా ఇంటిదగ్గర దింపేసి మీరు స్టేషన్ కి వెళ్ళిపొండి" అని అబద్ధం చెప్పి, భాస్కర్ వైపు తిరిగి,

"నీకు అర్జంట్ పనేమీ లేదుగా? మా ఇంటికి వెళ్దాం. కాస్త రిలీఫ్ గా ఉంటుంది" అనగానే, భాస్కర్ తలూపి జీపు ఎక్కాడు, అలవాటు ప్రకారం తన ఎడమ చెవిని రుద్దుకుంటూ.

★★★

ఇంటి తాళం తీసి హాల్లోకి నడుస్తూ,

"సారీ ....ఇంత సేపూ నీతో సరిగ్గా మాట్లాడలేకపోయాను. ఎన్నో ఏళ్ల తర్వాత కలిసావన్న ఆనందం ఆవిరి అయిపోయింది. మా ఉద్యోగాలింతే. నిత్యం టెన్షన్, టెన్షన్. అలా సోఫాలో కూర్చో. కాఫీ చేసి తెస్తాను. మా ఆవిడ, పిల్లలు లేరు. ఊరెళ్ళారు" అంటూ భాస్కర్ కి మాట్లాడడానికి అవకాశం ఇవ్వకుండా కిచెన్ లోకి నడిచాడు.

భాస్కర్ నవ్వుకుంటూ సోఫాలో కూలబడి, టీపాయ్ మీదున్న న్యూస్ పేపర్ అందుకున్నాడు. కాఫీ కప్పు అందిస్తూ అడిగాడు ఆత్మారాం,

"ఇప్పుడు చెప్పు. ఎక్కడుంటున్నావు? ఏమి చేస్తున్నావు? అని.

"నేను రామచంద్రపురంలోనే సెటిల్ అయ్యాను. ఒక స్కూల్లో చాలాకాలం పనిచేసాను. ప్రజాసేవ చేయాలని బుద్ధి పుట్టడంతో ఉద్యోగం వదిలేసాను. బతకడానికి ఇబ్బంది లేదు. మా నాన్న నాకోసం బాగానే ఆస్తిని వదిలిపెట్టాడు. టీచర్ గా నా అవసరం ఎక్కడుంటే అక్కడికి వెళ్తున్నాను. ఈ పాడేరులో 'ట్రైబల్ వెల్ఫేర్ స్కూళ్ళు, హాస్టళ్ళు చాలా బాగా కట్టినా, ఫుడ్ తో సహా అన్నిరకాల సౌకర్యాలు చక్కగా అమర్చినా, విద్యాబోధన కుంటుపడిందని తెలిసింది. పర్మినెంట్ టీచింగ్ స్టాఫ్

పాతిక శాతం కూడా లేరని, పాఠాలు చెప్పడానికి మంచి టీచర్లు కొరవయ్యారని తెలిసింది. అందుకే నా అంతట నేను ఫ్రీగా పాఠాలు చెప్పడానికి ముందుకొచ్చాను. ఆ హాస్టల్లోనే వసతి, భోజనం. అలా గడిచిపోతుంది" అన్నాడు నవ్వుతూ.

"వెరీ గుడ్ మంచి పనిచేస్తున్నావు. మరి నువ్వు ఊళ్లు పట్టుకుతిరుగుతుంటే, నీ భార్యాపిల్లల సంగతేమిటి?" అని అడిగాడు.

"ఆ జంజాటం పెట్టుకోలేదు. సమాజసేవ చేయాలంటే ఆ బంధాలు అడ్డం కదా? అందుకే పెళ్ళే చేసుకోలేదు" అంటూ చిన్నగా నవ్వాడు.

"ఎంత ఎదిగిపోయావు? చాలా ఆనందంగా ఉంది, నీ ఆదర్శ జీవితం గురించి వింటుంటే. ఈ రోజే నీ మకాం ఇక్కడికి మార్చేయ్. మా వాళ్ళు నెలరోజులదాకా రారు. ఆ తర్వాత సంగతి అప్పుడు చూద్దాం" అన్నాడు ఆత్మారాం.

"వద్దు. వద్దు. అక్కడ టీచర్లు పడుకునే చోట నాకో మంచం ఇచ్చారు. భోజనం హాస్టల్లో తినేస్తున్నాను" అంటూ అడ్డుచెప్పాడు. కానీ ఆత్మారాం ఊరుకోకుండా పట్టు పట్టేసరికి, ఒప్పుకోక తప్పలేదు.

సాయంత్రం భాస్కర్ తన సామాను పట్టుకొని, ఆత్మారాం ఇంటికొచ్చేసాడు. ఇద్దరూ తనివితీరా చిన్ననాటి కబుర్లు  చెప్పుకుని ఆనందపడ్డారు. అప్పటి క్లాస్ మేట్ లను, టీచర్లను తలుచుకొని, ఆనాటి ముచ్చట్లు చెప్పుకున్నారు.

మర్నాడు ఉదయం భాస్కర్, ఆత్మారాం కన్నా ముందే లేచి, ఉప్మాకు, కాఫీకి అన్నీ సిద్ధం చేసి, ఆత్మారాం కోసం ఎదురుచూస్తున్నాడు. ఆ విషయం తెలుసుకున్న ఆత్మారాం ఆశ్చర్యపోయి,

"ఎందుకురా శ్రమ పడడం? మా లక్ష్మి వచ్చి చేస్తుంది కదా?" అంటూ మందలించాడు.

"అమ్మనాయనోయ్....నిన్నరాత్రి తిన్నానుగా, ఆమె చేతి వంట. నా వల్ల కాదు. ఆ వంటేదో నేనే చేస్తాను. అంట్లు తోమి, ఇల్లు శుభ్రం చేయమను చాలు. ముందు నువ్వు ముఖం కడుక్కోనిరా. కాఫీ తాగుదాం. టిఫిన్ చేయడం అయిపోయాక నీకు లంచ్ కూడా తయారు చేసేస్తాను. నేను హాస్టల్లో తింటానులే. రాత్రికి ఇద్దరికీ చపాతీలు చేస్తాను. నువ్వేమీ అనవద్దు. అదే ఫైనల్. అంటూ అతన్ని మాట్లాడనివ్వకపోవడంతో నవ్వుతూ భుజాలు ఎగరేసాడు ఆత్మారాం.

★★★

"ఈ పది రోజులూ మాట్లాడుకుంటున్నా, జానీ గురించి గానీ, జాహ్నవి గురించి గానీ తలుచుకోలేదు. ఇంతకూ జానీ ఎలా వున్నాడురా? ఎప్పుడయినా కలిసావా?" అని అడిగాడు ఆత్మారాం. పెదవి విరిచాడు భాస్కర్. "

అందరూ చెల్లాచెదురయిపోయారు. జానీ గాడు జాహ్నవికి లవ్ లెటర్ రాసి సస్పెండ్ అయిపోయిన సంగతి నీకు గుర్తుందా?" అని అడిగాడు భాస్కర్. గుర్తుంది అన్నట్లు తలూపి,

"జానీ గాడు చాలా మంచివాడురా. వాడాపని చేసాడంటే, నమ్మకం కలగడం లేదు" అన్నాడు.

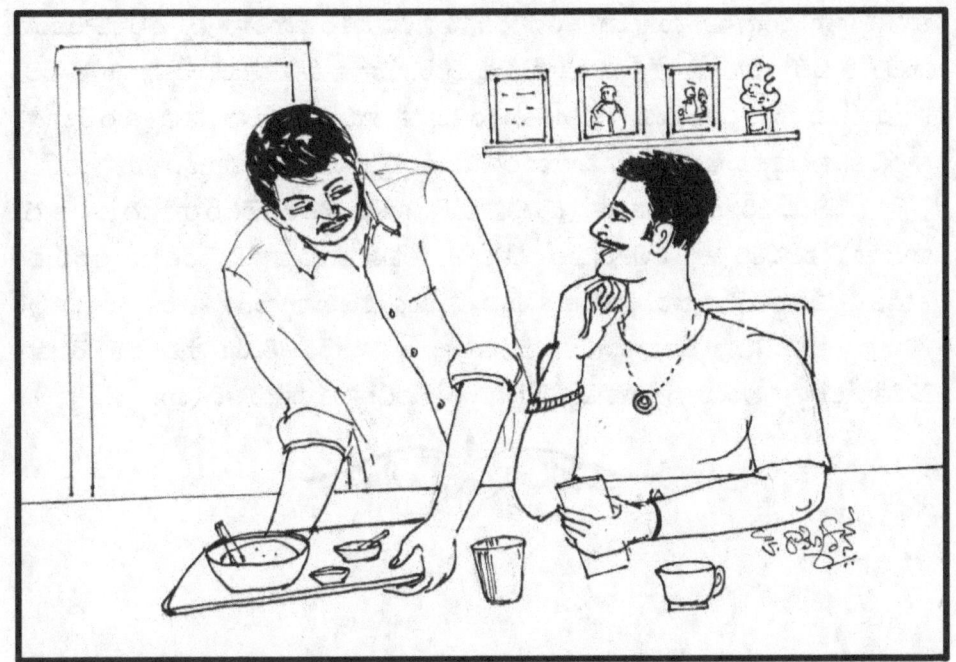

"వాడే ఒప్పుకున్నాడు. ఇంకా నీకు అనుమానం ఏమిటి?" అన్నాడు విస్తుపోతూ. సమాధానం చెప్పకుండా తల పంకిస్తూ ఏదో ఆలోచనలో పడ్డాడు ఆత్మారాం. 'జానీ ప్రస్తావన రాగానే, వీడేమిటి ఇలా అయిపోయాడు? అనుకుంటూ అలవాటు ప్రకారం ఎడమ చెవిని రుద్దుకోవడం మొదలుపెట్టాడు.

★★★

"ఇదేమిటి నన్ను అరెస్ట్ చేసావు? నీకేమయినా పిచ్చి ఎక్కిందా?" అంటూ గావుకేకలు పెడుతున్న ఆదివిష్ణు ఉరఫ్ భాస్కర్ ని చూసి గట్టిగా నవ్వాడు ఆత్మారాం. "అన్నన్నా....ఎంత టోకరా వేసావురా? భాస్కర్ గాడిలా కాలు ఈడ్చడం, చెవి రుద్దుకోవడం చేసి, ఈ పోలీసోడినే బుట్టలో వేసేసావే? ఎంత తెలివయిన వాడివిరా? నువ్వు కూడా మాతో చదువుకున్నా, ఆరోజుల్లో నిన్ను మేము పట్టించుకునేవాళ్ళం కాదు. అందుకే నిన్ను నేను గుర్తుపట్టలేనని, ఈ సాహసం చేసావు.

నీ వల్ల ఎంత నష్టపోయానురా? మీ వాడు  బ్యాంక్ లోంచి సులువుగా తప్పించుకునేలా చేసావు. మా ఇంట్లోనూ, తోటలోనూ సీక్రెట్ మైక్రోఫోన్లు అమర్చి, నా ఫోన్ సంభాషణలు వింటూ, మా ప్లాన్లు ముందే తెలుసుకున్నావు. నీ వల్ల మాచేతికి దొరకబోయిన మీ వాళ్ళు తప్పించుకు పారిపోయారు. మా ఇన్ఫార్మర్ ఎవరో తెలిసిపోవడంతో, అతన్ని దారుణంగా హత్యచేసేసారు మీ వాళ్ళు.  ముందు నాకు నీ మీద ఏ అనుమానమూ రాలేదు. వచ్చాక, ఒక్క క్షణం కూడా ఆలస్యం చేయలేదు. నీ బండారం బట్టబయలు చేసేదాకా నిద్రపోలేదు. రోజూ నువ్వు వాడుతున్న మాత్రలలో థైరాయిడ్ మాత్రలు లేకపోవడంతో నా అనుమానం, కొట్టిపారేసేది  కాదని తెలిసిపోయింది. దాదాపు నలభై ఏళ్లుగా ఈడుస్తూ నడుస్తున్న వాడి కాలు సన్నగా ఉండి, ఫ్లెష్ తక్కువగా ఉండాలి.

కానీ నీ కాళ్ళు రెండూ మామూలుగా ఉండేసరికి, నువ్వు నాటకం ఆడుతున్నావని తెలిసిపోయింది. నువ్వు తోటలో కూర్చుని ఫోన్ మాట్లాడుతున్నపుడు, మా వాడి చేత ఒక పామును లోపలికి పంపాను. పాముని చూసి నువ్వు గంతులేయడం చూసినవాడు ఎవడయినా, నువ్వు కుంటి వాడివి కాదని కనిపెట్టేస్తాడు. అందుకే ఆ సమయంలో నేను ఇంట్లో లేనని నిన్ను నమ్మించాను.

ఫైనల్ పరీక్షలో కూడా నువ్వు దొరికిపోయావు. జాహ్నవికి లవ్ లెటర్ రాసింది జానీ కాదు. వాడి బావ చలపతి. జానీ తల్లితండ్రులు చనిపోతే చలపతి తండ్రే వాడిని పెంచాడు. అందుచేత వాడికి చలపతి అంటే ప్రాణం. అందుకే ఆ నింద తన మీద వేసుకున్నాడు. ఆ నిజం నాకూ, భాస్కర్ కి కూడా తెలుసు. నువ్వు కూడా మాతో చదువుకున్నా, ఆ విషయం తెలియక పోవడంతో తేలికగా దొరికిపోయావు" అంటూ గట్టిగా నవ్వేసరికి, సిగ్గుతో తలదించుకున్నాడు ఆదివిష్ణు.

# మరణం వెనుక మిస్టరీ

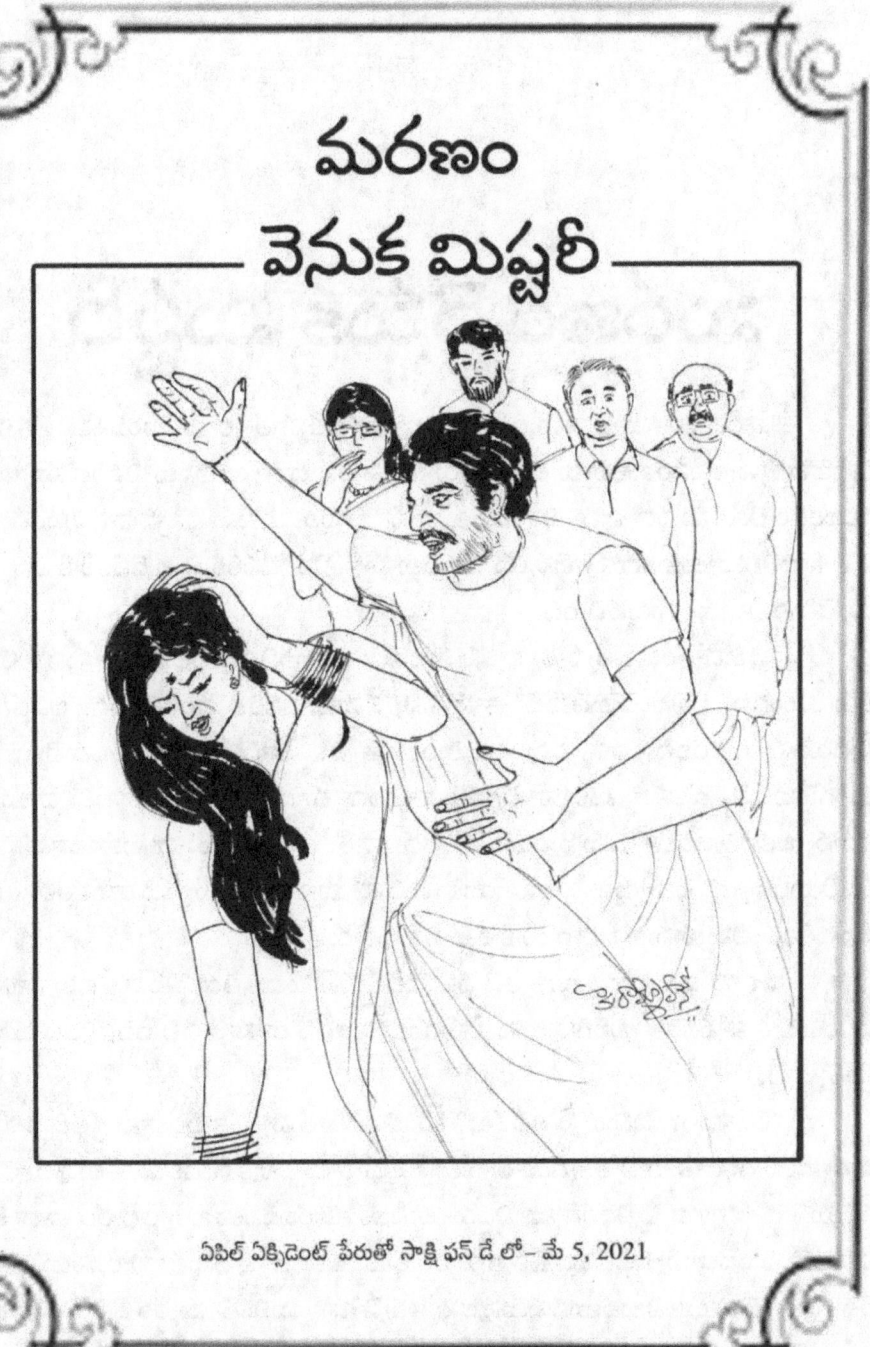

ఏపిల్ ఏక్సిడెంట్ పేరుతో సాక్షి ఫన్ డే లో– మే 5, 2021

# మరణం వెనుక మిస్టరీ

"సార్ ...నా మాట నమ్మండి. మా బావది ఆత్మహత్య కాదు. ఆయనకు ఆత్మహత్య చేసుకోవాల్సిన అవసరం అస్సలు లేదు. మీరు ఆరోపిస్తున్నట్లుగా ఆయనకు ఎవరితోనూ అక్రమ సంబంధం లేదు. మీ దర్యాప్తును తప్పుపడుతున్నానని భావించక, నేను చెప్పేది కాస్త వినండి" అని ఎస్సై ని బతిలిమాలుకుంటున్న 'విస్మయ' మాటలు మళ్ళీ వినబడేసరికి, సి ఐ దినకర్ కి ఎస్పి ఫోన్ చేసి చెప్పిన విషయం గుర్తువచ్చింది.

"పురుషోత్తంది ఆత్మహత్య కాదని గోలపెడుతూ అతని మరదలు రోజూ స్టేషన్ చుట్టూ తిరుగుతుందట. ఆవిడ చెప్పేదేమిటో కాస్త విని, సమాధానపరిచి పంపేయండి. ఆవిడ గానీ మీడియాను ఆశ్రయిస్తే రచ్చ రచ్చ అవుతుంది. ఆ ఎస్సై గాడొక మూర్ఖుడు. నువ్వే జోక్యం కలుగజేసుకుని, ఆ ఇష్యూ మళ్ళీ నా దగ్గరకు రాకుండా చూడు. ఉన్న తలనెప్పులతో పాటూ ఈ సమస్య ఒకటి" అంటూ విసుక్కుంటుంటే "లేదు సార్. అంతా నేను చూసుకుంటాను. నాకు వదిలేయండి" అని చెప్పాడుగానీ, ఆ విషయమే మర్చిపోయాడు. ఇప్పుడు గుర్తు రావడంతో ఎస్సైని మందలించి, విస్మయను తన ఛాంబర్ కి రమ్మని పిలిచాడు.

దాదాపు వారం రోజులుగా అదే పని మీద స్టేషన్ చుట్టూ తిరుగుతున్నా, ఒక్క నాధుడూ పట్టించుకోక పోవడంతో విసిగిపోయిన విస్మయలో నూతనోత్సాహం వచ్చింది. సి.ఐ ముందు కూర్చోగానే,

"చెప్పమ్మా? ఏమిటి నీ ఉద్దేశ్యం? మీ బావది ఆత్మహత్య కాదంటావా? అది కాకపోతే హత్య అయి ఉండాలి. కానీ అక్కడ హత్య జరిగిన ఆధారాలు ఏవీ కనబడలేదు. తలుపులు లోపల గడియ పెట్టి ఉన్నాయి. ఏ విధంగానూ ఎవరూ లోపలకు చొరబడినట్లు ఒక్క ఆధారం కూడా లేదు. ఏ దొంగో చొరబడ్డాడు అనుకోవడానికి ఆస్కారం లేదు. ఆ ఇంట్లో ఏ వస్తువూ పోయినట్లు ఆధారం లేదు. డబ్బుతో పాటూ విలువయిన వస్తువులన్నీ అక్కడే ఉన్నాయి. జనసమ్మర్ధం ఉన్న వీధిలో ఉండే ఆ ఇంట్లో పట్టపగలు ఎవడో చేరి, దొంగతనం చేస్తాడనో లేదా హత్య చేస్తాడనో ఎలా అనుకుంటాం?" అని ప్రశ్నించాడు.

"మీరు చెప్పినదాన్ని నేను ఖండించలేను. కానీ అది ఆత్మహత్య అని నిరూపించడానికి ఎస్సై గారు చెప్పిన కారణాలతో నేను ఏకీభవించలేక పోతున్నాను...." అంటుంటే సి ఐ అడ్డుతగిలాడు.

"నువ్వు ఊహించినట్లు అది ఆత్మహత్య అని నిరూపించడానికి, ముందు మాకూ కారణాలు కనబడలేదు. ఆ తర్వాత దర్యాప్తులో కొన్ని విషయాలు తెలిసాయి. అవన్నీ మా ఎస్సై నీకు చెప్పాడో లేదో. నేను చెప్తాను విను.

మీ అక్కయ్య చనిపోయి రెండేళ్లు దాటింది కదూ?" అని అడగ్గానే అవునన్నట్లు తలూపింది.

"ఆవిడ మరణించాక మీ బావ ఒంటరి వారయిపోయి, చాలా డల్ గా అయిపోయారని తెలిసింది. ఈ ఊళ్లోనే ఉంటున్న కూతురు అస్సలు పట్టించుకొనేది కాదట. ఎక్కడో ఢిల్లీలో ఉన్న కొడుకు ఈ రెండేళ్లలో రెండు సార్లు మాత్రమే వచ్చాడని, అప్పుడప్పుడు, వేరే ఊళ్లలో ఉన్న నీలాంటి బంధువులు మాత్రమే వచ్చి చూసి వెళ్ళిపోతుంటారని తెలిసింది" అంటూ ఆపాడు. నిజమేనన్నట్లు తలూపింది.

"పనిమనిషి 'రాజ్యం' మాత్రం ఆయన్ని బాగా కనిపెట్టుకొని ఉండేది. వంటపని, ఇంటిపని చేస్తూ ఆయనకు ఏ లోటూ రాకుండా చూసుకునేది. ఆ విధంగా వాళ్ళిద్దరి మధ్య బంధం బలపడింది. ఈ మధ్యనే రాజ్యం భర్త 'అప్పారావు', పూటుగా తాగివచ్చి, పురుషోత్తం ఇంటిమీద పడి, వాళ్ళిద్దరి మధ్య అక్రమసంబంధం ఉందంటూ పెద్ద గొడవే చేసాడు. 'దేవుడు లాంటి అయ్యగారిని అంత మాటలనకు మావా' అంటూ అడ్డుపడిన భార్యను అందరూ చూస్తుండగానే చితకబాదాడు. చుట్టుపక్కల వాళ్ళు అడ్డుపడి, గొడవ సర్దుబాటు చేసారు. మర్నాడు ఉదయానికి తాగుడు మత్తు వదిలిన అప్పారావు, మీ బావ దగ్గరకు వచ్చి నలుగురూ చూస్తుండగానే కాళ్ళమీద పడి క్షమాపణ చెప్పినప్పటికీ, ఇరుగుపొరుగు వాళ్ళంతా మీ బావకి, రాజ్యానికి అక్రమసంబంధం ఉందని, డబ్బు ఆశచూపి అప్పారావు నోరునొక్కేసాడని గుస గుసలాడుకోవడం మొదలుపెట్టారు. అవన్నీ ఆయన చెవిన పడటం, ఆ విషయం తెలిసిన కూతురు తండ్రిని, పనిమనిషిని ఆడిపోసుకుంటూ బాహాటంగా రాద్ధాంతం చేయడం ఆయన మనసును బాగా కలచి వేసాయి. తీవ్ర మనస్తాపంతో ఆయన కుంగిపోయారు. అందువల్లనే ఆయన, ఎడమ చేతి మణికట్టు మీదున్న నరాన్ని చాకుతో కోసుకుని, ఆత్మహత్య చేసుకున్నారు. ఇదీ మా దర్యాప్తులో తేలిన విషయం. .." అంటుంటే అడ్డు తగలబోతున్న విస్మయను చేతి సైగతోనే ఆపి,

"మా వాదనను బలపరస్తూ ఒక కొత్త ఆధారం దొరికింది, ఈ మధ్యనే. అదేమిటో తెలిస్తే నువ్వు కూడా షాక్ అవుతావు" అంటూ ఆపాడు. ఆశ్చర్యంగా నోరు వెళ్ళబెట్టి చూసింది విస్మయ. అదేమిటో తెలుసుకోవాలనే ఆసక్తితో ముందుకు వంగింది.

"మీ బావ రాసిన వీలునామా బయటపడటంతో మా దర్యాప్తుకు బలం వచ్చింది.

వీలునామా ప్రకారం ఆస్తిలో మూడోవంతు రాజ్యానికి చెందుతుంది. ఆ విషయం తెలియగానే మా అనుమానం ధృవపడింది. దాంతో మేము వెనక్కి తిరిగి చూసుకోవలసిన అవసరం రాలేదు. ఇప్పుడేమంటావు? నువ్వు చెప్పవలసినది ఏమైనా ఉందా?" అంటూ సూటిగా ప్రశ్నించాడు

విస్మయ దీర్ఘాలోచనలో పడింది.ఇంకేమీ మాట్లాడకుండా లేచి వెళ్ళి పోతుందని భావించిన సి ఐ, ఆమె ఏదో చెప్పాలనుకుంటుందని గ్రహించగానే ఆశ్చర్యంగా చూసాడు. ఆమె గొంతు విప్పింది.

"మా బావ కేరక్టర్ ఎటువంటిదో మీకు స్పష్టంగా తెలియకపోవడం వల్ల మీరు ఆ నిర్ణయానికి వచ్చేసారు. మీ వివరణ సహేతుకంగా ఉండడం వల్ల ఎవరయినా అది నమ్మేస్తారు. కానీ నా అభిప్రాయం వేరు. మా బావ పేరుకు తగ్గట్టుగా పురుషోత్తముడే. ఆయన మనసులో మా అక్కకు తప్ప ఏ స్త్రీకి స్థానం లేదు. పర స్త్రీ ని తల్లిలా చూసే మా బావను ఆయన కూతురు కూడా అర్థం చేసుకోకపోవడం చాలా దురదృష్టం. ఒకసారి ఏదో ఒక పని మీద ఈ ఊరు వచ్చిన నేను, మా బావ ఇంట్లోనే రెండ్రోజులు ఉండాల్సి వచ్చింది. ఆ రెండ్రోజులూ ఆ ఇంట్లో మేమిద్దరమే ఉన్నా, ఆయన ఎప్పుడూ తప్పుగా ప్రవర్తించలేదు. ఒకసారి మా బంధువు ఒకావిడ ఆయన దగ్గరకు వచ్చి చనువుగా ప్రవర్తిస్తూ తన కోరికను బయటపెట్టింది. ఎంతో అందగత్తె అయిన ఆవిడను సున్నితంగా మందలించి పంపేసారు ఆయన.సిగ్గు విడిచి ఆ విషయం ఆవిడే నాకు చెప్పింది. ఆయన చనిపోయాక, అందరూ ఆయన గురించి పలురకాలుగా మాట్లాడుకుంటుంటే తట్టుకోలేక, ఎంతో సన్నిహితురాలయిన నా ముందు ఆవిషయం చెప్పి బాధపడింది. ఇవి చాలు, మా బావ కేరక్టర్ గురించి తెలుసుకోవడానికి. ఇక వీలునామా సంగతంటారా? అదేమీ నాకు ఆశ్చర్యాన్ని కలిగించలేదు. రాజ్యం అతనికి చేసిన సేవకు, కృతజ్ఞతగా ఆయనిచ్చిన బహుమతి అది. నాకిప్పటికీ అది ఆత్మహత్య కాదనే అనిపిస్తుంది. నిరూపించే అవకాశం నాకు లేకుండా పోయిందని బాధపడటం తప్ప నేనేమీ చేయలేకపోతున్నాను. పోయిన బావ ఎలాగూ తిరిగిరాడు. బంగారం లాంటి మనిషి మీద మచ్చ పడిందనే బాధ నన్ను కాల్చేస్తుంది" అంటూ కన్నీరు పెట్టుకున్న విస్మయను ఆశ్చర్యంగా చూస్తూ ఉండిపోయాడు సి ఐ. అతను కూడా ఇప్పుడు ఆలోచనలో పడ్డాడు. ఆమె మాటలు అతన్ని బాగా ప్రభావితం చేసాయి.

"నీ మాటలు వింటుంటే మేము దోవ తప్పామేమో అనిపిస్తుందమ్మా" అనగానే ఆశ్చర్య చకితురాలయింది విస్మయ. ఆమెలో కొత్త ఆశ తొంగిచూసింది. "నువ్వు కూడా 'లా' చదివావు కదా? ఈ ఫైల్ స్టడీ చెయ్యమ్మా, ఏదో దారి దొరుకుతుందేమో" అంటూ ఫైల్ ఆమె వైపు తోసేసరికి, నమ్మలేనట్లు చూస్తూ ఫైల్ చేతిలోకి తీసుకుంది.

★★★

దొరికిన అవకాశాన్ని సద్వినియోగం చేసుకోవడానికి ఎంతో ఆరాటపడింది విస్మయ. ఏ ఒక్క విషయాన్ని వదలకుండా అన్నింటిని కూలంకషంగా పరిశీలించింది. హతుడి ఫోటోలు, హత్య

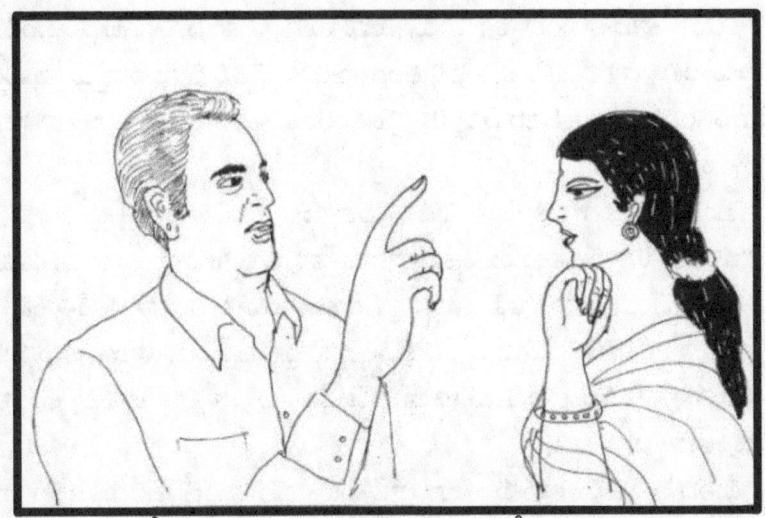

జరిగిన ప్రాంతపు ఫోటోలు, పోస్ట్ మార్టం రిపోర్ట్ ...ఇలా ...అన్నీ జాగ్రత్తగా అధ్యయనం చేసేసరికి ఆమెకు ఒక దారి దొరికింది. వెంటనే ఎవరికో ఫోన్ చేసి చాలాసేపు మాట్లాడేసరికి ఆమెకు ధైర్యం వచ్చింది.

ఎంతో ఉత్సాహంతో సి ఐ చాంబర్ లోకి అడుగు పెట్టింది. ఆమెను చూడగానే 'ఏదో సాధించిందని' అతనికి అనిపించింది. చేస్తున్న పనిని పక్కన పెట్టి నవ్వుతూ అడిగాడు

"ఏమ్మా? ఏదయినా క్లూ దొరికిందా ?" అని.

"అవును సార్. మా బావది ఆత్మహత్య కాదని తేలిపోయింది" అంది.

"నిజమా?ఎలా చెప్పగలవు? అయితే హత్యేనంటావా? అది ఎలా సాధ్యం?" అంటూ తికమక పడుతూ అడిగాడు.

"హత్య కూడా కాదు సార్" అంటూ కావాలనే ఆపి, చిన్నగా నవ్వింది.

"ఏమిటి నువ్వనేది? హత్యా కాదు. ఆత్మహత్యా కాదు. అసలు మీ బావ మరణించలేదని అంటావా? కొంపదీసి" అంటూ ఛలోక్తి విసిరాడు.

"అలా నేనెందుకు అంటాను సార్? మా బావ ఏక్సిడెంటల్ గా మరణించారు" అంటున్న విస్మయ వైపు అయోమయంగా చూసాడు.

"విపులంగా చెప్తాను వినండి సార్. ఇదిగో ఈ ఫోటో చూడండి. ఇందులో బావ చేతి మణికట్టు దగ్గర కనిపిస్తున్న గాటు చూడండి. అది క్రాస్ గా ఉంది. మీరు చాలా కేసులే చూసి ఉంటారు. ఆత్మహత్య చేసుకోవాలని ప్రయత్నించే వారు చేసుకునే గాటు అరచేతికి సమానాంతరంగా తిన్నగా ఉంటుంది. క్రాస్ గా ఉన్న గాటును చూడగానే, ఏదో తేడా ఉందని నాకు అనిపించగానే, దీర్ఘంగా ఆలోచించేసరికి, మా బావకున్న 'ఫిట్స్' వ్యాధి గుర్తుకొచ్చింది. ఆ గదిలో నేలమీద పడిఉన్న ఏపిల్ పండును చూడగానే నా అనుమానం నిర్ధారణ అయింది. మా బావ ఎడమ చేతిలో ఏపిల్ ఉంచుకొని, కుడిచేత్తో ముక్కలు కోస్తూ ఒకదాని తర్వాత ఒకటి తినడం నాకు గుర్తు

వచ్చింది. అయితే చాలాకాలంగా కనుమరుగయిపోయిన ఆ వ్యాధి తిరగబెట్టినట్లుంది. ఏపిల్ కోస్తున్నప్పుడు ఫిట్స్ రావడంతో, అసంకల్పితంగా ఆయన చేతిని కోసుకున్నారు. ఆ విధంగానే ప్రమాదం జరిగింది" అంటూ వివరిస్తున్న విస్మయ కంఠంలో స్థిరత్వం, ఆమె ఎంత కాన్ఫిడెంట్ గా ఉందో చెప్పకనే చెపుతుంది.

సి ఐ సాలోచనగా తలాడించి, పెదవి విరిచాడు.

"ఇదంతా నీ తార్కికవాదమే. నిజమే కావచ్చు కానీ కోర్టుకు సాక్ష్యాలు కావాలి. ఏమయినా ఆధారాలు సంపాదించగలవా? అవి కోర్టులో నిలబడతాయా? అయినా ఫిట్స్ వచ్చి మనిషి చనిపోతే, సులువుగా కనిపెట్టేయ వచ్చు. నోటివెంట సొంగ వస్తుంది. నాలుక కరుచుకోవడం, దవడలు బిగుసుకుపోవడం లాంటి లక్షణాలు కనబడతాయి. కానీ మీ బావలో ఆ లక్షణాలేవీ కనబడలేదు" అన్నాడు.

"మీరన్నది నిజమే కావచ్చు. మా బావ ఫిట్స్ వల్ల మరణించలేదు. కత్తిగాటు వల్లనే మరణించాడు. అందువల్ల మీరనుకున్న లక్షణాలు కనిపించకపోవచ్చు. ఈ వాయిస్ రికార్డింగ్ ఒకసారి వినండి. తర్వాత దీనిగురించి చర్చిద్దాం. అంటూ తన మొబైల్ ముందుకు తోసింది. దానిలోంచి వస్తున్న సంభాషణను శ్రద్ధగా వినసాగాడు సి ఐ.

" హలో డాక్టర్ సత్యనారాయణ గారా? ...నమస్తే నేను, విస్మయను. గుర్తుపట్టారా? "పురుషోత్తం మరదలివే కదా? వైజాగ్ వచ్చావా? ఆయన మరణం గురించి విన్నాను. పనిమనిషితో అక్రమ సంబంధం బయటపడటం వల్ల ఆయన ఆత్మహత్య చేసుకున్నారని పోలీసులు తేల్చేసారని తెలియగానే చాలా బాధపడ్డాను. నిప్పులాంటి మనిషతను. ఆయన నాకు పేషేంటే కాదు, ఫ్యామిలీ ఫ్రెండ్ కూడా. ఇంతకూ నువ్వు ఏమనుకుంటున్నావు?

"నేను ఏమనుకుంటున్నానో చెప్పేముందు కొన్ని ప్రశ్నలు అడుగుతాను. అవి అసందర్భమనుకోకుండా సమాధానాలు ఇస్తారా?" అని అంటున్న ఆమె కంఠంలో అభ్యర్ధన ఉంది.

"సరే అడుగు"

"ఫిట్స్ వచ్చిన చనిపోయిన వారి శరీరం స్టిఫ్ గా అయిపోవాలనో , నాలుక కరుచుకోవాలనో, నోట్లోంచి సొంగ కారాలనో రూల్ ఉందా?

"లేదు. ఫిట్స్ లో చాలారకాలు ఉన్నాయి. అన్ని సందర్భాలలో అలాంటి లక్షణాలు ఉండాల్సిన పని లేదు. అయినా ఎందుకు అడుగుతున్నావు? మీ బావ ఫిట్స్ వల్ల చనిపోయాడని అనుకుంటున్నావా?"

"ఆయన మరణానికి ఫిట్స్ కారణమని నా ఉద్దేశం. ఏపిల్ పండు ఎడమ చేతిలో పెట్టుకుని, కుడిచేతిలో ఉన్న చాకుతో పండుకోసుకుని, ముక్కలుగా తినడం ఆయన కు అలవాటు. అలాంటి సమయంలో ఫిట్స్ రావడంతో, ఎడమచేతి మణికట్టు దగ్గర చాకుతో గాటు పడటం వల్ల, చాలా రక్తం పోయి, ఆయన చనిపోయారని నేను అనుకుంటున్నాను. ఫిట్స్ వచ్చినపుడు అలా గాటు పడి మరణించే అవకాశం ఉందంటారా?"

"ఉండే చాన్స్ ఉంది. నీ వాదనను కొట్టిపారేయలేము. నువ్వు చెపుతుంటే నాకూ నమ్మకం కుదురుతుంది, ఆ మరణం ఫిట్స్ వల్ల సంభవించిందని. చాన్నాళ్ళుగా ఆయనికి నేనే ట్రీట్మెంట్ ఇస్తున్నాను. ఆ వ్యాధి ఆయనకు వారసత్వంగా వచ్చింది. వాళ్ళ నాన్నగారికి, మేనత్తకు ఆ జబ్బు ఉందని చెప్పారు. క్రమం తప్పకుండా మందులు వాడాలని, లేకపోతే ఆ వ్యాధి తిరగబెడుతుందని గట్టిగా హెచ్చరించినా, ఆయన లెక్క చేసేవాడు కాదు. మీ అక్కయ్య బతికున్నంత కాలం మందులు ఇస్తూ ఉండడం వాళ్ళ, చాలా ఏళ్ల పాటూ ఆ వ్యాధి తిరగబెట్టలేదు. అందరూ ఆ విషయమే మర్చిపోయారు. మీ అక్కయ్య చనిపోయాక ఆయన మందులు రెగ్యులర్ గా వాడటం మానేసారు. సుమారు ఆరు నెలల క్రితం అనుకుంటాను, ఆయనకు ఫిట్స్ వస్తే, ఆయన మిత్రుడొకరు మా హాస్పటల్ కి తీసుకొచ్చారు. అప్పుడాయనకు బాగా చీవాట్లు పెట్టాను. రెగ్యులర్ గా మందులు వాడాలని హెచ్చరించి పంపాను. అంతేకాదు. ఆయన కూతురికి ఫోన్ చేసి, మందులు రెగ్యులర్ గా వాడేటట్లు చూడమని, నిరంతరం ఒక మనిషి ఆయన్ని కనిపెట్టుకు ఉండాలని గట్టిగా చెప్పాను. ఆ తర్వాత ఎప్పుడో తెలిసింది, నా సలహా ఆవిడ అస్సలు పట్టించుకోలేదని. ఆయనది ఆత్మహత్య కాదని నాకూ అనిపిస్తున్నా, నేనేమీ చేయలేకపోతున్నానని ఇన్నాళ్ళూ బాధపడేవాడిని. నీ వాదనే కరక్ట్. ఈ విషయం పోలీసులకు తెలియజేయి. ఫలితం ఉంటుంది. ఆల్ ది బెస్ట్" అన్నాడు.

ఆ సంభాషణ విన్న తర్వాత సి ఐ ధోరణిలో మార్పు వచ్చింది.

"ఇప్పుడు కన్విన్స్ అవుతున్నాను. నీ వాదనకు బలం చేకూరింది. కంగ్రాట్యూలేషన్స్. మొత్తానికి సాధించావు" అంటూ అభినందించాడు. 'అమ్మయ్య .. నా చింత తీరిపోయింది. బావ మీద పడ్డ మచ్చ తొలిగిపోయింది. ఏ లోకాన ఉన్నారో? అక్కా, బావల ఆత్మలు శాంతిస్తాయి' అంటూ సంతృప్తిగా నిట్టూర్చింది.

# హీరో

సాక్షి ఫన్ డే జూలై 18, 2021

# హీరో

'విక్రమ్ ఎందుకంత పరధ్యానంగా ఉన్నాడీరోజు? ఇంత అందంగా ముస్తాబయి వచ్చానే? కన్నార్పకుండా నన్నే చూస్తూ ఉండిపోతాడని అనుకున్నాను. ఎందుకిలా ప్రవర్తిస్తున్నాడు? ఏదో తేడాగా ఉంది. మాటి మాటికి బ్యాంక్ వైపు, పార్కింగ్ వైపు చూస్తున్నాడు. చీటికి మాటికి బయటకు వెళ్లి వస్తున్నాడు. ఏమిటని అడిగితే పొడిగా నవ్వుతాడుగానీ ఏమీ చెప్పడు' అనుకుంటూ తెగ మథన పడిపోతుంది అనన్య. ఈసారి గట్టిగా పట్టుకుని నిలదీయాలని తయారయ్యేసరికి మళ్ళీ కనుమరుగయ్యాడు.

అనన్య, విక్రమ్ చాలా ఏళ్లుగా ప్రేమించుకుంటున్నారు. కానీ వాళ్ళ వివాహానికి అనన్య తల్లితండ్రులు అంగీకరించక పోవడంతో, వాళ్ళ పెళ్ళికి గ్రీన్ సిగ్నల్ పడలేదు. అతను ఆర్మీలో పనిచేస్తూ ఉండడం, వాళ్ళ కులాలు వేరు కావడమే, వాళ్ళు అంగీకరించకపోవడానికి కారణాలు. సెలవులో వచ్చిన ప్రతిసారీ విక్రమ్, వాళ్ళను బతిమాలుతూనే ఉన్నా వాళ్ళ మనసు మాత్రం కరగడం లేదు. అనన్యకు తగిన చదువు, మంచి ఉద్యోగం, పూర్తి స్వేచ్ఛ ఉన్నా, తల్లితండ్రులను ఒప్పించే పెళ్లి చేసుకోవాలనే ఉద్దేశ్యంతోనే ఉంది. విక్రమ్ కూడా అందుకు కట్టుబడే ఉన్నాడు. ఎప్పటికయినా వాళ్ళు మారతారు అనే ఆశతో ఎదురుచూస్తున్నారు, వాళ్ళిద్దరూ.

ఎప్పటిలాగే వాళ్ళిద్దరూ ఈ రోజు కూడా 'కేఫ్ కాఫీ డే' లో కలుసుకున్నారు. రోజూలాగే రోడ్డు కనిపించేటట్లున్న సీట్లలో కూర్చున్నారు. ఆ రెస్టారెంట్ కు ఎదురుగా ఒక పెద్ద 'కార్పొరేట్ బ్యాంక్' ఉంది. కిటికీ అద్దాల్లోంచి చూస్తే, ఆ బ్యాంక్, దానికి వచ్చేపోయే వాళ్ళు కనిపిస్తారు. 'ఎప్పుడూ రద్దీగా ఉండే బ్యాంక్ ఈ రోజేమిటి ఇంత ఖాళీగా ఉంది?' అనుకుంటుండగా విక్రమ్, ఆమె దగ్గరకు వచ్చి కూర్చున్నాడు. ఎప్పుడూ చిలిపిగా నవ్వుతూ ఉండే అతనీరోజు చాలా గంభీరంగా ఉన్నాడు. 'కారణం ఏమిటి?' అని అడిగే లోపలే అతను చెప్పడం మొదలు పెట్టాడు.

"నువ్వు గమనించావో లేదో...ఆ బ్యాంక్ లో ఏదో గడబిడ జరుగుతుంది. నా అనుమానం ....అక్కడ దోపిడీ జరుగుతుందని" అని అనగానే ఆమె ముఖం పాలిపోయింది.

"నిజమా? ఇంతసేపూ నువ్వు ఆ పనిమీదే ఉన్నావా? ఎలా కనిపెట్టావో చెప్పవా?" అని అడిగింది ఆత్రుతగా.

"నేను ఇక్కడికి వచ్చి ముప్పావు గంట దాటింది. నువ్వు అరగంట క్రితమే వచ్చావు. నేను ఇక్కడికి వచ్చిన కాస్సేపటికే బ్యాంక్ ముందు ఒక స్కార్పియో వచ్చి ఆగింది. అందులోంచి ముగ్గురు దిగారు. వాళ్ళ పేంట్ల పక్క జేబుల్లో మంకీ కేప్ లు కుక్కి ఉన్నాయి. ముగ్గురూ మాస్క్ లు వేసుకుని ఉన్నారు. చేతులకు గ్లోవ్స్ ఉన్నాయి. 'కరోనా' ఉన్న రోజుల్లో ఆ గెటప్ ఆశ్చర్యాన్ని కలిగించదు గానీ, కరోనా తగ్గిపోయిన ఈ రోజుల్లో వాళ్ళ గెటప్ నాలో సందేహాన్ని రేకెత్తించింది. అదిగో అక్కడ పార్కింగ్ ఏరియాలో చెట్టుకింద ఉందే, బ్లాక్ స్కార్పియో, అదే వాళ్ళు వచ్చిన వాహనం. అప్పటినుంచి దాని ఇంజన్ ఆన్ లోనే ఉంది. 'చల్లదనం కోసం ఏ సి వేసి ఉంటారు. అందుకే ఇంజన్ ఆన్ లో ఉంది' అనుకోవడానికి ఆస్కారం లేదు. బయట అంత వేడిగా లేదు. పైగా చెట్టు నీడ బాగా ఉంది. అంతేకాదు...కిటికీ గ్లాస్ లు సగం దించి ఉన్నాయి. దీనిని బట్టి నీకేం తెలుస్తుంది?" అంటూ ప్రశ్నించాడు. "నీ ఊహ నిజం కావచ్చు. దోపిడీ పూర్తి అయినవెంటనే వాళ్ళు ఉడాయించడానికి రెడీగా ఇంజన్ ఆన్ లో ఉంచడమే కాదు, వాహనం కూడా బ్యాంక్ ముఖద్వారం దిశగా తిప్పి రెడీగా ఉంచాడు" అంది ఉత్సాహంగా, తను కూడా పరిశోధనలో పాలుపంచుకుంటూ.

"గుడ్. మరి కొన్ని ఆధారాలు కూడా ఉన్నాయి. ఇదిగో ఈ ఫోటో చూడు" అంటూ తన మొబైల్ అందించాడు. చాలా ఖరీదయిన మొబైల్ అది. దాంతో తీసిన ఫోటోలు చాలా స్పష్టంగా వస్తాయి. మొబైల్ లో కనిపిస్తున్న ఫోటోని పరిశీలనగా చూసింది. అది బ్లాక్ స్కార్పియో డ్రైవర్ ఫోటో. కారు సైడ్ మిర్రర్ లో కనిపిస్తున్న అతని ముఖం అందులో కనిపిస్తుంది. జూమ్ చేసి తీయడం వల్ల అతని ముఖంలో ఆందోళన స్పష్టంగా కనిపిస్తుంది. దానిని బట్టి విక్రమ్ ఊహించినది కరక్టే అని తెలుస్తుంది. ఆ విషయమే తెలియజేస్తూ తలూపింది.

"అంతే కాదు మరో ఆధారం ఉంది. ఎప్పుడూ లేనిది ఆ బ్యాంక్ ఎంట్రన్స్ లో ఉన్న గ్రిల్ గేటు మూసిఉంది. అక్కడ నిలబడి ఉన్న సెక్యూరిటీ గార్డ్ వచ్చిన కస్టమర్లను తిప్పి పంపేస్తున్నాడు, ఏదో చెపుతూ. అతను మాట్లాడే మాటలు వినబడకపోయినా మనం అర్థం చేసుకోవచ్చు" అంటే, అవునన్నట్లు తల ఊపింది. జాగ్రత్తగా చూడు. ఆ గార్డ్ వెనుక, కనీ కనబడకుండా ఒక మనిషి నిలబడి ఉన్నాడు. వాడి చేతిలో కచ్చితంగా రివాల్వర్ ఉండి ఉంటుంది. అందుకే గార్డ్ వాళ్లకు కావలసినట్లు ప్రవర్తిస్తున్నాడు. మిగిలిన ఇద్దరూ బ్యాంకును దోచుకుంటున్నారన్నమాట" అని ఆపగానే,

"నువ్వు చెప్పినదాన్ని బట్టి వాళ్ళు బ్యాంక్ లో చొరబడి గంట కావస్తుంది. సాధారణంగా ఇటువంటి దోపిడీలు పది, పదిహేను నిమిషాల్లో పూర్తిచేసి, పారిపోతారు. కానీ పట్టపగలు ఇంత సేపు ఉంటారా? అని అడిగింది ఆశ్చర్యంగా. ఆమె ఊహించినట్లు విక్రమ్ తికమక పడలేదు. 'దానికీ నా దగ్గర సమాధానం ఉంది' అన్నట్లు నవ్వితే ఆశ్చర్యపోయింది.

"సరిగ్గా నువ్వొచ్చే సమయంలో ఈ రెస్టారెంట్ కి పక్కనే ఉన్న సెల్ ఫోన్ షాప్ ముందు ఒక పోలీసు జీప్ ఆగింది. అందులోంచి దిగిన ఎస్సై కొత్త ఫోన్ సెలెక్ట్ చేసుకుంటున్నాడు. పోలీసులు

రోడ్డుమీద కబుర్లు చెప్పుకుంటున్నారు. నా అంచనా ప్రకారం ఆ దొంగలు పని పూర్తిచేసుకుని బయటకొచ్చే సమయానికి పోలీసులు వచ్చి తిష్ట వేయడంతో వాళ్ళు బయటకు రాలేక, లోపల ఉండిపోయారు" అని చెప్పేసరికి,

"వండర్ ఫుల్. నీ మిలిటరీ బుర్ర బాగా పనిచేసింది" అంటూ అభినందించింది.

★★★

విక్రమ్ ఊహించింది పూర్తిగా వాస్తవమే. ఎస్సై మొబైల్ కొనుక్కోవడానికే వచ్చాడు. సెలెక్షన్ దాదాపు పూర్తి కావచ్చింది. దాంతో పోలీసులు బయల్దేరదామనుకునే లోపులో టైర్ పంచర్ అయినట్లు గమనించారు. టైర్ మార్చడానికి జాకీ లేకపోవడంతో ఎవరినయినా అడుగుదామని అటూ ఇటూ చూస్తూ చేతులు చూపిస్తున్నారు పోలీసులు. అది గమనిస్తున్న దొంగలకు ఏం జరుగుతుందో అర్థం కాలేదు. స్కార్పియోలో ఉన్నవాడు, బ్యాంకు లోపలున్న ముగ్గురూ, పోలీసులు తమని కనిపెట్టేసారేమోనని విపరీతంగా భయపడిపోయారు. అక్కడ పార్క్ చేసి ఉన్న కార్లలో, స్కార్పియోలో మాత్రమే డ్రైవర్ ఉండడం వల్ల, అతన్ని జాకీ అడగమని హెడ్ కానిస్టేబుల్ చెపితే, ఇద్దరు పోలీసులు అటుగా నడిచారు. దాంతో పోలీసులు తమని కనిపెట్టేసారని దొంగలు కంగారు పడ్డారు. హెడ్ కానిస్టేబుల్ తన వాహనం వైపు చేయిచూపించడం, పోలీసులు తన వైపే రావడం గమనించిన డ్రైవర్ వణికిపోయాడు.

"నువ్వు తొందరపడి ఏమీ చేయకు. వాళ్ళేమి అడుగుతారో చూడు. నీకేమయినా జరిగితే మేము ఇక్కడినుంచి కాల్పులు జరిపి, నిన్ను రక్షిస్తాం" అని తోటి దొంగ ఫోన్ లో చెపుతున్నా వినకుండా బండి దిగి, జేబులోంచి రివాల్వర్ తీసి పోలీసుల మీద కాల్పులు జరిపాడు. పోలీసులు ప్రాణాలు కోల్పోయారు. హెడ్ కానిస్టేబుల్ భయంతో అక్కడినుంచి పారిపోయాడు. తుపాకి పేలిన శబ్దం విని, ఎస్సై హడావిడిగా బయటకొచ్చి, డ్రైవర్ మీద కాల్పులు జరిపాడు. డ్రైవర్ ప్రాణాలు

వదిలాడు. వెంటనే బ్యాంకు లోంచి తూటాలు దూసుకొచ్చాయి. ఎస్సై వెంటనే జీప్ చాటుకు చేరడంతో ప్రమాదం తప్పింది. బ్యాంక్ లోపలున్న ముగ్గురూ ఎస్సైని చంపడానికి కాలుస్తూనే ఉన్నారు. వాళ్ళలో ఒకడి చేతిలో మెషిన్ గన్ ఉంది. దానివల్ల జీప్ తూట్లు పడిపోయింది. ఎస్సై వైర్ లెస్ లో మెస్సేజ్ ఇచ్చి, గురి చూసి కాల్చేసరికి ఒకడు నేలకూలాడు. మరొకడిని మట్టు బెట్టేలోపులో బుల్లెట్ తగిలి నేలకూలాడు ఎస్సై. రెస్టారెంట్ లోంచి ఇదంతా చూస్తున్న విక్రమ్, అనన్యలు ఉలిక్కిపడ్డారు. పోలీస్ ఫోర్స్ వచ్చేవరకూ ఎస్సై, వాళ్ళను ఆపుతాడు అని ఆశ పెట్టుకున్న విక్రం బాధతో గిల గిల లాడాడు.

దొంగలు జరిపిన కాల్పుల వల్ల కాఫీ డే అద్దాలు పగిలేసరికి, అందులో ఉన్న జనం, పక్క షాపుల్లో ఉన్న జనం బయటకు వచ్చి, భయంతో దూరంగా పారిపోవడం మొదలుపెట్టారు. విక్రమ్ వాళ్ళతో పాటూ వెళ్ళకుండా పోలీసు జీపు వెనుక దాక్కుని, అనన్యను వెళ్ళిపొమ్మని చెప్పినా, ఆమె వినకుండా అతనితో పాటూ జీపు వెనకాల నక్కింది. కాస్సేపటికి ఆ వీధి అంతా ఖాళీ అయిపోయింది. ఎస్సై పక్కనే నేలమీద పడిఉన్న రివాల్వర్ అందుకుని, బ్యాంక్ వైపే చూస్తున్న విక్రమ్, ఏం చెయ్యదలుచుకున్నాడో తెలియక భయపడిపోతుంది అనన్య. వాళ్ళిద్దరూ జీప్ వెనుక నక్కి ఉన్నారని తెలియని దొంగలిద్దరూ, అటూ ఇటూ చూసుకుంటూ బరువయిన బ్యాగులతో బయటకు వచ్చారు. సరిగ్గా అదే సమయంలో ఒకతను భార్యా పిల్లలతో స్కూటర్ మీద వస్తూ, నిర్మానుష్యంగా ఉన్న వీధిని అనుమానంగా చూస్తున్న సమయంలో, బ్యాంక్ నుంచి వస్తున్న దొంగలను, వాళ్ళ చేతుల్లో ఉన్న గన్ లను చూసి, అనాలోచితంగా కేకలు వేసాడు. దాంతో విక్రమ్ భయపడినట్లే జరిగింది. ఆ రాక్షసుల తూటాలకు స్కూటర్ నడుపుతున్నతను బలి అయిపోయాడు. స్కూటర్ బోల్తా పడిపోయింది. అతని భార్యాపిల్లలు రోడ్డు మీద పడిపోవడంతో వాళ్లకు బాగా దెబ్బలు తగిలాయి.

"దుర్మార్గులారా ... ఆయనేం చేసారని అలా కాల్చిపడేసారురా?" అంటూ ఆడిపోసుకుంటున్న ఆమెను కూడా నిర్దాక్షిణ్యంగా కాల్చి చంపేసరికి విక్రమ్ రక్తం సల సలా మరిగిపోయింది. ఈ లోపులో పెళ్లి ఊరేగింపు వస్తున్న శబ్దం వినగానే విక్రమ్ బెంబేలెత్తిపోయాడు. 'దొంగలు స్కార్పియో దగ్గరకు వెళ్ళేలోపుగానే పెళ్లి ఊరేగింపు బ్యాంక్ కు దగ్గర పడిపోతుంది. ఈ పిచ్చికుక్కల మెషిన్ గన్ తూటాలకు అమాయకమయిన ప్రజలు బలియిపోతారు' అనే ఊహ రాగానే, ఇంకేమీ ఆలోచించదలుచుకోలేదతను. క్షణం ఆలస్యం చేయకుండా అతను జరిపిన కాల్పులకు ఆ దుండగులిద్దరూ నేలకొరిగారు. కాస్సేపటికి బ్యాంకు లోంచి, స్టాఫ్, కస్టమర్లు బయటకు వచ్చి విక్రమ్ ను అభినందిస్తూ చప్పట్లు కొట్టారు. అప్పటికి అక్కడికి చేరుకున్న పెళ్లి బృందం ఏం జరిగిందో తెలియక అయోమయంగా చూస్తూ ఉండిపోయింది

★★★

ఆ సంఘటన జరిగిన గంట తర్వాత, ఏ టీవిలో చూసినా అదే వార్త. ప్రతి ఛానెల్ లోనూ విక్రమ్ ని నిజమయిన హీరోగా పొగుడుతుంటే టీవీ చూస్తున్న అనన్య తల్లిదండ్రులకు అది 'కలా ? నిజమా?' అన్నంత దిగ్భ్రమ కలిగింది. వాళ్లకు తెలిసిన వాళ్ళందరూ "ఇంకేమీ ఆలోచించకండి. అతని లాంటి వాడు మీకు అల్లుడుగా దొరకడం ఎంతో అదృష్టం. మీరు ఏనాడో చేసుకున్న పుణ్యం. మీ అమ్మాయిని వెంటనే ఆ హీరోకి ఇచ్చి పెళ్లిచేయండి" ఫోన్లు చేసి తినేసారు. "నిజమేనండి. కులం దేముంది? ఇంతవరకూ పై కులం వాడిని చేసుకుంటే మన వాళ్ళు మనల్ని నిందిస్తారనే ఆలోచనతో భయపడ్డాము. ఇప్పుడు వాళ్ళే అంటున్నారు కదా? 'హీరో అని, గొప్ప దేశభక్తుడు అని' మీరింకేమీ ఆలోచించకండి. అతనే మన అల్లుడు" అంది అన్యన్య తల్లి. చిన్నగా నవ్వుతూ తలూపి అంగీకారాన్ని తెలిపాడు అనన్య తండ్రి.

# సెవెన్త్ సెన్స్

నవ్య వీక్లీ జూన్ 6, 2018

# సెవెంత్ సెన్స్

"వద్దూ... గోదావరి ఎక్స్ ప్రెస్ వద్దూ..." అంటూ చిన్న పిల్లాడిలా కేక పెట్టిన శశాంక్ ని చూసి నివ్వెరపోయాడు గౌతమ్. శశాంక్ ఎందుకు అలా అరిచాడో అర్థం కాలేదు అతనికి. శశాంక్ మొహంలో భయం చూసిన గౌతమ్ కి మతిపోయింది. వాళ్ళిద్దరూ మంచి స్నేహితులు. హైదరాబాదులో ఉన్న గౌతమ్ ని కలవడానికి, వైజాగ్ నుంచి వచ్చాడు శశాంక్. ఉద్యోగరీత్యా గౌతమ్ హైదరాబాదులో స్థిరపడ్డాడు. ఇంజనీరింగ్ పూర్తి చేసిన ప్రశాంత్, కొద్దిరోజుల్లో ఎమ్మెస్ చేయడానికి అమెరికా వెళుతున్నాడు. ఆ పనుల మీదే అతను హైదరాబాద్ వచ్చాడు. రెండు రోజుల్లో తిరుగు ప్రయాణం. ఆన్ లైన్ లో టికెట్ రిజర్వు చేయమని అడిగాడు శశాంక్. అందుకే, "గౌతమ్ గోదావరి ఎక్స్ప్రెస్ కి టికెట్ బుక్ చేయనా?" అన్నాడు. దానికి ఇలా పెద్ద కేక రూపంలో రియాక్షన్ వచ్చింది. గౌతమ్ చప్పున లేచి శశాంక్ దగ్గరికి వెళ్ళాడు. అతడి భుజం మీద చేయి వేసి సముదాయించాడు. అతను స్థిమితపడే వరకూ వేచి ఉన్నాడు. "ఏం జరిగింది? ఎందుకలా రియాక్ట్ అయ్యావు?" అని అనునయంగా అడిగాడు. అతను ఏం చెబుతాడోనని ఆసక్తిగా ఎదురు చూడసాగాడు. కాసేపటికి తేరుకున్న శశాంక్ చెప్పడం మొదలు పెట్టాడు.

★★★

మూడు రోజుల క్రితం గోదావరి ఎక్స్ ప్రెస్ లో శశాంక్ హైదరాబాద్ బయలుదేరాడు. తను ఎక్కిన బోగీలో ఎదురుగా ఉన్న సీట్లో, ఒక పెద్దాయన, అతని భార్య, శశాంక్ వయసున్న కుర్రాడు కూర్చున్నారు. వాళ్లే స్నేహపూర్వకంగా మాటలు కలిపి శశాంక్ వివరాలు తెలుసుకున్నారు. వారి మధ్య జరిగిన సంభాషణను బట్టి వారంతా ఒక పెళ్ళికి వెళ్తున్నారని, వారి కుమార్తె ఇంజనీరింగ్ చదువుతోందని, రేపటి నుంచి ఆమెకు పరీక్షలు
ఉండటంవల్ల, వాళ్ళ మావయ్య ఇంట్లో ఉంచవలసి వచ్చిందని తెలిసింది.

రాత్రి ఎనిమిది గంటల తర్వాత రైలు సామర్లకోట స్టేషన్ దాటిన తర్వాత, పెద్దాయనకు ఒక ఫోన్ కాల్ వచ్చింది. ఫోన్లో విన్న వార్తకు ఆయనకు మతిపోయింది. ఆయన ఫోన్లో విన్న విషయం భార్యకి, కొడుక్కి చెప్పాడు ఆదుర్దాగా. వాళ్ళ మాటలను బట్టి, వారి కూతురు 'విమల'

కనబడటం లేదని, ఎంత వెదికినా ఫలితం లేకపోయిందని శశాంక్ కి అర్థం అయింది. ఎంతో ఆందోళనతో వారు ముగ్గురూ తలో ఫోన్లో విషయం తెలుసుకోవడానికి ప్రయత్నించసాగారు.

ఉన్నట్టుండి పెద్దాయన అన్నాడు, "అజయ్ కి ఫోన్ చేయండి. వాడికి కచ్చితంగా తెలుస్తుంది" అని. వాళ్ల అబ్బాయి 'కిరణ్' అజయ్ నెంబర్ కి డయల్ చేశాడు .రెస్పాన్స్ రాలేదు. ఆ నెంబర్ మనుగడలో లేదని ఆన్సర్ వచ్చింది. తల్లి సెల్ఫోన్ లో కూడా అదే నెంబర్ ఉంది. దాంట్లో నుంచి ఫోన్ చేసినా కూడా అదే పరిస్థితి. అజయ్ కొత్త నెంబర్ వాళ్ళ ముగ్గురికి తెలియదు.

అజయ్ విమల్ క్లాస్మేట్ మాత్రమే కాదు, ఆమెకు చాలా మంచి స్నేహితుడు. అజయ్, విమలకు అత్యంత ఆప్తుడు కాబట్టి ఆమె ప్రతి కదలిక అతనికి కచ్చితంగా తెలుస్తుంది. అజయ్ కి చెప్పనిదే విమల ఏ పనీ చేయదు. అంత మంచి సంబంధం ఉంది వాళ్ళిద్దరి మధ్య. అజయ్ నెంబర్ తెలుసుకోవడానికి కిరణ్ ఎన్నో ప్రయత్నాలు చేశాడు. కానీ అతని కొత్త నెంబర్ కనుక్కోలేకపోయాడు.

ఇలా వాళ్లు తర్జనభర్జన పడుతుండగా, "అజయ్ నంబర్ నాకు తెలుసు" అంటూ శశాంక్ పెదవి విప్పాడు. నమ్మలేనట్లు చూశారు ఆ ముగ్గురూ అతని వైపు. "ఏ అజయ్ అనుకుంటున్నావు?" అని విసుగ్గా ప్రశ్నించాడు కిరణ్.

"గీతం కాలేజీ లో ఇంజినీరింగ్ చదువుతున్న అజయే కదా?" అన్న ప్రశ్న శశాంక్ నోట్లోంచి వెలువడగానే, ముగ్గురూ నోళ్ళు వెళ్ళబెట్టి అతన్నే చూస్తూ ఉండిపోయారు క్షణకాలం. "చెప్పండి, చెప్పండి, అతని నెంబర్" అంటూ ఆదుర్దాగా అభ్యర్థించాడు కిరణ్.

నెంబర్ తెలియగానే శరవేగంతో ఆ నంబర్ కి డయల్ చేసి సమాధానం కోసం ఎదురు చూడసాగాడు కిరణ్. అవతల అజయ్ మాటలు వినిపిస్తున్నాయి. "థాంక్ గాడ్. మీ కోసమే ప్రయత్నిస్తున్నాను చాలా సేపటినుంచి. ఇంటికి వెళితే తాళం వేసి..." అంటుండగా సిగ్నల్ లేకపోవడంతో లైన్ కట్ అయింది. "ఛ" అని నిరాశగా పలికి సిగ్నల్ కోసం ఎదురుచూస్తూ ఉండిపోయాడు. కాసేపట్లో ఫోన్ రింగ్ అయింది. కాల్ అజయ్ నుంచే. అతను చెప్పేది శ్రద్ధగా వింటున్నాడు, కిరణ్. తోటి ప్రయాణికులకు విషయం అర్థం అయింది కాబట్టి, అతన్ని డిస్టర్బ్ చేయకుండా ఏం జరుగుతుందోనని ఉత్సుకతతో వాళ్ళ పనులు మానుకొని ఆ కుటుంబం వైపే చూడసాగారు. అయితే ఇదంతా ఆ కుటుంబానికి కొంచెం ఇబ్బందిగానే ఉంది. అజయ్ చెప్పిన విషయాలు మెల్లగా తల్లిదండ్రులకు చెప్పాడు కిరణ్. శశాంక్ మాత్రమే వాళ్లకి దగ్గరగా కూర్చున్నాడు కాబట్టి అతనికి మాత్రమే అజయ్ చెప్పే మాటలు వినిపించాయి. మాటల సారాంశం ఏమిటంటే, విమల తన క్లాస్మేట్ అభినవ్ తో లేచిపోయింది. అజయ్ ఎంత ప్రయత్నించినా ఆపలేకపోయాడు. అయితే అనుక్షణం ఆమెకు తెలియకుండా ఆమె కదలికలను గమనిస్తూ, వారిద్దరూ హౌరా వెళ్లే రైలు లో రాత్రి ఏడు గంటలకు బయలుదేరడం చూశాడు. వాళ్లు ఎక్కిన కోచ్ నెంబర్ కూడా నోట్ చేశాడు. ఇలా ఆ కుటుంబానికి ముఖ్యమైన సమాచారం అందజేశాడు అజయ్.

విషయం తెలుసుకున్న పెద్దాయన, తీవ్రంగా ఆలోచించి శ్రీకాకుళంలో ఉన్న, ఆయన తమ్ముడికి ఫోన్ చేసి, జరిగిన విషయం చెప్పి, శ్రీకాకుళం రోడ్డు రైల్వే స్టేషన్లో విమలను పట్టుకోమని చెప్పి, రైలు బోగి నెంబర్ డీటెయిల్స్ చెప్పాడు. అయితే విమల ఎక్కిన రైలు, శ్రీకాకుళం రోడ్డు చేరడానికి ఇంకా టైం పడుతుంది కాబట్టి, కబురు తెలియడానికి ఎంత టైం పడుతుందో లెక్కలు వేసుకుంటూ మాట్లాడుకోసాగారు ఆ ముగ్గురు. ఆ టైం వచ్చేంతవరకూ ఉత్కంఠభరితంగా నిరీక్షిస్తున్నారు, నిశ్శబ్దంగా. 'అజయ్, శశాంక్ కి ఎలా తెలుసు?' అనే సందేహం కిరణ్ ని వేధిస్తున్నా, దానిని పక్కన పెట్టి, ఫోన్ కోసం ఎదురుచూడసాగాడు.

అనుకున్న సమయం వచ్చింది. ఫోన్ మోగింది. ఫోన్లో విన్న వార్త, అందరినీ ఆనందపరిచింది. విమల తల్లి కనిపించని దేవుళ్లకు మొక్కుకుంది. కాసేపటిలోనే విమల తండ్రి ముఖంలో ఆనందం పోయి, ఆలోచనతో గాంభీర్యం చోటుచేసుకుంది. కూతురు గురించే ఆయన ఆలోచిస్తున్నాడని శశాంక్ తెలుసుకున్నాడు. ఈ విషయం పూర్తిగా అర్థం కాకపోయినా సమస్య పరిష్కారమైనందుకు తోటి ప్రయాణికులు కూడా ఆనందించారు.

అప్పుడు అడిగాడు కిరణ్, "అజయ్ మీకు ఎలా తెలుసు?" అని. శశాంక్ చెప్పిన సమాధానానికి అతను ఉలిక్కిపడ్డాడు. అతనొక్కడే కాదు అక్కడున్న వాళ్లంతా అవాక్కయ్యారు.

"అజయ్ ఎవరో నాకు నిజంగా తెలియదు. ఆ క్షణంలో అజయ్ వివరాలు, అతని ఫోన్ నెంబరు నా మెదడులోకి ఎలా వచ్చాయో అస్సలు అర్థం కావడం లేదు" అని చెప్పగానే, కిరణ్ నమ్మలేదు.

"జోక్ చేయకండి. చాలా పెద్ద హెల్ప్ చేశారు. చాలా థాంక్స్. కానీ అసలు విషయం చెప్పండి" అన్నాడు కిరణ్ సీరియస్ గా. "నేను నిజమే చెప్తున్నాను. నాకూ అర్థం కావడం లేదు, ఆ వివరాలు నాకు ఎలా అందాయోనని"అంటూ సిన్సియర్ గా చెప్పాడు శశాంక్ . అతని కళ్లలో కనిపించిన నిజాయితీకి కరిగిపోయిన కిరణ్, శశాంక్ ను వదిలి, అజయ్ కి ఫోన్ చేసి, అతనికి థాంక్స్ చెప్పి, వాళ్ళ చిన్నాన్న విమలను క్షేమంగా తీసుకెళ్ళాడన్న వార్త కూడా చెప్పాడు. పనిలో పనిగా శశాంక్ పేరు, వివరాలు అజయ్ కి చెప్పి,

"శశాంక్ ఎవరో నీకు తెలుసా" అని అడిగాడు. తను ఆ పేరే వినలేదని, తనకెలాంటి పరిచయం లేదని అజయ్ చెప్పగానే కిరణ్ మరోసారి విస్తుపోయాడు. 'ఒక సమస్యకు పరిష్కారం దొరికింది. మరి, ఈ పజిల్ కి సమాధానం దొరకలేదు' అని గొణుక్కున్నాడు. శశాంక్, మరో ప్రశ్నకు తావు ఇవ్వకుండా, పై బెర్త్ ఎక్కి పడుకున్నాడు. హైదరాబాదు వచ్చేవరకూ లేవలేదు. కిరణ్ కుటుంబం సికింద్రాబాదులో దిగిపోయింది.

★★★

ఆ మర్నాడు మళ్లీ మరో వింత జరిగింది. హైదరాబాదులో ఒక షాపింగ్ మాల్ లో, ఒక అమ్మాయి షాపు యజమాని తో ఘర్షణ పడే దృశ్యం, శశాంక్ ని ఆకర్షించింది. టీనేజ్లో చాలా స్టైల్ గా ఉన్న ఆ అమ్మాయి, సంపన్న కుటుంబం నుంచి వచ్చింది అని చెప్పకనే చెబుతోంది.

ఇంతకు విషయం ఏమిటంటే ... షాపింగ్ చేస్తుండగా పొరపాటున ఆమె చేయి తగిలి ఖరీదైన బొమ్మ ఒకటి కింద పడి పగిలిపోయింది. దాని ఖరీదు ఆరువేల రూపాయలని, వెంటనే ఆ సొమ్ము చెల్లించాల్సిందేనని షాపు యజమాని పట్టుబడుతున్నాడు. తన తప్పేమీ లేదని వాళ్లే ఆ బొమ్మను జాగ్రత్తగా పెట్టలేదని ఆమె వాదిస్తుంది. డబ్బు తెచ్చిన గర్వం, పొగరు ఆమెలో స్పష్టంగా కనిపిస్తున్నాయి. తను కేంద్రమంత్రి కుమార్తెనని చెప్పినా షాపు యజమాని లక్ష్యపెట్టలేదు ఆరువేలూ కట్టాల్సిందేనని స్థిరంగా పలికాడు. ఇక లాభం లేదు అనుకొని హ్యాండ్ బ్యాగ్ లో ఉన్న డబ్బు తీసి లెక్క పెట్టింది. బేగ్ లోంచి క్రెడిట్ కార్డు తీసి, కేష్ కౌంటర్ లోకి నిర్లక్ష్యంగా విసిరింది. షాపు యజమాని స్వైప్ చేసి, పిన్ నెంబర్ ఎంటర్ చేయమని మెషీన్ ఆమె ముందుకు తోసాడు. పిన్ నెంబర్ ఆమెకు గుర్తుకు రాలేదు. సెల్లో వెతికింది. దొరకలేదు. ఎంత ఆలోచించినా తట్టలేదు. ఆ సమయంలో శశాంక్ అక్కడే, ఆమె వెనకాలే నిలబడి ఉన్నాడు. ఇదంతా మొదటి నుంచి గమనిస్తున్నాడు శశాంక్. ఆమెకు ఒక పరిష్కారం చెప్పడం కోసం అనాలోచితంగా ఒక తొందరపాటు నిర్ణయం తీసుకున్నాడు. ఆమెకు మాత్రమే వినబడేటట్లు 'మూడు మూడు ఏడు రెండు' అంటూ పిన్ నెంబర్ చెప్పాడు. ఆమె 'ఎస్' అనుకుంటూ వేగంగా ఆ నెంబర్ ని ఎంటర్ చేసింది. వెంటనే బిల్లు, మిషన్ నుంచి బయటకొచ్చింది. అలా ఆ సమస్య నుంచి బయట పడిన తర్వాత గానీ ఆమెకు ఏమి జరిగిందో అర్థం కాలేదు. అప్పుడు రియాక్టయిన ఆ అమ్మాయి, అతని

వైపు సీరియస్ గా చూసి, "నా పిన్ నెంబర్ నీకెలా తెలిసింది?" అని అరిచింది కోపంగా, అందరికీ వినిపించేటట్లు.శశాంక్ కి అంతా అయోమయంగా ఉంది. ఆమె పిన్ నెంబర్ అతనికి తట్టడం, వెనకా ముందు ఆలోచించకుండా ఆమెకు తను ఆ నెంబర్ చెప్పడం, ఒక అసంకల్పిత చర్యగా జరిగి పోయింది. దాని పర్యవసానం ఎలా ఉంటుందోనని, అతనికి చాలా భయమేసింది. ఆమె శశాంక్ కాలర్ పట్టుకొని చకచకా ఎవరెవరికో ఫోన్ చేసి, పోలీసుల్ని పిలవాలని ఆర్డర్ వేసింది. పోలీసుల ప్రస్తావన రాగానే శశాంక్, గింజుకొని బయటికి పారిపోదామని ప్రయత్నించాడు. అప్పటికే మాల్ లో ఉన్న జనం వాళ్ళిద్దరి చుట్టూ చేరి, శశాంక్ పారిపోకుండా నివారించారు. జరిగిన విషయం వాళ్లకు స్పష్టంగా తెలియకపోయినా శశాంక్ ఏదో నేరం చేసి ఉంటాడని వాళ్ళు నమ్మారు. జరిగిన విషయం తెలుసుకున్నాక, వాళ్ళు ఆ అమ్మాయి పక్షాన చేరి అతన్ని ఒక నేరస్తుడిగా చూడసాగారు. ఈలోపులో పోలీసులు వచ్చారు. ఇన్స్పెక్టర్ విషయం తెలుసుకుని, కేంద్ర మంత్రి కూతురయిన ఆ అమ్మాయిని, పోలీస్ స్టేషన్కు వచ్చి కంప్లైంట్ ఇవ్వమని వినయంగా అడిగాడు. శశాంక్ ని జీపెక్కించి స్టేషన్ కి తీసుకెళ్ళాడు.

★★★

పోలీసుల బారి నుంచి ఎలా బయటపడాలో శశాంక్ కు అర్థం కావడం లేదు. అతన్ని ఎవరూ నమ్మడం లేదు. తన గురించి అతనికి ఇంకా ఏమి తెలుసో ఎంక్వయిరీ చేయడానికి ఆ అమ్మాయి పోలీస్ స్టేషన్ లోనే సెటిల్ అయిపోయింది. శశాంక్ నుంచి విషయం ఎలా రాబట్టాలా అని ఇన్స్పెక్టర్ తీవ్రంగా ఆలోచిస్తున్న తరుణంలో, శశాంక్ పెదవి నుంచి ఒక గంభీరమైన ప్రశ్న వెలువడింది. "మీది రాజమండ్రి కదా? మీ నాన్నగారు సాంబ మూర్తి గారికి డాక్టర్ చిరంజీవి దగ్గర వైద్యం చేస్తున్నారు కదా?" అని అడిగాడు.ఇన్స్పెక్టర్ ని. "అవును నీకెలా తెలుసు? మీదీ రాజమండ్రి అయి ఉంటుంది. అవునా?" అని విసురుగా ప్రశ్నించాడు ఇన్స్పెక్టర్. తనది రాజమండ్రి కాదని, విశాఖపట్నమని, అతని తండ్రికి వ్యాధి బాగా ముదిరి పోయిందని, ఈ పాటికే చనిపోయి ఉంటాడని అనేసరికి ఇన్స్పెక్టర్ కి విపరీతమైన కోపం వచ్చింది. "ఏంట్రా? నీ పిచ్చి మాటలు?" అని కోపంతో అరుస్తుండగా,సెల్ ఫోన్ మోగడంతో ఆ ప్రయత్నాన్ని విరమించుకుని ఫోన్లో మాట్లాడాడు. ఆ తర్వాత అప్రయత్నంగా లాఠీ వదిలి, "అవును. మా నాన్నగారు ఇప్పుడే చనిపోయారు" అన్నాడు విషాదంగా. ఇదంతా వింటున్న ఆ అమ్మాయి నోరు వెళ్ళబెట్టి చూడసాగింది, అయోమయంగా.

ఆ సమయంలో స్టేషన్ లోకి అడుగు పెట్టాడు కేంద్రమంత్రి అర్జునరావు. కూతురు చెప్పిన విషయాలన్నీ విన్న మీదట అతనికి ఐడియా వచ్చింది. వెంటనే తన సిబ్బంది సహకారంతో శశాంక్ ని తన ఇంటికి లాక్కుపోయాడు. శశాంక్ కి కొన్ని సూపర్ నేచురల్ పవర్స్ ఉన్నాయని బలంగా నమ్మిన అర్జునరావు, తన స్వార్థ ప్రయోజనాలకు శశాంక్ ను వాడుకోవాలని అనుకున్నాడు. అతనికి ఉన్న అతీంద్రియ శక్తుల ద్వారా లాటరీ లోనూ షేర్ మార్కెట్ లోనూ చాలా డబ్బు గడించవచ్చునని, రాబోయే ఎన్నికల ఫలితాలు ముందుగానే తెలుసుకోవచ్చునని, క్రికెట్ బెట్టింగ్ లలో కూడా లాభపడవచ్చునని పలురకాలుగా ఆసక్తి పెంచుకున్నాడు. అనుకున్నవన్నీ సాధించడానికి అతను

అప్పుడే ప్రయత్నాలు ప్రారంభించాడు అతని చేతిలో బందీగా ఉన్న శశాంక్ కి ఈ పరిస్థితి బాగా అర్థమైంది. అక్కడి నుంచి తప్పించుకోవడానికి విశ్వప్రయత్నాలు చేశాడు. తను తప్పించుకో లేకపోతే తన భవిష్యత్తు మొత్తం నాశనం అయిపోతుందని గట్టిగా నమ్మాడు. చివరికి అతని ప్రయత్నం ఫలించింది. అక్కడి నుంచి ఏదో రకంగా బయటపడి, ఎవరి కంటా పడకుండా విశాఖపట్నం చేరుకున్నాడు. ఆ తర్వాత అమెరికా వెళ్ళిపోయాడు.

★★★

అమెరికాలో తెలివిగా వ్యవహరించాలని, ఎలాంటి చిక్కులలోనూ ఇరుక్కోకూడదని, దేశం కాని దేశంలో తనను కాపాడే వారు ఎవరూ ఉండరని గ్రహించుకుని, జాగ్రత్తగా ఉండసాగాడు.

అలా కొన్ని రోజులు గడిచాయి. శశాంక్ చదువుతున్న యూనివర్సిటీలో, 'పారా సైకాలజీ డిపార్ట్మెంట్' ఉందని తెలుసుకుని, ఆ డిపార్ట్మెంట్ హెడ్ 'ప్రొఫెసర్ ఆల్బర్ట్' ని కలిసే ప్రయత్నం చేశాడు శశాంక్. చాలా బిజీగా ఉన్న ప్రొఫెసర్, ఒక గంట తర్వాత మాత్రమే శశాంక్ కి అవకాశం ఇచ్చాడు. శశాంక్, తనను తాను పరిచయం చేసుకుని, ఓపిగ్గా జరిగిన విషయాలన్నీ పూసగుచ్చినట్లు అతనికి వివరించాడు. శశాంక్ చెబుతున్నదంతా ఆల్బర్ట్ చాలా శ్రద్ధగా, ఆసక్తిగా విన్నాడు. వింటూనే దానికి సంబంధించిన సైద్ధాంతిక విషయాల గురించి ఆలోచించసాగాడు. పారా సైకాలజీ విభాగం వారికి ఇలాంటి విషయాలు కొత్తేమీ కాదు. కానీ శశాంక్ చెప్పిన విషయాలు ప్రొఫెసర్ కి కొత్తగానే ఉన్నాయి. మధ్య మధ్య ఆల్బర్ట్ అడిగిన ప్రశ్నలు, కోరిన వివరణలు

అతన్ని బాగా ఇంప్రెస్ చేసాయి. తాను సరైన వ్యక్తి దగ్గరికి వచ్చాడని, తన సమస్య ఈ ప్రొఫెసర్ వల్ల పరిష్కారం కావచ్చునని అతను ఆశపడ్డాడు.

గతంలో ఇలాంటి సంఘటనలు జరిగాయని చెబుతూ, నోస్ట్రడామస్ వంటివారు ముందుగానే ఊహించినవి చాలావరకూ నిజమయ్యాయని ఆల్బర్ట్ చెబుతున్నప్పుడు, వీర బ్రహ్మం గారి జోస్యం గుర్తొచ్చింది, శశాంక్ కి. ఇంకా అనేక విషయాల గురించి చెబుతూ, తన ల్యాప్టాప్లో భద్రపరచిన చిత్రాలు, వీడియోలు, న్యూస్ పేపర్ కటింగ్లు చూపించి,

"ఇటీవల కాలంలో ఇలాంటి సంఘటనల గురించి విస్తృతమైన పరిశోధన జరుగుతోంది. టెక్సాస్ యూనివర్సిటీ లో 'జాన్ మ్యాథ్యూస్' దీనిపై చాలా విస్తారమైన పరిశోధనలు చేస్తున్నారు. ఈ విషయం ఆయనతో చర్చించవచ్చు" అని సలహా ఇచ్చాడు ప్రొఫెసర్.

జాన్ మ్యాథ్యూస్ ఇంటర్వ్యూ తాలూకు వీడియోను కూడా శశాంక్ చూపించాడు. శశాంక్ విషయంలో జరిగిన సంఘటనలాంటి వాటి గురించి కూడా ప్రొఫెసర్ జాన్, ఆ వీడియోలో మాట్లాడాడు. కొంతమంది వ్యక్తులకు కొన్ని సందర్భాలలో బ్రెయిన్ వేవ్స్ యాక్టివేట్ అవుతాయి. మెదడు నుంచి వెలువడే కొన్ని సంకేతాలు, కొన్ని కొత్త విషయాలను మెదడుకు చేరవేస్తాయి. అప్పుడు కొంతమంది వ్యక్తులు, ఆ విషయాలను బయటపెట్టి, అతీంద్రియ శక్తులు ఉన్నట్లు ప్రవర్తిస్తారని, వాళ్లు చెప్పే విషయాలు నిజం కావడంతో, వారికి మానవాతీత శక్తులు ఉన్నట్లు ప్రజలు నమ్ముతారని అన్నాడు. ఇటీవల కాలంలో 'నియో పారా సైకాలజీ' అనే విభాగం ఏర్పడిందని, ఇటువంటి సంఘటనల గురించి విస్తృత పరిశోధనలు జరుగుతుందని, చెప్పాడు.

"నాకు కూడా అటువంటి పరిశోధనలు విస్తృతంగా చేయాలనే కోరిక ఉంది. శశాంక్... దయచేసి నాకు సహకరించు. నువ్వు సహకరిస్తేనే నాకు సాధ్యపడుతుంది" అని రిక్వెస్ట్ చేసాడు. కానీ శశాంక్ అతన్ని పట్టించుకోలేదు. ఆ విషయం పట్ల ఏమాత్రము ఆసక్తి చూపించలేదు. తాను దేనికైతే దూరంగా ఉండాలనుకుంటున్నాడో, దానితోనే ఇలాంటి పరిశోధనలు జరగడం వల్ల మేలు కన్నా కీడే ఎక్కువ జరుగుతుందని శశాంక్ భయపడ్డాడు. కానీ ఆ భావాలు బయటకు వ్యక్తం చేయకుండా అతను జాగ్రత్త పడ్డాడు. అయితే అవతలి వ్యక్తి సైకాలజీ ప్రొఫెసర్ అనే సంగతి ఆ క్షణంలో మర్చిపోయాడు శశాంక్. అతడి మనసులోని ఆలోచనలను పసిగట్టిన ఆల్బర్ట్,

"ఓకే మై బాయ్. నువ్వు పూర్తిగా మానసికంగా సిద్ధమైనప్పుడే ఆలోచిద్దాంలే" అని చిన్నగా నవ్వి,

"బై ది వే, నా గురించి నీకు ఏమైనా తట్టిందా? అంటే, నీ మనసు నా గురించి ఏదైనా పసిగట్టిందా?" అని కాకతాళీయంగా ప్రశ్నించాడు. నిజానికి శశాంక్, ప్రొఫెసర్ గురించే ఆలోచిస్తున్నాడు. అందువల్ల అతని ముఖంలో కొంత మార్పు వచ్చింది. అది ప్రొఫెసర్ గమనించాడు.

"వావ్...! నా గురించి నీకు ఏదో తెలిసింది. ఏమిటో చెప్పు" అని హుషారుగా అడిగాడు. అది ఏమిటో తెలుసుకోవాలని చాలా కుతూహలంగా ఉన్నాడు. "ఏం లేదు. ఏం లేదు" అని దాటవేయబోయాడు శశాంక్. ఆల్బర్ట్ మాత్రం వదల్లేదు. మొండి పట్టుపట్టాడు.

"ఆ విషయం చెబితే, మీరు నన్ను చంపేస్తారు" అన్నాడు శశాంక్ నెమ్మదిగా. అతని కంఠంలో భయం ధ్వనించింది. ఆల్బర్ట్ మొహంలో మార్పు వచ్చింది. అతని ముఖంలో నవ్వు మాయమైంది. శశాంక్ మనసులో ఏముందో తెలుసుకోవాలనే ఆత్రుత మొదలైంది. అదేమిటో చెప్పమని ఆల్బర్ట్ తీవ్రమైన ఒత్తిడి చేశాడు. అనునయంగా బతిమాలసాగాడు చాలా సేపటి వరకూ. ఏమీ చెప్పకుండా మౌనంగా ఉండిపోయాడు శశాంక్. కానీ విషయం బయట పెట్టక తప్పలేదు. నెమ్మదిగా పెదవి విప్పాడు.

"ఈరోజు సాయంత్రం మీరు, మీ భార్య కేథరిన్ ని హత్య చేయబోతున్నారు. కేథరిన్ కి, జార్జికి అక్రమ సంబంధం ఉందని నమ్మిన మీదట మీరీ నిర్ణయం తీసుకున్నారు" అనే మాటలు అతని నోట వెలువడటంతో ఆల్బర్ట్ కి ముచ్చెమటలు పోశాయి. ఎవరైనా ఆ మాటలు విన్నారేమోనని లేచి నిలబడి, అటూ ఇటూ చూసి, చుట్టుపక్కల ఎవరూ లేకపోవడంతో తేలిగ్గా ఊపిరి తీసుకుని, పిచ్చివాడిలా చూస్తూ ఉండిపోయాడు.

"నేను చెప్పింది నిజమేనా?" అని రెట్టించి అడిగాడు శశాంక్, ప్రొఫెసర్ కళ్ళలోకి చూస్తూ. ప్రొఫెసర్ తలదించుకుని,

"నిజమే" అన్నాడు.

"మీరు పొరబడ్డారు. మీరు అనుకున్నట్లు వారిద్దరి మధ్య ఎలాంటి అక్రమ సంబంధమూ లేదు. నిజాలు మీకు నిలకడమీద తెలుస్తాయి. కాస్త ఓపిక పట్టండి" అన్నాడు. ఆ మాటలకు ఆల్బర్ట్ నిర్ఘాంతపోయాడు.

శశాంక్ ఇలా తన దగ్గరకు రాకుండా ఉండి ఉంటే, ఎంత పొరపాటు జరిగి ఉండేదోనని ఊహించుకుని వణికిపోయాడు. "ఏ తప్పు చేయకుండా నన్ను ఆపినందుకు, నా ప్రియమైన కేథరిన్ కి ఏ హానీ జరగనందుకు జీవితాంతం మీకు రుణపడి ఉంటాను" అని శశాంక్ చేతులు పట్టుకున్నాడు. శశాంక్ చప్పున చేతులు వెనక్కి తీసేసుకున్నాడు. ఇప్పుడు అతని మనసులో గిల్టీ ఫీలింగ్ ఉంది. అతను ఆల్బర్ట్ తో అబద్ధం చెప్పాడు, 'కేథరిన్ కి, జార్జికి అక్రమ సంబంధం లేదని'. అలా చెప్పకపోతే ఆల్బర్ట్ రాక్షసుడు అయిపోతాడు. వారితో పాటు తనను కూడా చంపి తీరుతాడు అని గ్రహించాడు. ఈ భావాలన్నీ పైకి కనబడకుండా జాగ్రత్త పడడానికి, అతను చాలా కష్టపడవలసి వచ్చింది. ఆల్బర్ట్ వాటిని గుర్తించే స్థితిలో లేడు.

చాలా సేపటి వరకూ ఆల్బర్ట్ మామూలు మనిషి కాలేకపోయాడు. ఆ తర్వాత, ఏదో గుర్తొచ్చిన వాడిలా బ్యాగ్ లోంచి గులాబి రంగులో ఉన్న అందమైన ఫ్లాస్క్ తీసి పైన పెట్టాడు. ఆప్యాయంగా దానిని చేతిలోనికి తీసుకొని నిమిరాడు. నాకోసం నా ప్రియమయిన కేథరిన్ కలిపిన

కాఫీ దీనిలో ఉంది. నా పిచ్చి ఆలోచనలతో దీన్ని పట్టించుకోకుండా వదిలేసాను" అంటూ రెండు గ్లాసులు తీసి టేబుల్ మీద పెట్టాడు. తనకు కాఫీ అలవాటు లేదని శశాంక్ చెప్పడంతో,

"ఐ పిటి యు మై బాయ్. అమృతం లాంటి కాఫీ మిస్ అవుతున్నావు" అంటూ కాఫీ తాగడం మొదలు పెట్టాడు ఆల్బర్ట్. కాఫీ తాగుతున్నంతసేపూ భార్య గురించే మాట్లాడాడు. అతను ముఖంలో ఎంతో ప్రశాంతత, ఆనందం కనిపిస్తున్నాయి.

కానీ శశాంక్ మనసు అల్లకల్లోలంగా ఉంది. ఏదో కీడు జరగబోతుందని, అతని మనసు చెపుతుంది. ఇంతకుముందులా, ఆ విషయంలో స్పష్టత రావడం లేదు. అంతవరకూ అతనికి ఉన్న 'సెవెంత్ సెన్స్' క్రమ క్రమంగా మాయమవుతున్నట్లు తెలుస్తుంది. ఎంత గింజుకున్నా, జరగబోయేదేమిటో తెలియడం లేదు. ఏదో పెద్ద ప్రమాదం జరగబోతుందన్న విషయం మాత్రం పసిగట్టి, కిందా మీదా పడిపోతున్నాడు. తనని ఆవహించిన అతీంద్రియ శక్తి ఎలా హఠాత్తుగా వచ్చిందో, అలాగే మాయమయిపోతుందని అతనికి అర్థమయింది.

అతనూహించినట్లే, కీడు జరిగింది. కాఫీ తాగి ఫ్లాస్క్ లోపల పెడుతున్న తరుణంలో, గిలగిలా కొట్టుకుంటూ అక్కడే ప్రాణాలు వదిలాడు ఆల్బర్ట్. అది చూసి శశాంక్ పెట్టిన గావుకేక కు డిపార్ట్మెంట్ సిబ్బంది, పరిగెత్తుకొని వచ్చారు. అక్కడ చచ్చిపడి ఉన్న ఆల్బర్ట్ శవాన్ని చూసి నిశ్చేష్టులయ్యారు.

★★★

పోలీస్ ఎంక్వయిరీలో కేథరిన్ కాఫీ ద్వారా చేసిన విష ప్రయోగం వల్లనే ఆల్బర్ట్ మరణించాడని తెలిసింది. శశాంక్ ఆ షాక్ నుంచి తేరుకోవడానికి రెండు వారాల పైనే పట్టింది. తర్వాత ఎప్పుడూ అటువంటి సంఘటనలు జరగలేదు. అతనికి ఎటువంటి అసాధారణమయిన ఆలోచనలూ రాలేదు.

ప్రతి మనిషికి 'పంచేంద్రియాలు' అనే ఐదు సెన్స్ లు ఉంటాయి. సిక్త్ సెన్స్ అనేది ఒక కల్పితమైన సెన్స్. దానితో మనుషులు స్పందిస్తారనే వార్తలు పదే పదే వినడంతో, అది సాధారణ విషయం అయిపోయింది. తను ఇంతకాలం అనుభవించినది, సిక్త్ సెన్స్ కన్నా అతీతమయినదని, అది సెవెంత్ సెన్స్ అయిఉంటుందని, శశాంక్ అభిప్రాయపడ్డాడు. దానికి కారణం ఇప్పుడు కాకపోయినా, భవిష్యత్తులోనయినా శాస్త్రజ్ఞులు కనుగొనగలరని ఆశించాడు శశాంక్.

# టెన్షన్ టెన్షన్

(ప్రతిలిపి 2018)

# టెన్షన్ టెన్షన్

"శేషూ ... వెంటనే మా ఇంటికి రా" అంటూ ఫోన్లో బతిమాలుతున్న సాకేత్ కంఠం వణికింది. భయం అతని గొంతులో స్పష్టంగా ధ్వనించింది.

"ఇంత రాత్రివేళ రమ్మంటావేమిటి? ఏం జరిగింది? ఎందుకలా కంగారు పడుతున్నావు?" శేషు గొంతులో ఆదుర్దా.

"ఫోన్లో చెప్పే విషయం కాదు. నువ్వు వెంటనే బయల్దేరిరా. చాలా సీరియస్ మేటర్. నాకు కాలూ చెయ్యి ఆడటం లేదు" అతని గొంతులో వణుకు తగ్గడం లేదు. "సరే సరే. నువ్వేమీ గాబరా పడకు. నేను బయల్దేరి వస్తున్నాను" అంటూ ఫోన్ కట్ చేసాడు శేషు.

సాకేత్ ఒక మెడికల్ కంపెనీలో ఏరియా మేనేజర్. తరచూ ఆఫీసు పనుల మీద క్యాంపులకు వెళ్తూ ఉంటాడు. కీర్తి, అతని భార్య. వారి నివాసం, రాయల్ అపార్ట్మెంట్. శేషు, సాకేత్ కి బెస్ట్ ఫ్రెండ్ మాత్రమే కాదు. ఫ్రెండ్, ఫిలాసఫర్, గైడ్ అని చెప్పవచ్చును. శేషు కన్నా రెండేళ్లు చిన్నవాడయిన సాకేత్, అన్ని విషయాల్లో అతనికన్నా తాను, చాలా తక్కువని ఫీల్ అవుతూ ఉంటాడు. శేషు చాలా తెలివయినవాడని, అతనికి తెలియనిదంటూ ఏదీ లేదని నమ్ముతూ, అతన్ని విపరీతంగా ఎడ్మైర్ చేస్తూ ఉంటాడు. ఏ సలహా కావాలన్నా, ఏ సాయం కావాలన్నా ముందుగా అతన్నే అడుగుతాడు. ఎవరితోనూ పంచుకోని కుటుంబ విషయాలను సైతం అతనితోనే చర్చిస్తూ ఉంటాడు.

★★★

శేషు లోపలికి రాగానే, హడావిడిగా తలుపేసి గడియ పెట్టాడు.

"ఏం జరిగింది?" అని అడుగుతున్న శేషుకి సమాధానం చెప్పకుండా, అతని చేయిని పట్టుకొని బెడ్ రూములోకి తీసుకెళ్ళాడు. అక్కడ కనిపించిన దృశ్యం, శేషు మతి పోగొట్టింది. అతని ముఖంలో భయం, కంగారు కనిపించాయి.

"శ.....శవం...!!! ఎవరిది? ఎందుకు చంపావు?"

"నేను చంపడమేమిటి? ఇతనెవరో నాకు తెలియదు. ఇతన్ని చూడడం ఇదే మొదటిసారి. అసలు ఈ శవం ఇక్కడికి ఎలా వచ్చిందో తెలియడం లేదు" అంటున్న సాకేత్ ని, శవాన్ని మార్చి మార్చి చూసాడు శేషు, అనుమానంగా.

"నిజం శేషూ. నాకేమీ తెలియదు. నన్ను నమ్ము. నేను అరగంట క్రితమే కేంపు నుంచి వచ్చాను. నీకు తెలుసుగా కీర్తి, పుట్టింటికి వెళ్లిందని. ఇంట్లోకి అడుగుపెడుతూనే, ఏదో చెడు వాసన గమనించి, బెడ్ రూమ్ కి వెళ్లాను. అక్కడ ఈ శవం కనిపించేసరికి ప్రాణం పోయినంత పనైంది. పదినిమిషాల వరకూ షాక్ నుంచి కోలుకోలేకపోయాను" అన్నాడు.

శవాన్ని ఒకసారి పరిశీలనగా చూసాడు శేషు. బీరువా పక్కన, ఒక మూలన నిలబెట్టి ఉందా శవం. దాని ఒంటిపై ఉన్న దుస్తులను బట్టి, అదొక 'లో క్లాస్' మనిషిదిగా అనిపిస్తుంది. సన్నగా, నల్లగా ఉన్న యువకుడి శవం అది. ముఖం మీద కనిపిస్తున్న గాయాలను బట్టి, తల వెనుక గడ్డ కట్టిన రక్తాన్ని బట్టి, అతన్ని ఎవరో బలంగా కొట్టి, చంపేసినట్లు తెలుస్తుంది. కర్చీఫ్ ముక్కుకు అడ్డంగా పెట్టుకొని,

"వాసన రావడం మొదలయిందంటే... నిన్నో, మొన్నో ఈ హత్య జరిగి ఉంటుంది. ఈ హత్య ఇక్కడే జరిగి ఉంటే, పెనుగులాట కారణంగా ఇక్కడ సామాన్లన్నీ చిందర వందరగా ఉండాలే! ఎక్కడా రక్తపు మరకలు కూడా కనిపించడం లేదు !" అంటూ ఆశ్చర్యపోయాడు శేషు.

"నువ్వన్నది కరక్టే. నువ్వు వచ్చే లోపల, నేనే సామాన్లన్నీ సర్దేసి, రక్తం మరకలు కూడా తుడిచేసాను. ఇప్పుడేం చేద్దాం? పోలీసులను పిలుద్దామా?" అని అడుగుతుంటే, ఉలిక్కి పడ్డాడు శేషు.

"నీకసలు బుర్ర లేదు. పోలీసులకు చెపితే నిన్ను బొక్కలో పెడతారు. సామానులన్నీ సర్దేసి, రక్తం మరకలు తుడిచేసినందుకు నిన్ను అరెస్ట్ చేయడం ఖాయం" అంటూ విసుక్కున్నాడు.

"నిజమే... ఆ విషయం ఈ మట్టి బుర్రకు తట్టలేదు" అంటూ తల గోక్కుని, "మరి ఇప్పుడేం చేద్దాం?" అని అడిగాడు, సాకేత్.

"ఈ శవాన్ని ఎక్కడయినా పాతిపెట్టాలి. అర్ధరాత్రి అయింది కాబట్టి, ఆ పని ఇప్పుడే చేసెయ్యాలి. ఇప్పటికే చాలా ఆలస్యం అయిపోయింది. ఇంకా లేటు చేస్తే, వాసన ఎక్కువయిపోయి, అపార్ట్మెంట్ అంతా వ్యాపిస్తుంది" అన్నాడు. సాకేత్ తల ఊపి, ఫ్రిడ్జ్ తాలూకు అట్టపెట్టెనొకదానిని తెచ్చాడు. ఇద్దరూ కలిసి, శవాన్ని పేక్ చేసే పనిలో పడ్డారు. తొందరగా పని ముగించేద్దామని సాకేత్ ఆదుర్దా పడుతుంటే, శేషు దీర్ఘాలోచనలో పడ్డాడు.

'ఏమిటి విషయం?' అని అడిగితే, "ఒకవేళ పోలీసులకు దొరికిపోతే, నీతోపాటూ నన్నూ అరెస్ట్ చేస్తారు..." అని మెల్లగా అన్నాడు.

'అదీ నిజమే. నా వల్ల శేషు కూడా ఇరుక్కుపోయే ప్రమాదం ఉంది' అనుకున్నాడు సాకేత్.

"నేనంత దూరం ఆలోచించలేదు. నా పాట్లేవో నేను పడతాను. నువ్వు సలహా ఇవ్వు చాలు" అని, శవాన్ని ఈడ్చుకెళ్ళే పనిలో పడ్డాడు సాకేత్. శేషు, ఠక్కున అడ్డుతగిలి,

"సారీ. స్వార్థంతో అలా నోరు జారాను. ఈ పరిస్థితిలో నిన్ను ఒంటరిగా వదిలేస్తే, స్నేహానికి అర్థం ఏం ఉంటుంది?" అంటూ చేయి కలపగానే, నీరసపడిపోయి ఉన్న సాకేత్ కి వెయ్యి ఏనుగుల బలం వచ్చినట్లయింది.

ముందు సాకేత్, కిందకు వెళ్లి, అక్కడి వాతావరణాన్ని చూసి వచ్చాడు. ఎక్కడా నర సంచారం లేదు. కొత్తగా చేరిన వాచ్ మన్ కునికి పాట్లు పడుతున్నాడు. ఇద్దరూ ధైర్యం తెచ్చుకొని, శవాన్ని కిందకు తెచ్చారు. దానిని కారు డిక్కీలో పెట్టి, మెల్లగా బయట పడ్డారు. దారంతా శేషు ఏవో సలహాలు ఇస్తూనే ఉన్నాడు. ఉన్నట్టుండి,

"కారు ఆపు" అని కేకపెట్టేసరికి సడన్ బ్రేక్ వేసి, కారు ఆపగానే సాకేత్ కి విషయం అర్థం అయింది. వాళ్లకు మూడొందల గజాల దూరంలో, రోడ్డు మీద కొన్ని కార్లు ఆగి ఉన్నాయి. అది చూడగానే, పోలీస్ చెకింగ్ అవుతుందన్న విషయం అర్థమయింది. ఇద్దరికీ ఒళ్లంతా చెమటలు పట్టాయి. ఒకరి ముఖం ఒకరు చూసుకున్నారు. వారిద్దరి ముఖాలూ భయంతో పాలిపోయాయి. వారి గుండెలు దడ దడ లాడుతున్నాయి.

"కారు వెనక్కి తిప్పేయనా?" అడిగాడు సాకేత్.

"వద్దు. ఇప్పటికే పోలీసులు మన కారుని చూసేఉంటారు. వాళ్లకి అనుమానం వస్తుంది" అని చెపుతున్నా సాకేత్, కారుని వెనక్కి తిప్పే ప్రయత్నం చేసినా, ఫలితం లేకపోయింది. అప్పటికే కారు వెనుక ఒక లారీ వచ్చి చేరింది. దాంతో చేసేదేమీ లేక భయంతో వణకడం మొదలుపెట్టాడు.

"మెల్లగా ముందుకు పోనీయ్. వేరే దారేమీ లేదు. చాలామంది పోలీసు ఆఫీసర్లు మా బ్యాంక్ కి వస్తూ ఉంటారు. మన అదృష్టం బాగుంటే, ఎవరయినా తగలవచ్చు" అంటూ కాస్త ధైర్యం

చెపుతున్నా, సాకేత్ భయం కొంచెం కూడా తగ్గలేదు. నరాలు తెగిపోయేటంత ఉత్కంఠ అతన్ని చిన్నా భిన్నం చేసేస్తుంది. అది గమనించిన శేషు,

"ధైర్యం తెచ్చుకో. నీ ముఖంలో భయం వాళ్ళు పసిగట్టారంటే, మన పని అయిపోయినట్లే" అంటూ గట్టిగా హెచ్చరించాడు. అయినా సాకేత్ ని భయం వీడడం లేదు. ముందు రెండు కార్లు ఆగి ఉన్నాయి. పోలీసులు వాటిని తనిఖీ చేస్తున్నారు. ముందున్న మొదటి కారుని తొందరగానే వదిలేసారు. దాంతో ఇద్దరికీ కొంత ఊరట కలిగింది. కానీ అది కాస్సేపటిలోనే ఆవిరి అయిపోయింది. రెండవ కారుని సుమారు పావు గంట పాటూ తనిఖీ చేసారు. డిక్కీ తెరిచి, లోపలంతా గాలించారు. దాంతో ఇద్దరి ప్రాణాలు పైకి పోయినంత పనయింది. సాకేత్ కి బీపీ పెరిగి పోతుంది. శేషు పరిస్థితి కూడా దాదాపు అలాగే ఉంది.

చివరికి, ముందున్న కారుని వదిలేసారు. భయం కనబడకుండా ఉండడానికి విశ్వప్రయత్నం చేస్తూ, సాకేత్ కారుని మెల్లగా ముందుకి నడపసాగాడు. ముందున్న కార్లను పోలీసులు తనిఖీ చేస్తుంటే, ఎస్సై దూరంగా నిలబడి ఉన్నాడు, అప్పటివరకూ. అయితే సాకేత్ కారుని చూడగానే, ఎస్సైలో కదలిక మొదలయింది. పోలీసుల కన్నా అతనే ముందడుగు వేయడంతో వాళ్ళిద్దరూ కలవరపడ్డారు. తన ముఖంలోని భయం తెలిసిపోతుందేమోనని, తల దించుకొని, డాష్ బోర్డ్ లో కాగితాలు వెతుకుతున్నట్లు నటించసాగాడు సాకేత్. భయంతో ఒళ్ళంతా చెమటలు పడుతుండగా, ఏ విషమ పరిస్థితిని ఎదుర్కోవాలోనని ఆదుర్దాపడుతుంటే, ఒక్కో క్షణం ఒక యుగంలా తోచసాగింది.

"ఏంటి బావా? ఈ టైం లో ఎక్కడికి బయల్దేరావు?" అన్న పరిచయమయిన గొంతు వినబడగానే, ఆశ్చర్యంతో తలెత్తి చూసాడు. ఎదురుగా నిలబడి ఉన్న ఇన స్పెక్టర్ శంకర్ ని చూడగానే, ప్రాణం లేచి వచ్చినట్లు అయింది, సాకేత్ కి. 'భగవంతుడా...! నువ్వు ఉన్నావు' అనుకుంటూ కనిపించని దేవునికి మనసులోనే మొక్కి, ధైర్యంగా కారు దిగాడు. ముందు కాస్సేపు

తడబడినా, ఆ తడబాటు కనిపించకుండా మేనేజ్ చేసి, ఏదో సాకు చెప్పి, తప్పించుకున్నాడు సాకేత్. శంకర్, ఈ ఊరికి ఈ మధ్యనే ట్రాన్స్ఫర్ అయినట్లు అప్పుడే తెలిసింది. శంకర్ పర్మిషన్ ఇవ్వడంతో, పోలీసులు కారుని చెక్ చేయకుండానే వదిలేసారు.

అలా ఆ గండం గట్టెక్కేసరికి, ఇద్దరూ ఊపిరి పీల్చుకొని, ముందుకు కదిలారు. ఊరి అవతల శవాన్ని పాతేసి, కొంచెం దూరంలో ఉన్న చెరువులో గునపం, పార పారేసి వెనక్కి వెళ్ళిపోయారు.

★★★

ఆ మర్నాటి నుంచి, అన్ని న్యూస్ పేపర్లు, టీవీ ఛానల్ లు చూస్తూ, ‘ శవం సంగతి బయటపడిందేమో’ అన్న విషయం గురించి తెలుసుకునే ప్రయత్నం చేశాడు సాకేత్. అదృష్టవశాత్తు అటువంటి న్యూస్ రాకపోయినా, శవం విషయం పజిల్లాగే ఉండిపోయింది. ఆ శవం ఎవరిదో? తన ఇంట్లోకి ఎలా వచ్చిందో? అర్థం కాక బుర్ర బద్దలు కొట్టుకున్నాడు.

ఒక రోజు రాత్రి సాకేత్ ఇంట్లో శేషు మందు కొడుతుండగా, ఈ విషయం చర్చకు వచ్చింది.

“ఇంట్లో ఎవరూ లేనప్పుడు పరాయి వ్యక్తి లోపలకు చొరబడ్డాడు అంటే ఆ వ్యక్తి దగ్గర ఇంటి తాళాలు ఉండాలి. మరి అటువంటి అవకాశం ఎవరికి ఉంటుంది ?” అన్నాడు సాలోచనగా.

“ఎవరి దగ్గరా ఉండే అవకాశం లేదు. ఇంట్లో ఒక డూప్లికేట్ ఉంటుంది. కానీ అది కీర్తి ఊరెళ్లినప్పుడు పట్టుకెళ్తుంది” అనగానే,

“మరి నువ్వు ఊరికి వెళ్తున్నప్పుడు పక్కింట్లో తాళాలు ఎందుకు ఇస్తూ ఉంటావు?” అని అడిగాడు శేషు.

“ఓ అదా ! కీర్తికి మతిమరుపు ఎక్కువ. చాలాసార్లు వాళ్ళ ఊరు వెళ్ళేటప్పుడు మర్చిపోతుంది. అటువంటప్పుడు తను తిరిగి వచ్చేసరికి ఇబ్బంది కలగకుండా, పక్క ఫ్లాట్ లో ఉన్న భాస్కరం గారికి ఇస్తూ ఉంటాను” అన్నాడు.

“అదీ సంగతి. ఇప్పుడు అసలు విషయం తేలిపోయింది. ముందా భాస్కరం సంగతి తేల్చాలి” అనగానే సాకేత్ కంగారు పడిపోయాడు.

“ఛ ఛ ... ఆయన అలాంటివాడు కాడు” అన్నాడు.

“ నువ్వు ఒక ఫూల్ వి. అందర్నీ నమ్మేస్తావు. తాళాలు ఆయన దగ్గర ఎక్కువ రోజులు ఉన్నాయి కాబట్టి అతన్ని అనుమానించే అవకాశం ఉంది. పైగా పక్కిల్లే కాబట్టి, పని చాలా సులువుగా అయిపోతుంది. ఆయన ఎందుకు అలా చేశాడో చెప్పలేను గానీ, అనుమానించడం లో తప్పులేదు” అనగానే, ఆ ఆలోచన నిజమేనేమో అనిపించింది సాకేత్ కి. ఈలోగా సాకేత్ కి ఏదో ఆలోచన వచ్చింది కాబోలు,

“ఛాన్స్ లేదు ఈసారి తాళం ఇవ్వలేదు. కీర్తి పట్టుకెళ్లింది. అనవసరంగా ఆయన్ని అనుమానించాము” అని బాధపడ్డాడు. “ఇలా ఆలోచిస్తావనే నిన్ను ఫూల్ అన్నాను. కానీ ఎప్పుడో

డూప్లికేట్ తాళాలు చేయించుకొని ఉంటాడాయన. ఆయన బుర్రలో ఎన్ని ఆలోచనలు ఉన్నాయో!" అన్నాడు శేషు. అయినా సాకేత్ మనస్ఫూర్తిగా అందుకు అంగీకరించలేక పోతున్నాడని గ్రహించాడతను.

"సరే. ఆయన విషయం అలా పక్కన పెట్టు. ఇంకా ఎవరెరికి అవకాశం ఉందో చూద్దాం. అన్నట్టు నెలకోసారి ఢిల్లీ నుంచి నీ స్నేహితుడెవరో వచ్చి, మీ ఇంట్లో రెండు మూడు రోజులు ఉండే వాడు. ఎవరతను?" అని ప్రశ్నించాడు శేషు.

"నా క్లాస్మేట్ శరత్. ఢిల్లీలో ఉంటాడు. వాళ్ళ అమ్మాయి రేఖ, ఈ ఊర్లోనే మెడిసన్ చదువుతోంది. తనని చూడటానికి ప్రతినెలా వస్తూ ఉంటాడు. వాడి మీద కూడా నీకు అనుమానమా?" అడిగాడు.

"ఎందుకు ఉండదు? అతను మీ ఇంట్లో ఉన్నప్పుడు మైనం తెచ్చి, ముద్ర వేసుకొని, తాళానికి డూప్లికేట్ చేయించుకొని ఉంటాడు. అతన్ని కూడా తప్పకుండా అనుమానించాల్సిందే"

"వాడు అలాంటివాడు కాదు. చాన్నాళ్ళ నుంచి వాడితో పరిచయం. వాడే ఈ పని చేసాడంటే నమ్మలేక పోతున్నాను."

"మరి ఎవరు చేసి ఉంటారు? అదీ చెప్పలేవా?" అని ప్రశ్నిస్తున్న శేషు మాట తడబడుతుంది. కొద్దిగా తూలడం మొదలుపెట్టాడు. అతనికి మందు ఎక్కువైంది అని గ్రహించాడు సాకేత్. "నువ్వు ఏమీ అనుకోకపోతే ఒక విషయం చెప్తా విను" అని శేషు అనగానే ఆసక్తిగా తలాడించాడు. చెప్పడానికి సందేహించాడు శేషు, అంత మత్తులోనూ. చెప్పమని పదేపదే అడిగాడు సాకేత్. బెరుకుగా తన అభిప్రాయం బయట పెట్టాడు శేషు.

"ఈ విషయంలో కీర్తిని కూడా అనుమానించాల్సి వస్తోంది. చీటికి మాటికి తను పుట్టింటికి......" అంటుండగా రయ్యిన లేచాడు, సాకేత్. "ఇక చాలు మహానుభావా ! నీ డిటెక్షన్ కి ఒక నమస్కారం. నీకు మందు ఎక్కువైంది. తాగడం ఆపి పడుకో. నా మానాన నన్ను వదిలేయ్" అని బెడ్ రూం లోకి వెళ్లి తలుపు వేసుకున్నాడు.

ఆ రోజయితే శేషు మాటలను కొట్టిపారేశాడు గానీ, ఆ మాటలు మర్నాడు అంతా అతని బుర్ర ని దొలిచేయడం మొదలుపెట్టాయి.రాత్రి ఒంటరిగా కూర్చుని మందు కొడుతూ ఆలోచిస్తుంటే, భార్యతో సహా ముగ్గురి మీద అనుమానం నిలకడగా ఉండిపోయింది. అందరికన్నా ఎక్కువ అనుమానం, భాస్కరం మీదే ఉంది. 'శేషు అన్నట్లు, ఆ నేరం చేయడానికి అతనికే అవకాశం ఎక్కువ' అనుకున్నాడు మనసులో. అలా అని మిగిలిన ఇద్దర్నీ వదిలిపెట్టలేదు. ఎంత వద్దనుకున్నా భార్యను ఆ లిస్టు నుంచి తీసి వేయలేకపోయాడు. ఆ మధ్య, మంచం మీద పడుకుంటే నడుము నొప్పి వస్తుందనే సాకుతో నేల మీద పడుకోవడం, పాత రోజుల్లోలాగ కాకుండా, సెక్స్ పట్ల విముఖత చూపడం, చీటికీమాటికీ పుట్టింటికి వెళ్ళడం అతని అనుమానాలను పెంచాయి. కీర్తి కి, వాళ్ళ ఊర్లో ఏదైనా ఎఫైర్ ఉందా ? అనే అనుమానం కూడా వచ్చింది. 'అక్రమ సంబంధాల వల్ల చాలా హత్యలు

జరుగుతాయి' అని, వరసకి బావమరిది అయిన ఎస్సై శంకర్ చెప్పిన విషయం గుర్తుకు వచ్చింది. దాంతో అతనికి మనసంతా చేదుగా అయిపోయింది. తాగిన మత్తులో, 'ఎంతో ప్రాణప్రదంగా ప్రేమించే భార్య పట్ల ఇలాంటి ఆలోచనలు వస్తున్నాయేమిటి?' అన్న స్పృహే లేకుండా పోయింది అతనికి.

మర్నాడు ఉదయం లేచాక, అతని ఆలోచనలు కేవలం భాస్కరం మీదనే కేంద్రీకృతమయ్యాయి. 'అతని విషయం తేల్చుకున్నాకే, మిగతా ఇద్దరి గురించి ఆలోచించవచ్చు' అనుకొని భాస్కరంని కలిసాడు, ఎలా అయినా నిజం రాబట్టి తీరాలనే గట్టి పట్టుదలతో.

★★★

"భాస్కరం గారూ... ఎందుకు ఇలాంటి పని చేశారు?" అని ప్రశ్నించాడు, ఆయన కళ్ళల్లోకి సూటిగా చూస్తూ. " నా స్థానంలో మీరు ఉన్నా అలాగే చేసేవారు" అన్నాడాయన నిదానంగా.

" లేదు సార్. నాకంత పెద్ద మనసు లేదు. మిమ్మల్ని ఇలా, ఈ హాస్పిటల్ బెడ్ మీద చూస్తుంటే, గుండె తరుక్కుపోతుంది. ఈ వయసులో కిడ్నీ దానం చేయడం ఏమిటి ? పోనీ ఆ అబ్బాయి మీ కొడుకా? లేక అల్లుడా? ఎవరో దూరపు బంధువట కదా? త్యాగానికైనా ఒక హద్దు ఉంటుంది" అంటూ చాలా బాధపడిపోయాడు సాకేత్.

"పాపం ఆ కుర్రాడి పరిస్థితి చాలా విషమంగా ఉంది. డబ్బులు ఇచ్చి కిడ్నీ కొనుక్కునే స్థోమత లేదు వాడికి. ఎంతో భవిష్యత్తు ఉన్న ఆ కుర్రవాడి జీవితం, మొగ్గలోనే రాలిపోతుంది అన్న ఆలోచనే తట్టుకోలేకపోయాను. అందుకే కిడ్నీ ఇవ్వడానికి ముందుకు వచ్చాను. ఇప్పుడు ఏమైంది? మరో కిడ్నీ ఉందిగా. మీరేమీ బెంగ పడకండి. నాకు ఏమీ కాదు" అంటూ నవ్వాడాయన. 'ఇంతటి మహనీయుడినా నేను అనుమానించాను. నా పాపానికి నిష్కృతి లేదు' అనుకోగానే అతనికి దుఃఖం ఆగలేదు. వెక్కి వెక్కి ఏడుస్తున్న సాకేత్ ని ఓదార్చి, ' ఇతనిది ఎంత సున్నితమైన మనసు!' అనుకుంటూ ఆశ్చర్యపోయాడాయన అసలు విషయం
తెలియక.

'ఎవరో దూరపు బంధువుకి కిడ్నీ ఇవ్వడానికి ముందుకు వచ్చిన ఆయనకు, ఒక మనిషిని చంపి ఆ నేరం నాలాంటి వాడి మీద నెట్టే దుర్బుద్ధి ఎందుకు ఉంటుంది? ఎంత తప్పుగా ఆలోచించాను?' అనుకుంటూ మథన పడ్డాడు. ఇక మిగిలిన అనుమానితులు, ఇద్దరే శరత్, కీర్తి. 'ఇద్దరికీ ఈ నేరంతో సంబంధం లేదని నా అంతరాత్మ చెబుతోంది. అలాగని కేసును గాలికి వదిలేస్తే నా పీకకు చుట్టుకుంటుంది. పోలీసులను అంత తక్కువగా అంచనా వేయకూడదు. ఎప్పటికైనా నాకు ప్రమాదం తప్పదు. ఈ లోగా నేరస్తులను పట్టుకుని తీరాలి. హత్యకు కారణం ఎవరు? శరత్తా ? నా భార్యా?' అని పరి పరి విధాల ఆలోచించుకుంటూ, అనేక రకాలుగా

ప్రశ్నించుకుంటూ చివరకు శరత్ వైపు మొగ్గు చూపాడు సాకేత్. అతని విషయం తేల్చుకున్న తర్వాతే, కీర్తి వ్యవహారం చూడాలని నిశ్చయించుకున్నాడు.

★★★

శరత్ విషయంలో ఎంక్వయిరీకి పెద్దగా కష్టపడవలసిన అవసరం లేకపోయింది. వెతకబోయిన తీగ కాలికి తగిలినట్లు శరత్ కూతురు రేఖ, అతనికి ఒక షాపింగ్ మాల్లో కలిసింది. కుశల ప్రశ్నలు అయ్యాక,

"క్రితం వారం మీ నాన్న వచ్చినపుడు, నువ్వు టూర్ కి వెళ్ళావని చెప్పాడు ఏ ఊరు వెళ్ళావమ్మా?" అని అడిగాడు. ఆ ప్రశ్నకు రేఖ ఆశ్చర్యపోయింది.

"నాన్న వచ్చారా? ఎప్పుడు? నన్ను కలవలేదు. అసలు నేను ఏ టూర్ కి వెళ్ళలేదు. నాన్నను కలిసి ఆరు నెలలు అయ్యింది. తెలుసు కదా? అంకుల్. స్కైప్ లోనూ, వాట్సప్ లోనూ మాట్లాడుకునే ఫెసిలిటీ వచ్చాక, రోజు నన్ను చూస్తున్నట్లే ఉందని నాన్న ఈ మధ్య రావడమే తగ్గించేశారు" అంటూ చిత్రంగా చూస్తుంటే సాకేత్ కి బుర్ర తిరిగింది.

"మీ నాన్న రావడం నిజమే కానీ. నిన్ను ఎందుకు కలవలేదు? టూర్ కి వెళ్ళావని వాడికి ఎవరు చెప్పారో నాకు అర్థం కావడం లేదు. రాత్రికి ఫోన్ చేసి కనుక్కుంటాను" అని చెప్పి అక్కడి నుంచి కదిలాడు.

ఇప్పుడతనికి చిక్కుముడి విడిపోయే ఒక కొత్త దారి దొరికినట్లు అయింది. 'అమ్మ శరత్! ఎంతపని చేశావు రా? నయవంచకుడా!' అనుకుంటూ పళ్లు కొరుక్కున్నాడు. వెంటనే ఫోన్ చేసి కడిగేద్దామని అనుకున్నాడు. కానీ శరత్ పగలంతా మీటింగ్ తో బిజీగా ఉంటాడు. ఫోన్ కి దొరకడు. అందుచేత, ఫోన్ చేసే పని రాత్రికి వాయిదా వేశాడు. రాత్రి మందు బాటిల్ ఓపెన్ చేసి మూడు పెగ్గులు వేసి, ఫోన్ కోసం ట్రై చేస్తుంటే అరగంట తర్వాత లైన్ దొరికింది. తాగిన మత్తులో బాగా రెచ్చిపోయాడు.

"ఏరా నాకు ఇంత అబద్ధం చెప్పి మోసం చేస్తావా?" అంటూ అరిచాడు

"ఓహో! నీకు నిజం తెలిసిపోయింది అన్నమాట" అని శరత్ తాపీగా సమాధానం ఇచ్చేసరికి, సాకేత్ కి మతి పోయింది.

" అవున్రా... అంతా తెలిసిపోయింది దొంగలం...." అంటూ తిట్లు లంకించుకున్నాడు.

"హలో ఎవరు మాట్లాడుతున్నారు? సాకేత్ నువ్వేనా?" ఎంతో ఆశ్చర్యం తొంగి చూసింది అతని కంఠంలో.

"అవున్రా నేనే. నన్ను కటకటాల్లోకి తోసేద్దామని చేసావా ఆ పని?" అంటూ గద్దించాడు.

"ఒరేయ్ ఏమిట్రా ఆ ఆవేశం? కటకటాల్లోకి తోసేయడం ఏమిటి ? నాకు ఏమీ అర్థం కావడం లేదు. వివరంగా చెప్పు" అన్నాడు శరత్.

"బీరువా పక్కన...." అని మొదలుపెట్టి ఫోన్లో ఆ విషయాలు మాట్లాడడం ప్రమాదమని గ్రహించి,

"అవన్నీ ఫోన్లో చెప్పను. అయినా ... అన్నీ నీకు తెలుసు. నిన్ను వదలను రా. పోలీసులకు అప్పగించేస్తాను. ఖబడ్దార్" అంటూ రెచ్చిపోయాడు.

"నీకేదో పిచ్చి పట్టినట్టు ఉంది. నేను ఉదయమే ఫస్ట్ ఫ్లైట్ కి వస్తాను అంతవరకు ఏ పిచ్చి పని చేయకు. నేనొచ్చి మాట్లాడాక నీ ఇష్టం వచ్చింది చేసుకో" అన్నాడు, బతిమాలే ధోరణిలో. సాకేత్ ని ఒప్పించడానికి శరత్ కి తాతలు దిగి వచ్చారు.

★★★

అన్నమాట ప్రకారం, ఉదయాన్నే సాకేత్ ఇంటికి వచ్చాడు శరత్. అతని వైపు అసహ్యంగా చూస్తూ, " నాకు అంతా తెలిసిపోయింది. నువ్వేమి చెప్పుకుంటావో, చెప్పుకో అన్నాడు, కనీసం కాఫీ కూడా ఆఫర్ చేయకుండా.

"నీ మనసులో ఏముందో నాకు తెలియదు. నేను ఎందుకు అలా చేసానో చెప్తాను విను. తర్వాత నీ ఇష్టం. 'నా కూతుర్ని కలవడానికి ఊరు వస్తున్నాను' అని చెప్పిన విషయం అబద్ధం అని ఒప్పుకుంటున్నాను" అంటుంటే,

"అలా రా దారికి" అని అడ్డు తగిలే సరికి అయోమయంలో పడ్డాడు శరత్ అయినా సర్దుకొని,

"కాదంబరి గుర్తుందా?" అని అడిగాడు.

"ఏ కాదంబరి? అయినా ఇప్పుడు ఆ విషయాలు ఎందుకు?" విసుగ్గా అడిగాడు.

"అవసరం ఉంది. చెప్పు డిగ్రీలో మన క్లాస్మేట్ కాదంబరి గుర్తుంది కదా?"

"ఆ... గుర్తుంది. మీరిద్దరూ ప్రేమించుకున్నారుగా? పెళ్లి కూడా చేసుకుందామనుకుంటే, మీ నాన్నగారు బలవంతంగా నీకు మీ మరదలితో పెళ్లి చేశారు. అయితే ఇప్పుడా ప్రసక్తి ఎందుకు?" అంటూ మొహం చిట్లించాడు.

"ఆ కాదంబరి పరిస్థితి ఇప్పుడు దారుణంగా తయారయింది. భర్త చనిపోతే, ఇద్దరు పిల్లలతో రోడ్డున పడింది. నేను ఆదుకోవాల్సిన పరిస్థితి వచ్చింది. అంతా తెలిసి, ఆమెను అలా దిక్కులేని దానిలా వదిలేయలేకపోయాను. అందుకే నెలకు ఒకసారి వచ్చి చూసి వెళుతున్నాను. ఇది తప్ప నేను ఏ నేరం చేయలేదు. అసలు ఏం జరిగింది? రాత్రి నువ్వు ఎందుకు అలా రెచ్చిపోయావు?" అని నిలదీసాడు. సాకేత్, వెంటనే సమాధానం చెప్పలేక తడబడుతూ,

"ఏం లేదు. రాత్రి బాగా మందు ఎక్కువైంది. ఆ మత్తులో ఏదో వాగి ఉంటాను. కాదంబరి ఊర్లోనే ఉంటే నాకు ఎక్కడైనా కనబడే ఉంటుంది కదా?" అంటూ అడిగాడు, శరత్ ని అనుమానంగా చూస్తూ. అతని అనుమానాన్ని పోగొట్టడానికి కాదంబరి ఇంటికి తీసుకెళ్ళాడు, శరత్. ఆమె మాటలు విన్న తరువాత సాకేత్ కి నమ్మకం కుదిరింది.

"ఆయన గుండెపోటుతో చనిపోవడంతో, వ్యాపారంలోని భాగస్తులు మోసం చేసి, నాకు మొండిచేయి చూపించారు. ఒక్కసారిగా రోడ్డున పడ్డాను. నా పరిస్థితి ఎలా అయ్యిందంటే, ఒళ్ళు

అమ్ముకుని అయినా పిల్లలని పోషించాల్సిన....." మధ్యలోనే ఆపేసి, వెక్కి వెక్కి ఏడుస్తున్న కాదంబరిని చూసేసరికి సాకేత్ కి కళ్ళమ్మట నీళ్ళు గిర్రున తిరిగాయి. తేరుకున్న తర్వాత,

"ఆ పరిస్థితుల్లో శరత్ సాయం లేకపోయి ఉంటే ఎలా ఉండేదో నా బ్రతుకు? పాపం నావల్ల శరత్ ఎన్నో ఇబ్బందులు పడుతున్నాడు. ఈ విషయం తెలిసిన తరువాత అతని బంధువులు దూరమైపోయారు. నన్ను ఆదుకున్నాడన్న సాకుతో అతని బావ మరుదులు, అతనికి ఇవ్వాల్సిన డబ్బు, ఆస్తి ఎగ్గొట్టారు. అయినా చలించక నన్ను ఆదుకుంటున్న శరత్, నా పాలిట దేవుడే" అని కన్నీళ్లు పెట్టుకుంటూ చెప్తుంటే చలించిపోయాడు సాకేత్.

ఇంత తెలిసిన తర్వాత శరత్ ని ఎందుకు అనుమానిస్తాడు? ఆ విధంగా అనుమానితుల లిస్టు నుంచి శరత్ పేరు తొలగిపోయింది. ఇక మిగిలింది కీర్తి. 'ఆమె కూడా నిరపరాధి అని తేలిపోతే ఎంత బాగుంటుంది' అని బాధగా అనుకున్నాడు. కీర్తిని అతను ఎంత గాఢంగా ప్రేమించినా, అనుమానించడానికి ఇక ఎవరూ మిగల్లేదు కాబట్టి ఆ విషయం తేల్చుకోవడానికి ఆమె ఊరికి బయలుదేరుతుండగా, అపార్ట్ మెంట్ అసోసియేషన్ ప్రెసిడెంట్ రమణ దగ్గర నుంచి పిలుపు రావడంతో అతని కలవడానికి వెళ్ళాడు. రమణను కలిసి వచ్చాక కీర్తి ఊరు వెళ్ళే పని మానుకున్నాడు. 'ఇక ఆ అవసరమే లేదు' అనుకున్నాడు నిశ్చింతగా.

★★★

రెండు రోజుల తర్వాత. శేషు నుంచి ఫోన్ వచ్చింది.

"సాకేత్... కొంప మునిగింది. ఆ శవం బయటపడింది. పోలీసులు వేట ప్రారంభించారు. టీవీ 9 చూడు" భయం, కంగారు స్పష్టంగా ధ్వనిస్తున్నాయి అతని కంఠంలో.

"అలాగా ! ఒక గంట ఆగి చూస్తాను. ఇప్పుడు వేరే పనిలో ఉన్నాను" అన్నాడు సాకేత్ తాపీగా.

"నీకు పిచ్చెక్కిందేమిటి? ఇంతకన్నా ముఖ్యమైన పని ఏముంటుంది? అసలు అంత ధైర్యంగా ఎలా ఉంటున్నావు? ఈ కేసును దర్యాప్తు చేస్తున్నది ఎవరో తెలుసా? ఇన్స్పెక్టర్ మహంకాళి. 'అతను ఇప్పటి వరకూ ఏ కేసులోనూ ఫెయిల్ అవ్వలేదని, చిన్న ఆధారం దొరికితే చాలు, నేరస్తులను ఇట్టే పట్టుకుంటాడని, పోలీసు కుక్కలను రంగంలోకి దించారని చెబుతుంటే' నా ప్రాణం పోయినంత పనైంది". నువ్వు ఇంత ధీమాగా ఎలా ఉంటున్నావో నాకు అర్థం కావడం లేదు" అనగానే,

" ఎందుకంత కంగారు పడిపోతున్నావు, నువ్వే హత్య చేసిన వాడిలా" అని సాకేత్ అన్న మాటలకు షాక్ తిన్నాడేమో, కాసేపు అవతల నుంచి మాటలు వినపడలేదు.

"ఇదేమిటి ఇలా మాట్లాడుతున్నావు? ఏదో కష్టాల్లో ఉన్నావు కదా అని నీకు సాయం చేసి, నా గొయ్యి నేనే తవ్వుకున్నట్లు అయింది" దిగాలుగా అన్నాడు శేషు.

"ఎందుకు భయం? ఆధారాలు దొరక్కుండా పక్కాగా ప్లాన్ చేశావు కదా? అయినా, ఏదైనా అయితే నేను భయపడాలి. ఇప్పుడు నేను కూడా భయపడటం లేదు" అనగానే,

"ఏం? హంతకుడు ఎవరో తెలిసిపోయిందా?" శేషు కంఠంలో కంగారు, భయం గమనించి నవ్వుకున్నాడు.

"లేదు లేదు. నా గురించి చెబుతున్నాను. హత్య జరిగిన రోజు, నేను మా మేనేజర్ తో పాటూ క్యాంపులో ఉన్నాను. నాకు బలమైన ఎలిబీ ఉంది. అందుకే ధైర్యంగా ఉన్నాను" అన్నాడు సాకేత్.

"అయితే మాత్రం పోలీసులు నిన్ను సులువుగా వదిలేస్తారనుకుంటున్నావా? నీకు పరిస్థితి అర్థం కావడం లేదు. నేనే మీ ఇంటికి వచ్చి మాట్లాడతాను. ఎక్కడికి వెళ్ళకుండా ఇంటి దగ్గరే ఉండు" అంటూ ఆర్డర్ వేశాడు. సాకేత్ ఏ సమాధానం చెప్పలేదు. తనలో తాను నవ్వుకున్నాడు.

★★★

ఆ రోజు సాయంత్రం పోలీస్ స్టేషన్లో ధైర్యంగా అడుగు పెట్టాడు సాకేత్. మహంకాళి, శంకర్ అతన్ని నవ్వుతూ ఆహ్వానించారు. సెల్ లో ఉండి ఇదంతా చూస్తున్న శేషు, పళ్ళు పటపట కొరికి, 'శంకర్ గాడి సాయంతో, వీడు తప్పించుకొని నన్ను ఇరికించేసాడు' అనుకున్నాడు.

సాకేత్ తన దగ్గరకు రాగానే, "లోకజ్ఞానం లేని వెధవవని, నీకు సహాయం చేస్తే, నన్నే ఇరికిస్తావా?" అని కోపంగా అరిచాడు.

"నిజమే మొదట్లో నాకు లోకజ్ఞానం లేదు. నీతో పదేళ్ల పరిచయం వల్ల కాస్తోకూస్తో జ్ఞానం వచ్చిందని ఒప్పుకుంటాను. లేకపోతే నాగరాజు హత్య నువ్వే చేసావని ఎలా పసిగడతాను?" అనేసరికి శేషు కి దిమ్మదిరిగి పోయింది.

'వీడికి నిజం ఎలా తెలిసిపోయింది?' అనుకుంటూ కంగారుపడ్డాడు.

★★★

రెండు రోజుల క్రితం...

"రండి సెక్రెటరీ గారూ... మీ కోసమే చూస్తున్నాము" అంటూ సాకేత్ ని ఆహ్వానించి, అక్కడున్న వ్యక్తిని పరిచయం చేశాడు, అసోషియేషన్ ప్రెసిడెంట్ రమణ,

"వీరే రాయ్ గారు. మన అపార్ట్మెంట్లో సీసీ కెమెరాలు అమర్చే కాంట్రాక్ట్ తీసుకున్నారు" అంటూ.

"లాస్ట్ వీక్ ట్రైల్ రన్ చేశాము. అప్పుడు మీరు క్యాంపులో ఉన్నారని రమణ గారు చెప్పారు. ఆయన ఇచ్చిన సూచనల మేరకు సీసీ కెమెరాలు పెట్టి రెండు రోజులు ట్రయిల్ వేసాము. మీరు ఒకసారి చూసి ఎప్రూవ్ చేస్తే, మేం పర్మనెంట్ గా పని మొదలు పెడతాము" అంటూ ల్యాప్టాప్ సాకేత్ ముందుకు తోసి రమణతో కబుర్లలో పడ్డాడు రాయ్.

సాకేత్, లాప్టాప్ లో కనిపించే దృశ్యాలనుయథాలాపంగా చూస్తున్నప్పుడు, ఒక సీన్ అతన్నికట్టి పడేసింది.తనని వాళ్ళిద్దరూ గమనించటం లేదని గుర్తించాక, అంతకు ముందు చూసిన సీనును రీ ప్లే చేసి, జూమ్ చేసి అందులో కనిపించిన వ్యక్తులను గుర్తు పట్టాడు. శేషు అతనితోపాటు

శవంగా మారిన యువకుడని స్పష్టంగా తెలుస్తుంది. హత్య జరిగిన రాత్రి, రికార్డ్ అయిన ఆ దృశ్యంలో వాళ్ళిద్దరూ అపార్ట్మెంట్ లోనికి వస్తున్నట్లు నిర్ధారణ చేస్తుంది ఆ ఫుటేజ్.

శేషు తనని ఎలా మోసం చేశాడో తెలుసుకొని చాలా బాధ పడ్డాడు సాకేత్. కీర్తి లేనప్పుడు శేషు ఎన్నో రాత్రులు సాకేత్ ఇంట్లో గడిపాడు. చాలాసార్లు అక్కడే నిద్రపోయాడు. ఆ విధంగా డూప్లికేట్ తాళాలు చేయించే పని అతనికి సులువయింది. అందరికన్నా ఎక్కువ అనుమానించ తగిన వ్యక్తి శేషు. అయినా శేషు చాలా తెలివిగా అనుమానం, ఆ ముగ్గురు మీదే ఫోకస్ చేసి, అతని గురించి ఆలోచించనీయకుండా చేశాడు.

'అసలు నేరస్తుడు శేషు అని నమ్మకం కలిగినా, కేవలం వీడియో ఫుటేజ్ ద్వారా ఎలా నిర్ధారించడం?' అనే మీమాంసలో పడ్డాడు. పాత రోజుల్లో ఇలాంటి సమస్య వస్తే శేషు దగ్గరికి పరిగెత్తే వాడు. ఇప్పుడు ఎవరి దగ్గరికి వెళ్తాడు? ఇటువంటి విషయం ఎవరితో పడితే వారితో చర్చించలేదు కదా? ఈ సమయంలో కీర్తితో మాత్రమే చర్చించి, ఆమె సలహా తీసుకోవడమే ఉత్తమమైన పని అనిపించింది అతనికి.

★★★

భర్త చెప్పింది అంతా విని షాక్ అయింది.

"మీ అనుమానం కరెక్టే. ఇది శేషు పనే" అంది. ఆమె అంత తొందరగా ఆ నిర్ణయం తీసుకుంటుందని అతను ఊహించలేదు. "ఎలా చెప్పగలిగావు?" అని అడిగాడు.

"శేషు నిజస్వరూపం నాకు ఎప్పుడో తెలుసు అయితే అతని మాటే మీకు వేదవాక్కు కావడం వల్ల, నేనే కాదు, ఎవరు అతని గురించి చెడుగా చెప్పినా మీరు నమ్మరు. ఒక అవకాశం

వచ్చినా నా కర్మ కాలి, అది చేజారిపోయింది" అనగానే కుతూహలంగా అడిగాడు, "ఏమైంది? కాస్త వివరంగా చెప్పు" అని.

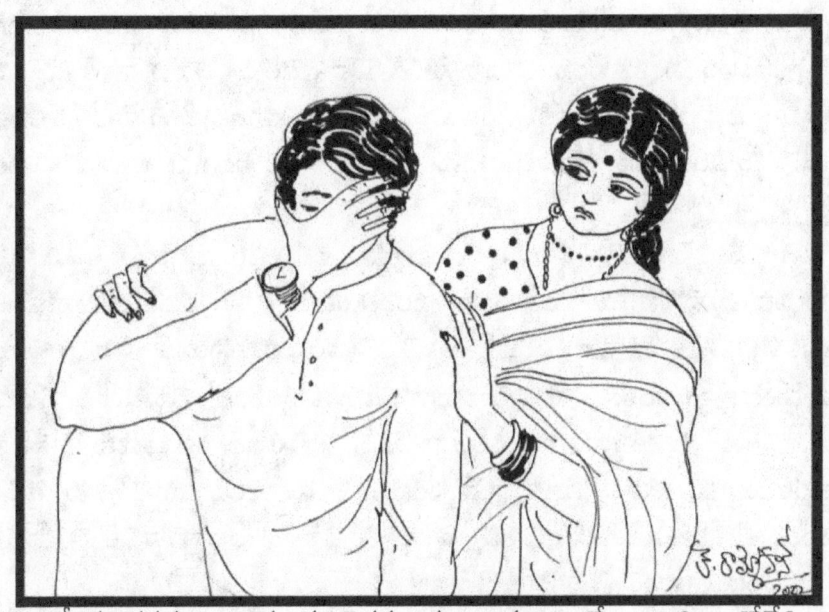

"మీరు తరచూ క్యాంపులకు వెళ్లడం వల్ల నాకు ఇంట్లో ఒంటరిగా తోచేది కాదు. అందుచేత నేను తరచుగా మా అమ్మగారి ఇంటికి వెళుతూ ఉండటం నీకు తెలిసిందే కదా? అలాంటి సమయాల్లో, బాగా రాత్రి అయ్యాక శేషు, మన ఇంటికి అమ్మాయిలను తెచ్చే వాడట" అనగానే పక్కలో బాంబు పడినట్లు అదిరిపడ్డాడు సాకేత్.

"ఛ ... నేను నమ్మను" అన్నాడు. చిన్నగా నవ్వింది కీర్తి.

"ఇప్పటికీ మీరు నమ్మడం లేదంటే అతను మిమ్మల్ని ఎంతగా ప్రభావితం చేశాడో తెలుస్తుంది. ఈ విషయం మన పాత నైట్ వాచ్మన్, గంగులకు మాత్రమే తెలుసు. వాడికి డబ్బులు ఇచ్చి నోరు మూసేసాడు శేషు. అయితే గంగులు భార్యకు ఏదో జబ్బు చేసి ప్రమాదంలో ఉంటే చూడ్డానికి వెళ్ళి, ట్రీట్మెంట్ కి నాలుగు వేలు ఇచ్చాను. దాంతో ఏమనుకున్నాడో గాని, అప్పుడు నన్ను పక్కకు పిలిచి, శేషు వ్యవహారమంతా చెప్పేసాడు. ఎంత ప్రయత్నించినా ఇక్కడ అతని భార్యకు నయం కాక పోయేసరికి, వైద్యం కోసం కేరళ వెళ్లిపోయారని తెలిసింది. లేకపోతే అప్పుడే శేషు భాగోతం బట్టబయలు చేసేదాన్ని. అలా జరిగి ఉంటే మీకు ఇన్ని సమస్యలు వచ్చి ఉండేవి కావు. గంగులు కేరళ నుంచి రాగానే మీకు రుజువు ఇప్పిస్తాను" అని ఆమె కాన్ఫిడెంట్ గా చెప్పడంతో అతనికి నమ్మకం ఏర్పడింది.

"ఆ నీచుడు రాసలీలలకు మన బెడ్ వాడి ఉంటాడని, ఆ బెడ్ మీద పడుకోవడం మానేసాను. అందుకే ఆ గదిలో సెక్స్ కి నా మనసు అంగీకరించేది కాదు" అనగానే చెంప చెళ్లుమనిపించినట్లు అయింది సాకేత్ కి. దాంతో అతని కళ్ళు తెరుచుకున్నాయి.

ఆ తర్వాత ఆమె సలహా మీద, ఇన స్పెక్టర్ శంకర్ ని కలిసి, ఏదీ దాచకుండా అంతా చెప్పేసాడు. అది విన్న శంకర్, తనకు ముందే చెప్పనందుకు గట్టిగా మందలించాడు. 'పోన్లే అయిందేదో అయింది. మీ ఏరియా పోలీస్ స్టేషన్ ఇన్ చార్జ్ మహంకాళి, నాకు మంచి దోస్త్' అంటూ మహంకాళి దగ్గరకు తీసుకెళ్ళాడు. అంతవరకూ భయంతో ఉన్న సాకేత్ కి, కాస్త ధైర్యం వచ్చింది సాకేత్ చెప్పిందంతా శ్రద్ధగా విన్న మహంకాళి, బీరువాలో నుంచి ఒక ఫైల్ తీసి దానిలో ఉన్న ఫోటో సాకేత్ కి చూపించి,

"మీ ఇంట్లో ఉన్న శవం ఇతనిదేమో చూడండి" అని అడిగాడు. ఆ ఫోటో ని దీర్ఘంగా చూసి,

"ఎస్. ఎస్. ఇతనే" అని నిర్ధారణ చేశాడు. "అతని పేరు నాగరాజు. అతని మిస్సింగ్ కేసును దర్యాప్తు చేస్తున్నాను. ఎంత గట్టిగా ప్రయత్నించినా ఏ క్లూ దొరక్క చస్తున్నాను. నేను ఇంతవరకూ ఏ కేసులోనూ ఫెయిల్ అవలేదు. ఇందులో ఫెయిల్ అవుతానేమోనని బెంగపడుతున్నాను. శంకర్... నీకు తెలుసుగా? కేసు విషయంలో నేను ఎంత పట్టుదలగా ఉంటానో? అబ్బ...! నాకిప్పుడు గొప్ప రిలీఫ్ గా ఉంది. ఈ టెన్షన్ తగ్గించినందుకు, సాకేత్ కి ఒక ఉపకారం చేస్తాను. శవాన్ని మాయం చేసినందుకు అతనికి రెండో మూడో ఏళ్ళు జైలు శిక్ష పడుతుంది. ఏదోలా మేనేజ్ చేసి అది తప్పించే ఏర్పాటు చేస్తాను" అనగానే సాకేత్ నెత్తి మీద పూల జల్లు కురిసినట్లు అయింది.

ఠక్కున లేచి, మహంకాళి చేతులు పట్టుకొని ఊపేస్తూ,

"థాంక్యూ సర్. గొప్ప భారం దించారు. ఇన్నాళ్ళూ టెన్షన్ తో చచ్చిపోయాను" అన్నాడు ఉద్వేగ పడుతూ. తర్వాత శంకర్ ని కౌగిలించుకొని దాదాపుగా ఏడ్చేశాడు.

★★★

మహంకాళి పరిశోధనతో కేసు ఒక కొలిక్కి వచ్చింది.

" ఏముంది మామూలు కథే. శేషు కి అమ్మాయిల పిచ్చి ఉంది. ఏదో వ్యవహారంలో నాగరాజు ఆ విషయాన్ని పసిగట్టి, బ్లాక్ మెయిల్ చేయడం ప్రారంభించాడు. ఆ బాధ భరించలేక, ఫైనల్ సెటిల్మెంట్ చేసుకోవడానికి నాగరాజుతో ప్రోగ్రాం ఫిక్స్ చేసుకున్నాడు. వాళ్ళిద్దరూ కలిసి సెటిల్ చేసుకోవడానికి, సాకేత్ ఇల్లే అనుకూలంగా తోచింది అతనికి. ఇంతకు ముందు తన రాసలీలకు వాడుకునే వాడు కనుక, సాకేత్ ఇంట్లో మీటింగ్ పెట్టుకోవడం, శేషుకి ఇబ్బంది కాలేదు.

నాగరాజు చాలా ఎక్కువ మొత్తం డిమాండ్ చేసేసరికి. ఇద్దరికీ పెద్ద గొడవ అయింది. ఆ గొడవలో అనుకోకుండా గట్టి దెబ్బ తగలడంతో ప్రాణాలను కోల్పోయాడు నాగరాజు. ఆ తర్వాత సంగతి మీకు తెలిసినదే" అంటూ ముగించాడు మహంకాళి.

# అభిమన్యు

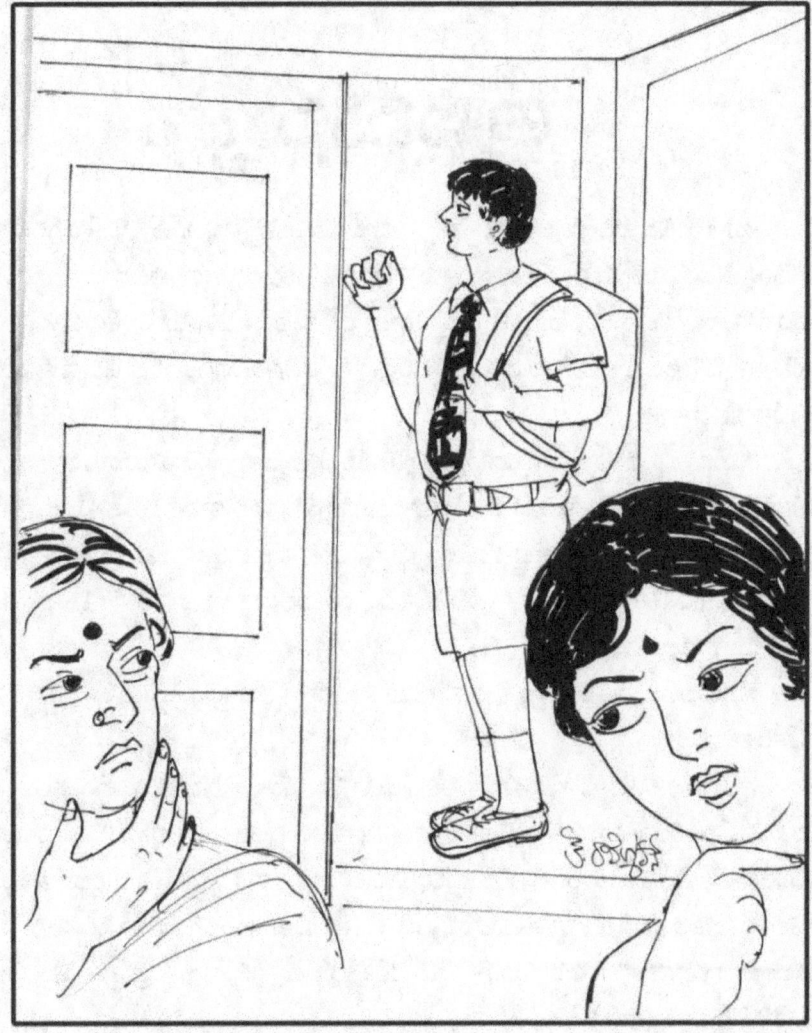

సుకథ, అంతర్జాల పత్రిక జూన్ 10, 2017

# అభిమన్యు

బూట్లు వేసుకుంటూ ఆఫీస్ కి వెళ్ళే హడావిడిలో ఉన్న హేమంత్, తనకి దగ్గరలో నిలబడి ఏదో చెప్పాలని ప్రయత్నిస్తున్న దీపికను చూసి, “ఏంటి విషయం?” అని అడిగాడు. ఆమెకి కొంచెం దూరంలో నిలబడి ఉన్న వంటమనిషి లక్ష్మి కూడా దీపిక చెప్పే విషయాన్ని వినటానికి, తన పని మానేసి అక్కడే నిలబడి ఉండటం అతనిలో సందేహాన్ని కలిగించింది. దీపిక చెప్పిన విషయం విని అదిరిపడ్డాడు.

“మన అభి, రోజూ వాళ్ళ అమ్మ ఆత్మతో మాట్లాడుతున్నాడని అనుమానంగా ఉంది సార్. ఎంతగా పరిశీలించి చూసినా ఎవరితో మాట్లాడుతున్నాడో అర్థం కావట్లేదు. కానీ నిజంగా ఎవరో ఎదురుగా ఉన్నట్లుగానే మాట్లాడుతున్నాడు. సంభాషణలను బట్టి వాళ్ళ అమ్మతోనే మాట్లాడుతున్నాడని అనిపిస్తుంది” అని దీపిక అంటుండగా లక్ష్మి కాస్త ముందుకు వచ్చి అవునన్నట్లుగా తలూపింది.

హేమంత్ మొదట ఆశ్చర్యపోయినా తర్వాత కాస్త తేరుకుని వాళ్ల మాటలు కొట్టిపారేశాడు.

“అదంతా వాడి భ్రమ! ఈ జబ్బుని ‘హెల్యుసినేషన్’ అంటారు. పెద్దగా పట్టించుకోనవసరం లేదు. కొన్ని రోజులు పోతే మాములుగా అయిపోతాడు” అనేసాడు తేలిగ్గా. బయల్దేరటానికి సిద్ధపడుతుండగా వాళ్ళిద్దరూ వదలకుండా తాము విన్న మాటలు అతనికి చెప్పి, అతనిలో నమ్మకం కలిగించటానికి ప్రయత్నించారు. అతని ముఖంలో కొద్దిగా సీరియస్ నెస్ చోటు చేసుకుంది. “చూద్దాం” అంటూ అక్కణ్ణించి వెళ్లిపోయాడే గాని వాళ్ళు చెప్పిన విషయం అతని మెదడుని తినేస్తూనే ఉంది.

ఆ తర్వాత రోజు కూడా దీపిక, లక్ష్మి అదే విషయం ప్రస్తావిస్తే చిన్నగా నవ్వి, వాళ్ళని ఎడ్యుకేట్ చేయటానికి పూనుకున్నాడు. అతని భార్య ‘అనన్య’ చనిపోయిన తర్వాత, తన ఆరేళ్ల కొడుకు అభిమన్యుని చూసుకోవటానికి దీపికను పెట్టుకున్నాడు. అభిమన్యును తల్లిలా సాకుతున్న దీపిక అన్నా, అనన్య ఉన్నప్పటినించి ఎంతో నమ్మకంగా పనిచేస్తున్న లక్ష్మి అన్నా అతనికి మంచి

అభిప్రాయమే ఉండటం వల్ల వారి భయాన్ని పోగట్టడానికి తన వంతు ప్రయత్నంగా తన ఫ్రెండ్ సుకుమార్ కొడుకు రవి కథ చెప్పడం ప్రారంభించాడు.

"పదేళ్ళ వయసున్న రవి కూడా ఇలాంటి ధోరణే ప్రదర్శించేవాడు. మీరు మా అమ్మా, నాన్న కాదు. మా అమ్మ ఇంత లావుగా ఉండదు. మా నాన్నకు నీలా మీసాలుండవు" అని తరచూ తన అమ్మ, నాన్నలతో అంటుండేవాడు. తనకి ఒక ఇల్లుందని చెప్తూ అది ఎలా ఉంటుందో వర్ణించి చెప్పేవాడు. వాళ్ళ తాతగారి గురించి, నానమ్మ గురించి చాలా విషయాలు చెప్పేవాడు. సుకుమార్ తల్లిదండ్రులు ఎపుడో చనిపోయారు. రవి చెప్తున్నది ఎవరి గురించో తెలియక సుకుమార్, అతని భార్య తలలు బద్దలు కొట్టుకుంటూ రవి ప్రవర్తనకు గాబరా పడుతుండేవారు. ఇలా రోజుకో కొత్త విషయం చెప్తూ ఉండేవాడు రవి. కొంపదీసి ఇది పునర్జన్మ కేసు కాదు గదా అనుకుంటూ భయపడిపోయేవారు సుకుమార్, అతని భార్య. రోజులు గడిచే కొద్దీ అతని ప్రవర్తనలో బాగా తేడా రావటం మొదలుపెట్టింది. కొన్నాళ్ళ తర్వాత తన ఇల్లెక్కడుందో గుర్తు పట్టగలనని, ఆ ఇంటికి తీసుకెళ్ళమని బాగా గొడవ చేశాడు. ఇంటిని గుర్తు పట్టటానికి ల్యాండ్ మార్కులు చెపుతూ సుకుమార్ తో పాటు ఒక ఇంటి దగ్గరికి వెళ్తూనే కేరింతలు కొట్టాడు. ఆ ఇంటిని చూడగానే సుకుమార్ కు మతిపోయింది. అది అచ్చం రవి వర్ణించినట్టే ఉంది.

"చెప్పానా? మా ఇంటి ముందు రెండు కొబ్బరిచెట్లు, వాటి మధ్య ఉయ్యాలా ఉంటుందని!" అంటూ చెట్లని ఉయ్యాలని చూపించి, "ఇదిగో, నేను ఇక్కడే ఆడుకునేవాణ్ణి. పదండి, మా ఇంటికెళ్దాం" అని హడావిడి చేశాడు. దాంతో సుకుమార్ గుండె భయంగా కొట్టుకుంది. ఇంట్లోకి వెళ్తే ఏం వినాల్సి వస్తుందో అని గాబరా పడిపోయాడు. అదృష్టవశాత్తు ఆ ఇంటికి తాళం వేసి ఉంది. పక్కింట్లో అడిగితే వాళ్ళు అమెరికా వెళ్ళారని, రెండు నెలల తర్వాత వస్తారని చెప్పటం సుకుమార్ కి రిలీఫ్ ని ఇచ్చింది. కాని రవి మాత్రం చాలా నిరాశ చెందాడు. రెండు నెలలు గడిచాక రవి ఏం గొడవ పెడతాడో అని అతని తల్లిదండ్రులు ప్రతిరోజూ గాబరా పడుతూనే ఉండేవారు. అదృష్టవశాత్తు రవి ఆ రెండు నెలల్లో క్రమక్రమంగా మామూలు స్థితికి వచ్చేసాడు. ఆ తర్వాత ఎపుడూ ఆ విషయాలు ప్రస్తావించలేదు. అసలు అలా మాట్లాడిన సంగతే పూర్తిగా మర్చిపోయాడు.

"ఈ విషయం మా బావమరిది ఠాగూర్ తో చర్చిస్తే అతను సరైన వివరణ ఇచ్చాడు. అతనొక సైకియాట్రిస్ట్ కదా...? అతనికి ఇలాంటి విషయాలు బాగా తెలుసు. ఇదేమి కొత్త విషయం కాదని, చాలా సందర్భాల్లో పిల్లలిలా ప్రవర్తిస్తూ ఉంటారని, ఇది కేవలం తాత్కాలికమే గాని, భయపడల్సిన విషయం ఏమి కాదని చెప్పాడు." అంటూ నవ్వేసి వాళ్ళకి
ధైర్యం నూరిపోశాడు.

కాని అభిమన్యు విషయం అంత తేలిగ్గా తీసుకునేది కాదని, రెండు మూడు రోజుల్లోనే హేమంత్ కి అర్థమైపోయింది. అభిమన్యు ఏం చెపుతున్నాడో వింటుంటే అతనికి చెమటలు పట్టాయి. మా మమ్మీ చెప్పిందంటూ అభిమన్యు దీపికతో చెప్పిన విషయాలు, హేమంత్ కి అనన్యకి తప్ప ఇంకెవరికి తెలియవు. రెండేళ్ళ క్రితం జరిగిన విషయాలు అతనికి గుర్తొచ్చాయి. అప్పటికి

అభికి నాలుగేళ్లే. ఆ వయసులో జరిగింది అర్థం చేసుకునే జ్ఞానం కానీ, గుర్తుంచుకుని తిరిగి చెప్పే అవకాశం గాని ఉండవు. మరి అభి మాత్రం జరిగిన విషయాలు ఎలా తు.చ. తప్పకుండా చెప్పగలుగుతున్నాడు అని ఆలోచిస్తూ గతంలోకి వెళ్ళాడు హేమంత్.

★★★

హేమంత్ బాచ్ మేట్ ప్రీతి పెళ్ళికి హేమంత్, అనన్యలు అభిని తీసుకుని హిమాచల్ ప్రదేశ్ లోని 'కులు'కి వెళ్ళటం జరిగింది, రెండేళ్ళ క్రితం. ఆ పెళ్ళిలో మర్యాదలు సరిగ్గా జరగలేదని, మగపెళ్లివారు గొడవ పెట్టుకున్నారు. గొడవను ఆడపెళ్ళివారు ఆపలేకపోయారు. హేమంత్, అతని ఫ్రెండ్స్ పూనుకుని సర్ది చెప్పటంతో గొడవ సద్దుమణిగింది. పెళ్లి నిర్విఘ్నంగా జరిగింది. ఆ మర్నాడు హేమంత్ ఒక టాక్సీ బుక్ చేసి అనన్యను, అభిని దగ్గరలోని 'మణికరన్' అనే చోటుకి తీసుకెళ్ళాడు. 'సల్ఫర్ స్ప్రింగ్స్' అక్కడి ప్రత్యేకత. అక్కడ భూమిలో సల్ఫర్ నిక్షేపాలు ఉండటం వలన రెండు మూడు చోట్ల భూమిలోనించి నీటి బుగ్గల ద్వారా, దాదాపు మరుగుతున్నంత వేడిగా ఉండే నీరు పైకి ఉబికి వస్తూ ఉంటుంది. వాటినే సల్ఫర్ స్ప్రింగ్స్ అంటారు. ఆ వేడి నీటిలో, కర్చీఫ్ లలో మూటగట్టిన, పప్పులు, బియ్యం, దుంపలను వేలాడదీస్తే, నిమిషాల్లోనే అవి ఉడికిపోతాయి. ఆ నీటిని కాలవల ద్వారా ట్యాంకుల లోనికి మళ్లించడం, అ ట్యాంకులలో యాత్రికులు స్నానం చేయటం అక్కడ పరిపాటి. అనేక ఖనిజాలు కలిగిన ఆ నీటిలో స్నానం చేస్తే కీళ్ళనొప్పులు, చర్మవ్యాధులు మొదలయిన జబ్బులు తగ్గిపోతాయని అక్కడి వారి నమ్మకం.

మణికరన్ లో హేమంత్ కి చిన్న ఆక్సిడెంట్ అయింది. అతను సల్ఫర్ స్ప్రింగ్స్ దగ్గర ఉన్నపుడు, ఆ సమీపంలో ఆడుకుంటున్న ఇద్దరు పిల్లలు, హేమంత్ మీద పడటం వల్ల హేమంత్ చేయి వేడి నీటిలో పడి మోచేయి వరకు కాలిపోయింది. అదృష్టవశాత్తు ప్రాథమిక చికిత్స సరైన సమయానికి అందటంతో ప్రమాదం తప్పింది. తిరుగు ప్రయాణంలో, దారిలో టాక్సీ చెడిపోయింది. అప్పటికే నొప్పితో బాధపడుతున్న హేమంత్ కి మండిపోయి టాక్సీ డ్రైవర్ తో గొడవపడి వాడిని నానా మాటలు అన్నాడు. తప్పు తనదే కావటంతో డ్రైవర్ ఏమి మాట్లాడలేదు. తను టాక్సీ రిపేర్ చేస్తూ ఉండగా, పరిసరాలను గమనిస్తున్న హేమంత్ అనన్యలకు గాఢమైన పసుపు రంగు తివాచీ పరచినట్టుగా ఉన్న 'మస్టర్డ్' పొలాలు కనిపించాయి. పచ్చని ఆకులు, పసుపు రంగు పువ్వులు కలిగిన ఆ పొలాల్లో అనన్యకి, అభికి ఫోటోలు తీసాడు హేమంత్.

★★★

ఇంత విపులంగా కాకపోయినా – పెళ్ళిలో గొడవ జరగటం, హేమంత్ దానిని ఆపటం, మణికరన్ లో హేమంత్ కి జరిగిన ఆక్సిడెంట్, టాక్సీ డ్రైవర్ తో గొడవ, మస్టర్డ్ పొలాల్లో ఫోటోలు దిగటం – ఇలా జరిగిన ప్రతి సంఘటన అభి చెప్పినట్టు తెలియగానే హేమంత్ కి మతిపోయింది. 'ఈ విషయాలన్నీ అభికి ఎలా తెలిశాయి? నిజంగా అనన్యే, ఆత్మ రూపంలో వచ్చి ఇవన్నీ చెప్తుందా?' అని బుర్ర బద్దలు కొట్టుకుంటున్నాడు. ఇవన్నీ నిజాలని తెలిసేసరికి దీపికకి మరింత భయం పట్టుకుంది. అనన్య ఆత్మ ఇంట్లో తిరుగుతుందన్న ఆలోచన రాగానే ఆమె వణికిపోయింది. అయితే

ఆమె ఇంతవరకు ఎవరి జోలికి రాకపోవటం చేత కాస్త సర్దుకుంది.

అప్పటినించి అభి ఏదో ఒక కొత్త విషయం చెప్పటం, హేమంత్ అది నిజమేనని ఒప్పుకోవటం జరుగుతూ వచ్చింది. ఇక ఉపేక్షించి లాభం లేదనుకుని, ఊర్లో ఉన్న పేరున్న మానసిక వైద్యుడి దగ్గరికి అభిని తీసుకెళ్ళాడు హేమంత్. డాక్టర్ అభిని పరిశీలించి కొన్ని మందులు వాడమని చెప్పాడు. అనన్య ఆత్మ ప్రస్తావన తెస్తే అటువంటిదేమి లేదని, ఇది కేవలం 'హెల్యుసినేషన్' కేసేనని, మందులు వాడితే తగ్గిపోతుందని చెప్పాడు. మరి అభి జరిగిన విషయాలన్నీ ఎలా చెప్పగలుగుతున్నాడని ప్రశ్నిస్తే, ఇప్పట్లో దాని గురించి ఏమి చెప్పలేమని, పది రోజులు మందులు వాడాక తీసుకొస్తే, అపుడు డిస్కస్ చేయొచ్చని దాటవేశాడు. అసంతృప్తితో అక్కడినించి కదిలాడు హేమంత్.

రోజు రోజుకి హేమంత్ కి అశాంతి, దీపికకు భయమూ పెరిగిపోతున్నాయి. ఒక రోజు అనన్య తండ్రి పరంధాం, అన్నయ్య ఠాగూర్ సడెన్ గా వచ్చారు. హఠాత్తుగా వాళ్ళిద్దరూ ఎదురుపడేసరికి ఆశ్చర్యపోయాడు హేమంత్. 'సర్ప్రైజ్ చేద్దామని చెప్పకుండా వచ్చామ'ని అంటూ నవ్వాడు ఠాగూర్. మర్నాడు అభి పుట్టినరోజు కాబట్టి, అనన్యలేని లోటు వాడికి తెలియకుండా ఉండేందుకు, ఫంక్షన్ ఘనంగా చేద్దామనే ఉద్దేశంతో అప్పటికపుడు అనుకుని కార్లో బయల్దేరి వచ్చామని చెప్పాడు పరంధాం. వాళ్ళిద్దరూ వచ్చినందుకు అభి ఎంత సంతోష పడిపోతాడోనని ఆనందపడ్డాడు హేమంత్.

★★★

అదే రోజు రాత్రి గాఢ నిద్రలో ఉన్న దీపిక తలుపు చప్పుడు కావటంతో ఉలిక్కిపడి కళ్ళు తెరిచి చూసేసరికి హేమంత్ కనిపించాడు. అతను అలా ఆమె గదిలోకి రావటం అదే మొదటి సారి. ఆమె కళ్ళు మూసుకుని నిద్ర నటించింది. మంచం దగ్గర చీకటిగా ఉండటంతో ఆమెని అంత పరీక్షగా చూసే అవకాశం లేకపోయింది హేమంత్ కి. కళ్ళు కాస్త తెరిచి ఉంచిన దీపికకు, ఆతను మంచం దగ్గరికి రావటం గమనించగానే గుండె వేగంగా కొట్టుకోవటం మొదలైంది. ఎటువంటి పరిస్థితులను ఎదుర్కోవాల్సి వస్తుందోనని భయపడుతున్న సమయంలో అతను ఆమె జోలికి రాకుండా అభిని మెల్లగా ఎత్తుకుని వెనుదిరగడం కనిపించింది. అతని ప్రవర్తన విచిత్రంగా తోచింది దీపికకు. నెమ్మదిగా అతనికి తెలియకుండా అతన్ని అనుసరించింది. హేమంత్ తన గదిలోకి వెళ్లి తలుపులు మూసుకున్నాడు. దీపిక సందేహిస్తూ గుమ్మం దగ్గరే నిలబడి పోయింది, అనుమానంగా చూస్తూ. కొత్త స్థలంలో నిద్రపట్టక, సిగరెట్ కాలుద్దామని బయటకొచ్చిన ఠాగూర్, హేమంత్ గది దగ్గర తచ్చాడుతున్న దీపికను దూరం నించి చూసి, ఆశ్చర్యంతోనూ, అనుమానంతోనూ ఆమెను గమనించసాగాడు, ఒక పక్కగా నక్కి. లోపల ఏవో శబ్దాలు వినపడేసరికి, లోపల ఏం జరుగుతుందో అని భయపడిన దీపిక చొరవగా తలుపు తీసుకుని లోపలికెళ్ళి అక్కడ జరుగుతున్న దృశ్యాన్ని చూసి నిర్ఘాంతపోయింది. ఆమె గదిలోకి వెళ్ళిన మరు క్షణం ఠాగూర్ మెరుపు వేగంతో అక్కడికి చేరుకున్నాడు. లోపల అభిమన్యు మీద తలగడ గట్టిగా పెట్టి చంపటానికి ప్రయత్నిస్తున్నాడు

హేమంత్. ఆ దృశ్యం చూసి బెంబేలెత్తిపోయింది దీపిక.

దీపిక గట్టిగా కేక వేయటంతో, తలుపు దగ్గరే ఉన్న ఠాగూర్ క్షణం ఆలస్యం చేయకుండా లోపలికి వెళ్లి, నిశ్చేష్టుడైపోయాడు. కాసేపటికి తేరుకుని హేమంత్ ని దూరంగా తోసేయటానికి ప్రయత్నించాడు. కాని హేమంత్ తన పట్టు విడవలేదు. ఒక రాక్షసుడిలా, ఒక పిచ్చి పట్టిన వాడిలా, కొడుకుని నిర్దాక్షిణ్యంగా చంపటానికి ప్రయత్నిస్తున్నాడు. ఠాగూర్ హేమంత్ ని బలంగా వెనక్కి లాగి చెంప చెళ్ళుమనిపించాడు. ఆ దెబ్బతో స్పృహలోకి వచ్చాడు హేమంత్. అప్పుడుగానీ తను చేసిన తప్పు ఎంత భయంకరమయినదో అతనికి అర్థం కానట్లుంది. విచక్షణా జ్ఞానం కోల్పోయి, రాక్షసుడిలా కన్న కొడుకునే కడతేర్చే స్థాయికి దిగజారినందుకు, తనని తానే అసహ్యించుకున్నాడు. ముఖాన్ని రెండు చేతులతో కప్పుకుని హృదయ విదారకంగా ఏడవటం మొదలు పెట్టాడు హేమంత్. దీపిక అభిని ఎత్తుకుని తన గదిలోకి వెళ్ళిపోయింది. అభి ఏడ్చి ఏడ్చి నిద్రపోయాడు. ఆ గొడవకి పరంధాం కూడా అక్కడకి వచ్చి జరిగింది తెలుసుకుని నిర్ఘాంత పోయాడు. అల్లుడంటే అతనికి ఎంతో గౌరవం, అభిమానం. అసలు అక్కడ జరిగినదానికి కారణం ఏమిటో ఎవరికీ అంతుపట్టలేదు.

చాలాసేపటి వరకు హేమంత్ చిన్న పిల్లాడిలా ఏడుస్తూనే ఉన్నాడు. అతను కుదుట పడే వరకు, ఏమీ అడగకుండా అక్కడే కాచుకుని కూర్చున్నారు తండ్రి,కొడుకులు. అపుడు హేమంత్ బయటపెట్టిన విషయాలు విని మళ్ళీ నిర్ఘాంతపోయారు.

★★★

అనన్య ప్రవర్తన మంచిది కాదు. పెళ్ళికి ముందే రాకేష్ తో ఆమెకు సంబంధం ఉంది. అప్పటికే రాకేష్ కి, అప్పటికే రెండు పెళ్లిళ్ళు అయ్యాయని తెలిసినా, అతనితో విచ్చలవిడిగా తిరిగింది అనన్య. అతి గారాబంగా పెరిగిన కూతురిని దారిలో పెట్టలేక, పెళ్ళైతే దారిలోకి వస్తుందని భావించి, గుట్టుగా హేమంత్ కి ఇచ్చి పెళ్లి చేశాడు పరంధాం. కాని పెళ్లి అయినా అనన్య తన పద్ధతి మార్చుకోలేదు. రాకేష్ కూడా ఆమెని విడిచి పెట్టకుండా తరచూ కలుస్తూనే ఉండేవాడు. ఈ వ్యవహారం తెలిసి సున్నిత మనస్కుడైన హేమంత్ తట్టుకోలేకపోయాడు. వార్నింగ్ ఇచ్చినా అనన్య లెక్క చేయలేదు. ఆమెను మార్చటానికి అన్ని ప్రయత్నాలు చేసి, విసిగి వేసారి చివరకు ఆమెను హత్య చేయటానికి పూనుకున్నాడు.

అనన్యకు 'గాస్ట్రిక్' సమస్య ఉంది. తరచూ గ్యాస్ ఫార్మ్ అవ్వటం, దాని వల్ల గుండెలో నొప్పి రావటం జరుగుతూ ఉండేది. హేమంత్ తెలివిగా దాన్ని హార్ట్ ప్రాబ్లంగా నమ్మించాడు అందరి చేత. ఆ సమస్య వచ్చినపుడు రెండు మూడు సార్లు హాస్పిటల్ లో అడ్మిట్ చేశాడు. ఒక రోజు వీలు చూసుకుని, అభిని చంపటానికి ప్రయత్నించిన విధంగానే ఆమె ముఖం మీద దిండు అదిమి పెట్టి ఊపిరి ఆడకుండా చేయటంతో ఆమె ప్రాణాలు విడిచింది. అందరూ అది హార్ట్ ప్రాబ్లం అని, సహజ మరణమే అని నమ్మారు. అందరి దృష్టిలో ఉత్తముడైనందు వల్ల హేమంత్ ని ఎవరూ కాస్త కూడా అనుమానించలేదు. అతను వృత్తి పరంగా పెద్ద స్థాయిలో ఉండటం వలన పోలీసుల నుండి గాని, ఇతరుల నించి గాని పెద్దగా సమస్యలేమీ రాలేదు. పెళ్ళయ్యాక కూడా అనన్య ప్రవర్తన మారలేదని తెలుసుకున్న తండ్రి కొడుకులిద్దరికీ అనన్య పైన ద్వేషం కలగడంతో ఆమె మరణం వారిని ఎక్కువగా బాధించలేదు. హేమంత్ పై వారికి గల సానుభూతి రెట్టింపయింది. అనన్య మరణానంతరం, వారెప్పుడూ హేమంత్ గురించే ఆలోచించేవారు. వేరే పెళ్లి చేసుకోమన్నా హేమంత్ ఒప్పుకోలేదు. అనన్యను హత్య చేసింది హేమంత్ అని తెలిసిన వెంటనే వారిద్దరూ ఆగ్రహానికి లోనయినా, కాసేపటికి ఆ పరిస్థితిలో ఎవరు ఉన్నా అలానే చేసేవారని సమాధానపడ్డారు. కానీ అభి విషయంలో జరిగింది మాత్రం వారింకా జీర్ణించుకోలేకపోతున్నారు. హేమంత్ ని చంపేయాలన్నంత కోపంగా ఉన్నారు ఇద్దరూ. అయినా తొందరపడకుండా, ఆ తప్పు ఎందుకు జరిగిందో తెలుసు కోవాలనుకున్నారు.

తానెందుకు రాక్షసుడిలా మారాడో వివరించాడు హేమంత్. అనన్య ఆత్మ, అభితో మాట్లాడుతున్న వృత్తాంతాన్ని వివరించి చెప్పి, "అనన్య తన హత్య గురించి కూడా అభికి చెప్తుందన్న భయం పట్టుకుందని, కంగారు పడుతున్న సమయంలో, మీరు సడన్ గా రావటం నాలో భయాన్ని మరింత పెంచింది. మీ సమక్షంలోనే అనన్య ఈ విషయం బయట పెట్టదలచిందని బలంగా నమ్మాను. అలా జరిగితే నా పని అయిపోయినట్లే అని భయపడ్డాను. అన్ని పరిణామాలు ఒకదాని వెనుక మరొకటి వేగంగా జరిగిపోతుంటే, నా నేరం తప్పక బయట పడుతుందని భయభ్రాంతుడనయ్యాను. తప్పించుకోవడానికి దారులు వెదికే సమయం లేకపోయింది.

హత్యా ఉదంతం బయట పడకుండా ఉండాలంటే అభిని చంపటం తప్ప వేరే మార్గం కనపడక, క్షణికోద్రేకంలో ఈ అఘాయిత్యానికి పాల్పడ్డాను. ఇలాంటి నీచమైన నిర్ణయాన్ని తీసుకున్న, నాకు బ్రతికే హక్కు లేదు" అంటూ ఉన్మాదిలా అరుస్తూ అక్కడ దొరికిన కత్తితో పొడుచుకుని, ఆత్మహత్య ప్రయత్నం చేసాడు హేమంత్. అలా మృత్యువుకి చేరువయిన హేమంత్ ని బతికించడానికి, అన్ని ప్రయత్నాలు చేసారు, ఠాగూర్ పరంధాంలు.

వెంటనే హాస్పటల్ కి తరలించడం వల్ల ప్రమాదం తప్పింది. కొద్ది రోజుల్లోనే గాయం మానినా, హేమంత్ మనసుకు అయిన గాయం మాత్రం ఇంకా పచ్చిగానే ఉంది. పశ్చాత్తాపం అతన్ని నిలువెల్లా దహించేస్తుంది. ఆ పశ్చాత్తాపమే అతని పాపాన్ని కడిగేస్తుందని భావించారు అతని మామ, బావమరిది. ఇపుడు హేమంత్ పై వారికి కక్ష లేదు. జాలి మాత్రమే ఉంది. పరిస్థితి

చక్కబడ్డాక, జరిగినదంతా తెలుసుకున్న దీపిక మనసు కుదుట పడింది. ఇప్పుడు హేమంత్ ని ద్వేషించే స్థితిలో ఎవరూ లేరు.

★★★

కొన్ని రోజుల తర్వాత...

సైకియాట్రిస్ట్ అయిన ఠాగూర్, అందరిని హాల్లో కూర్చోపెట్టి అభి కేసు విశ్లేషించి చెప్పటం మొదలు పెట్టాడు.

"మీరందరూ అనుకుంటున్నట్లు అనన్య ఆత్మ అనేదే లేదు. అభి ఒక చైల్డ్ ప్రోడిగి, అంటే 'బాల మేధావి' అన్న మాట. అంటే అభికి మాటలు కూడా సరిగ్గా రాని వయసులోనే చుట్టూ జరుగుతున్న విషయాలు గమనించటం, ఆకళింపు చేసుకోవటం, పొల్లుపోకుండా అదంతా మెదడులో నిక్షిప్తం చేసుకోవటం వంటి అద్భుత శక్తి అబ్బింది. ఇది వినటానికి మీకు వింతగా అనిపించచ్చు. కాని ఇది పూర్తిగా వాస్తవం. చాలామంది చిన్న పిల్లల్లో ఇటువంటి అద్భుతశక్తిని ప్రపంచ వ్యాప్తంగా గుర్తించినట్లు ఋజువులున్నాయిమేధావి అయిన మన శ్రీనివాస రామానుజన్ కూడా ఆ కోవకే చెందుతారు. ఏడాది వయసులోనే చదవటం ప్రారంభించి, పదమూడేళ్ళకే డిగ్రీ పూర్తి చేసిన ప్రోమితియ ఒలింపియా, మూడేళ్ళ ప్రాయంలోనే తండ్రి చేస్తున్న అకౌంట్స్ లో తప్పులు పట్టేసిన కార్ల్ ఫ్రెడ్రిచ్ గాస్, నాలుగేళ్ళ వయసులోనే ఆరు భాషలను అనర్గళంగా మాట్లాడిన 'జాన్ బరాటియార్'... ఇలా చెప్పుకుంటూ పోతే చాలా కేసులే ఉన్నాయి.

అయితే మన అభికి ఈ అద్భుత శక్తితో పాటు, 'హెల్యుసినేషన్' అనే మానసిక వ్యాధి తోడయ్యింది. వాడికి అమ్మ అంటే అమితమైన ఇష్టం. 'నిరంతరం అమ్మతో మాట్లాడుతున్నాను' అనే భ్రమలో ఉంటూ, అమ్మ చెప్పినట్టుగానే దీపికకు అన్ని విషయాలు చెప్పాడు. ఇవన్నీ తెలియకపోవటం చేత బావ కూడా అనన్య ఆత్మే ఇవన్నీ చెప్తుందని నమ్మారు. ఈ విషయం ముందుగానే నాతో చెప్పినా, లేకపోతే బావ కాస్త తార్కికంగా ఆలోచించగలిగినా ఇలాంటి దారుణానికి ఒడిగట్టేవాడు కాదు" అంటూ ముగించాడు.

సిగ్గుతో తల దించుకున్నాడు హేమంత్. అతన్ని చూస్తుంటే జాలి వేసింది ఠాగూర్ కి.

'తప్పు చేసినవాడు, ఆ తప్పు తెలుసుకుని కుమిలిపోతుంటే, దానికి తగ్గ శిక్ష అనుభవించినట్లే. అతను క్షమార్హుడే' అని భావించాడు ఠాగూర్. హేమంత్ భుజం మీద చేయివేసి, అనునయంగా తడుతూ, "ఆనాటి అభిమన్యుడు తల్లి కడుపులో ఉండి పద్మవ్యూహం గురించి తెలుసుకుంటే, మన అభిమన్యుడు తల్లి చంకలో ఉండి ప్రపంచాన్నే చదివేశాడు" అంటూ నవ్వుతూ ముగించాడు ఠాగూర్.

# అపరిచితుడు

సాక్షి ఫన్ డే డిసెంబర్ 6, 2020

# అపరిచితుడు

కాలింగ్ బెల్ రెండోసారి మోగేసరికి, విసుగ్గా తలుపు తీసాడు అవనీంద్ర. అతనెప్పుడూ తలుపు పూర్తిగా తెరవడు. 'చెయిన్ లాక్' సహాయంతో కొద్దిగా తలుపు తెరిచిన అవనీంద్రకు చాలా అందమయిన అమ్మాయి కనబడటంతో, అతని విసుగంతా మాయమయిపోయింది. అప్రయత్నంగా తలుపు పూర్తిగా తీసి, పలకరింపుగా నవ్వాడు. మొదట అతని ముఖంలో కనిపించిన విసుగును చూసి భయపడిన ఆ అమ్మాయి, అతనిలో వచ్చిన మార్పు చూసి సంబరపడింది. చిన్నగా నవ్వి "హాయ్ ...అయాం మనస్విని. మీకు ఎదురుగా ఉన్న ఫ్లాట్ లోకి నిన్ననే దిగాను. పరిచయం చేసుకొందామని ..." అంటూ లోపలకు రావడానికి ఉత్సాహం చూపిస్తుంటే,

"రండి లోపలకు" అంటూ ఆహ్వానించాడు. లోపలకు వస్తూనే ఇంటిని చూసి

"వావ్...! ఎంత అద్భుతంగా ఉంది మీ ఇల్లు!" అంటూ హాల్లో నిలబెట్టి ఉన్న ఈసెల్ స్టాండ్ మీద సగం పూర్తి చేసి ఉన్న పెయింటింగ్ ని చూసి,

"మీరు ఆర్టిస్టా?" అని ప్రశ్నించింది. అతను చిన్నగా నవ్వి

"అవును అదే నా హాబీ, నా వృత్తి" అన్నాడు. గోడలకు తగిలించి ఉన్న పెయింటింగ్ లను చూస్తూ

"ఇవన్నీ మీరే వేసారా?" అని అడిగింది, కళ్ళింత పెద్దవిగా చేసుకొని. అవునన్నట్లు తలూపాడను.

"ఎంతో అద్భుతమయిన కళ ఉంది మీ చేతిలో" అంటూ అంత అందమయిన అమ్మాయి పొగుడుతుంటే, అతని మనసు ఆనందంతో ఉరకలేసింది.

"కాఫీ తాగుతారా?" అంటూ అతను కిచెన్ వైపు అడుగులేస్తుంటే

"మీ మిస్సెస్ ఇంట్లో లేరా?" అని అడిగిందామె. ఆ ప్రశ్న వినడంతోనే అతని ముఖం వివర్ణమయింది. కారణం తెలియక కలవరపడింది 'అడక్కూడని ప్రశ్న అడిగానా?' అనుకుంటూ. అతనేమీ అనకుండా చేయి పైకెత్తి చూపించాడు.

"ఐయాం సో సారీ. ఎలా చనిపోయారు?" అని అడిగింది అతన్ని సానుభూతిగా చూస్తూ.

"నో నో. చనిపోలేదు. మేడ మీద వుంది" అన్నాడు.

"అయ్యో..! ఐ యాం రియల్లీ సారీ. నేను అలా అడక్కుండా ఉండాల్సింది" అంది ఎంతో బాధగా.

"ఫర్వాలేదు. తప్పు నాదే. ఏమీ చెప్పకుండా చేయి అలా పైకెత్తి చూపిస్తే, ఎవరయినా అలాగే అనుకుంటారు" అన్నాడు.

"ఏది ఏమయినా ఐ యాం వెరీ సారీ. ఆవిడ విన్నారో ఏమిటో? ఎంత పొరపాటయిపోయింది?" అని నొచ్చుకుంటూ పైకి చూసింది. హాల్లోంచి, పైకి మెట్లు, ఆపైన బాల్కనీ చాలా అందంగా కనిపిస్తున్నాయి.

"కాఫీ స్ట్రాంగా? మీడియమా?" అని అడిగాడతను, కిచెన్ లోంచి.

"స్ట్రాంగే ...నేను పైకెళ్ళి, మీ మిస్సెస్ ను కలవొచ్చా?" అని అడిగింది, మెట్లవైపు దారి తీస్తూ. ఆ మాటకు అదిరిపడి, ఒక్క అంగలో హాల్లోకి వచ్చిన అవనీంద్రను చూసి కంగారు పడింది.

"నో నో. తను నిద్రపోతుంది. డిస్టర్బ్ చేయకండి" అన్నాడు. అతని కంగారు చూసి గాబరా పడుతూ, సారీ చెప్పి సోఫాలో కూర్చుంటూ, 'మరో తప్పు చేయకూడదు' అని తనని తానే హెచ్చరించుకుంది. స్థిమితంగా ఉందామని ఎంత ప్రయత్నించినా గుండె దడ తగ్గక పోయేసరికి, ఇల్లు చూద్దామని, లేచి నిలబడితే, షెల్ఫ్ లో చాలా మాత్రల స్ట్రిప్పులు కనిపించాయి. 'అబ్బో ! ఎన్ని మాత్రలో!!' అనుకుంటుండగా కాఫీ కప్పులతో ప్రత్యక్షమయ్యాడు అవనీంద్ర.

"ఏమిటి చూస్తున్నారు?" అని అడిగేసరికి, ఏం చెప్పాలో తెలియక, ఠక్కున గోడకు వేలాడుతున్న ఫోటో చూపింది.

"ఓ.. అదా? పెళ్ళయిన కొత్తలో తీయించుకున్న ఫోటో. ఆమె నా భార్య రేణుక" అంటున్నప్పుడు అతని ముఖంలో విషాదఛాయలు కనిపించడంతో, వాతావరణాన్ని తేలికపరచే ప్రయత్నం చేస్తూ,

"కాఫీ చాలా బాగుందే? మీకు వంటలో కూడా మంచి ప్రావీణ్యం ఉన్నట్లుంది" అంది మెచ్చుకుంటూ. బదులుగా చిన్న నవ్వు నవ్వి ,

"అవసరం కొద్దీ మొదలుపెట్టాను. ఆ తర్వాత ఇంట్రస్ట్ పెరిగింది. వంట బాగానే చేస్తాను. ఒకరోజు డిన్నర్ కి పిలుస్తాను. నా వంట రుచి చూద్దురుగాని" అంటూ నవ్వాడు. అతని మాటలు వింటుంటే, ఆమెకేమీ అర్థం కావడం లేదు. 'వంట ఇతనే చేస్తానంటున్నాడు. ఆవిడ చూస్తే, వేళ కాని వేళలో నిద్రపోతుంది' అనుకుంటూ బుర్ర బద్దలు కొట్టుకుంది. అతనది గ్రహించలేదు.

"సాధారణంగా మా ఇంటిలోకి ఎవరినీ రానివ్వను. ఒకవేళ వచ్చినా, ఇంతసేపు ఎవరినీ ఉంచను. ఎందుకో మీతో అలా ఉండలేకపోతున్నాను. మొదటి పరిచయంలోనే, మీరెంతో ఆత్మీయుల్లా అనిపించారు" అన్నాడు. ఆమె ముఖం వెలిగిపోయింది, ఆ మాటతో.

"అబ్బా! నేనెంత అదృష్టవంతురాలిని! నాక్కూడా మీరు కొత్తగా అనిపించలేదు. నా పట్ల మీరు చూపిస్తున్న అభిమానానికి ఎలా థాంక్స్ చెప్పాలో తెలియడం లేదు" అంది ఆనందంగా.

"ఇట్సాల్ రైట్. ఇంతకూ మీ పేరేం చెప్పారు?" అన్నాడు గుర్తు తెచ్చుకోవడానికి

ప్రయత్నిస్తూ.

"మనస్విని. మీరు 'మనూ' అని పిలవొచ్చు" అంది హుషారుగా.

"బహుశా అలా పిలిచే అవకాశం కొంతమందికే ఇస్తారనుకుంటా" అన్నాడు నవ్వుతూ.

"అదేం లేదు. మనస్వినీ అని పిలవడానికి నోరు తిరగొద్దూ? అందుకే సులువుగా ఉంటుందని అందరూ మనూ అనే పిలుస్తారు" అంటూ నవ్వేసింది. ఆమె గురించి చెప్పమని అడిగాడతను.

"నేనిక్కడే, హైటెక్ సిటీలో సాఫ్ట్ వేర్ డెవలపర్ గా పనిచేస్తున్నాను. ఈ మధ్యనే ఇక్కడ ఫ్లాట్ కొనుక్కున్నాను. అమ్మా నాన్నా విజయవాడలో ఉంటారు" అంది పరిచయం క్లుప్తంగా ముగిస్తూ.

"మేము ఏడాది క్రితమే ఇక్కడికి వచ్చాము. అంతకు ముందు చెన్నైలో ఉండేవాళ్ళం..." అంటూ మాట్లాడడం ఆపి, "ఒక్క నిమిషం" అని చెప్పి, మేడ మీదకు వెళ్లి, వెంటనే తిరిగివచ్చాడు.

"రేణూ నిద్ర లేచిందో లేదో చూద్దామని వెళ్ళాను. గాఢ నిద్రలో ఉంది. చెన్నై లో ఉన్నపుడే మా కారు ఏక్సిడెంట్ అయితే, తన కాళ్ళు రెండూ పోయాయి. అప్పటినుంచీ మంచానికే పరిమితం అయిపోయింది. కొన్నాళ్ళు బాగానే ఉందిగానీ, ఆ తర్వాత 'డిప్రెషన్' లోకి వెళ్ళిపోయింది. ఆ మానసిక వ్యాధి ముదిరిపోయింది. అప్పుడప్పుడు పిచ్చిపట్టినట్లు ప్రవర్తిస్తుంది. అందుకే తనని మేడమీదే ఉంచేస్తున్నాను. నేను తప్ప పైకి ఎవరూ వెళ్లరు. పనిమనిషి కూడా పైకి వెళ్ళదు. ఆ మందుల ప్రభావం వల్లనే సమయం, సందర్భం లేకుండా నిద్రపోతూ ఉంటుంది. ఒకరకంగా అదే మంచిదనిపిస్తుంది" అంటుండగా

"ఏమండీ..ఎక్కడున్నారు?" అంటూ, మేడ మీదనుంచి పిలుపు వచ్చింది. అతను వెంటనే గాబరాగా పైకి లేచి, ఆమెకు ఒక తెల్ల కాగితాన్ని అందించి,

"దీని మీద మీ ఫోన్ నంబర్ రాసి, వెళ్ళండి. తర్వాత ఫోన్ చేస్తాను" అంటూ హడావిడిగా మేడమెట్లు ఎక్కాడు. 'పాపం భార్యతో ఎన్ని ఇబ్బందులు పడుతున్నాడో! అయితే షెల్ఫ్ లో చూసిన మాత్రలు, ఆమెవేనన్న మాట' అనుకుంటూ మొబైల్ నంబర్ రాసి, బయల్దేరింది.

★★★

మొదటి పరిచయంలోనే, అవనీంద్ర, మనస్విని బాగా దగ్గరయిపోయారు. ప్రతిరోజూ వాళ్ళిద్దరూ కలుసుకుంటూ ఆనందంగా గడిపేవారు. రేణుక నిద్రపోయే సమయం చూసుకొని, వాళ్ళిద్దరూ కలుస్తుండడంతో, ఏ గొడవా ఉండేది కాదు. అవనీంద్ర పరిచయం కాక ముందు ఆమెకు ప్రదీప్ తో మంచి స్నేహం ఉండేది. పెళ్లి చేసుకుందామని, అతను ఎక్కువగా ఒత్తిడి చేస్తూ ఉండేవాడు. ఏ సమాధానమూ చెప్పకుండా తాత్సారం చేసేది. ఆఖరికి మెత్తబడి, పెళ్ళికి ఒప్పుకుందామని అనుకునేలోగా అవనీంద్ర పరిచయం అయ్యాడు. అతనే లోకం అనే పరిస్థితికి వచ్చింది. దాంతో ప్రదీప్ ని నిర్లక్ష్యం చేసేసరికి, అతను బాగా నిరాశపడి, దూరమయిపోయాడు.

★★★

ఒకరోజు ఆమె జీవితాన్ని మలుపు తిప్పే సంఘటన జరిగింది. ఆ రోజు ఎన్ని మెసేజ్ లు పెట్టినా, సమాధానం రాకపోయేసరికి, మొబైల్ కి ఫోన్ చేసింది, అవనీంద్ర గుమ్మం దగ్గరే నిలబడి. రింగ్ వినిపిస్తుంది గానీ, తలుపు తెరుచుకోలేదు. ఎందుకో అనుమానం వచ్చి, కీ హోల్ లోంచి చూసిన మనస్విని హడలిపోయింది. అవనీంద్ర రక్తపు మడుగులో పడి ఉన్నాడు. భయంతో వణికిపోతూ కేకలుపెట్టింది. చుట్టుపక్కల వాళ్ళు అందరూ వచ్చారు. పోలీసులకు కబురు వెళ్ళింది. పోలీసులు పరిశోధన మొదలుపెట్టారు. అవనీంద్ర గురించి, తనకు తెలిసిన విషయాలన్నీ పోలీసులకు చెప్పింది, మనస్విని.

'డోర్ మేట్ స్లిప్ అవ్వడం వల్ల, కాలుజారిన అవనీంద్ర తల, ప్రమాదవశాత్తు టీపాయ్ కి గుద్దుకోవటంతో ప్రాణాలు పోయాయి' అని నిర్ధారణ చేసారు పోలీసులు. అయితే ఎవరూ ఊహించని నిజం ఒకటి వెలుగులోకి వచ్చింది. మేడ మీదకు వెళ్ళిన పోలీసులు,

"పైన ఎవరూ లేరు" అంటూ కేకవేసారు. మనస్వినితో పాటూ అందరూ ఆశ్చర్యపోయారు.

"అవనీంద్ర భార్య రేణుక అక్కడే ఉంటారే!" అంటూ విస్తుపోయింది. నమ్మకం కుదరక, ఇన్స్పెక్టర్ తో పాటూ తనూ పైకి వెళ్లి చూసింది. 'రెండు కాళ్ళు లేని రేణుక ఏమయిపోయింది? 'అవనీంద్రను ఎవరయినా చంపేసి, రేణుకను ఎత్తుకుపోయారా?' అన్న సందేహం పోలీసులతో పాటూ, ఆమెకూ వచ్చింది. 'కేసు సింపుల్ గా సాల్వ్ అయిపోయింది' అని ధీమా పడ్డ ఇన్స్పెక్టర్ తలపట్టుకొని కూర్చున్నాడు.

★★★

అవనీంద్ర మరణంతో పిచ్చెక్కినట్లు అయిపోయింది, మనస్విని. నిద్రాహారాలు మానేసి, ఏడుస్తూ కూర్చుంది. ఆ సమయంలో ఆమెను ఆదుకున్నదీ, బాసటగా నిలిచిందీ ప్రదీపే. అతని సంరక్షణలోనే, ఆమె తొందరగా తేరుకుంది.

ఒకరోజు ఇన్స్పెక్టర్ నుంచి కబురు వచ్చేసరికి, ప్రదీప్ ని తోడు తీసుకొని స్టేషన్ కి వెళ్ళింది, ఇన్ని రోజులుగా తనను వెంటాడుతున్న 'సస్పెన్స్' కి తెరపడుతుందనే ఆశతో. వాళ్ళిద్దరూ లోపలకు వెళ్లి కూర్చోగానే మొదలుపెట్టాడు ఇన్స్పెక్టర్. "గొప్ప ఇబ్బంది పెట్టేసాడమ్మా ఈ అవనీంద్ర. కేసు సాల్వ్ చేయలేక చచ్చామనుకో"

అంటూ పెద్దగా నవ్వుతుంటే, సస్పెన్స్ భరించలేక విసుగ్గా ముఖం పెట్టింది.

"అలా విసుక్కోకు. ఇన్ని రోజులూ కేసు ఏమయిందంటూ మమ్మల్ని విసిగించేయలేదా? కాస్త ఓపిక పట్టు. అసలు విషయం వింటే నోరు వెళ్ళబెడతావు. అందరూ అనుకునేలా మేడ మీద రేణుక అనే మనిషే లేదు. ఏడాది క్రితమే ఆమెకు కార్ ఏక్సిడెంట్ అయి, రెండు కాళ్ళూ చచ్చుబడిపోయాయి. డాక్టర్లు నెలరోజులు, ప్రాణాలు నిలబెట్టగలిగారు గానీ, ఆమెను కాపాడలేకపోయారు" అని చెపుతుంటే, ఇన్స్పెక్టర్ చెప్పినట్లే నోరు వెళ్ళబెట్టి, అయోమయంగా చూసింది.

"మేమూ నీలాగే మతి పోగొట్టుకున్నాం, ఆ విషయం తెలియగానే. మానసిక వ్యాధి, రేణుకకు కాదు. అవనీంద్రకే. భార్య చనిపోయిన దగ్గర్నుంచి 'పారానోయిడ్స్కిజోఫ్రీనియా' అనే వ్యాధితో బాధపడుతున్నాడు. దానివల్ల అతని మానసిక స్థితి సరిగాలేదు. భార్య బతికే ఉందన్న భ్రమలో ఉన్నాడతను. చెన్నైలో ఉన్నపుడు ఆ విషయాన్ని ఎవరూ నమ్మకపోతే, అందరిమీదా కోపగించుకొని, ఈ సిటీకి వచ్చేసాడు. తను నమ్మింది, అందరూ నమ్మడం కోసం, ఆడగొంతుతో రికార్డ్ చేసిన, ప్లేయర్ ఒకటి మేడ మీద పెట్టి, అందులో ఉన్న ఆడియో ఫైల్స్ కి నంబర్లు ఇచ్చి, తన దగ్గరున్న రిమోట్ తో నొక్కడం వల్ల, రేణుకే మాట్లాడుతున్నట్లు నమ్మించేవాడు. ముందుగా మనం అనుకున్నట్లే, అతను ప్రమాదవశాత్తు మరణించాడు. పాపం ఇంట్లో ఎవరూ లేకపోవడం వల్ల, సరయిన సమయానికి సహాయం అందక, చనిపోయాడు" అంటూ ముగించాడు. జరిగినదంతా తెలుసుకున్నాక, భోరున ఏడవడం తప్ప ఏమీ చేయలేని పరిస్థితి ఆమెది. ఆమెను దగ్గరకు తీసుకొని, ఓదార్చే ప్రయత్నంలో పడ్డాడు ప్రదీప్.

# రాలిపోయే పువ్వు

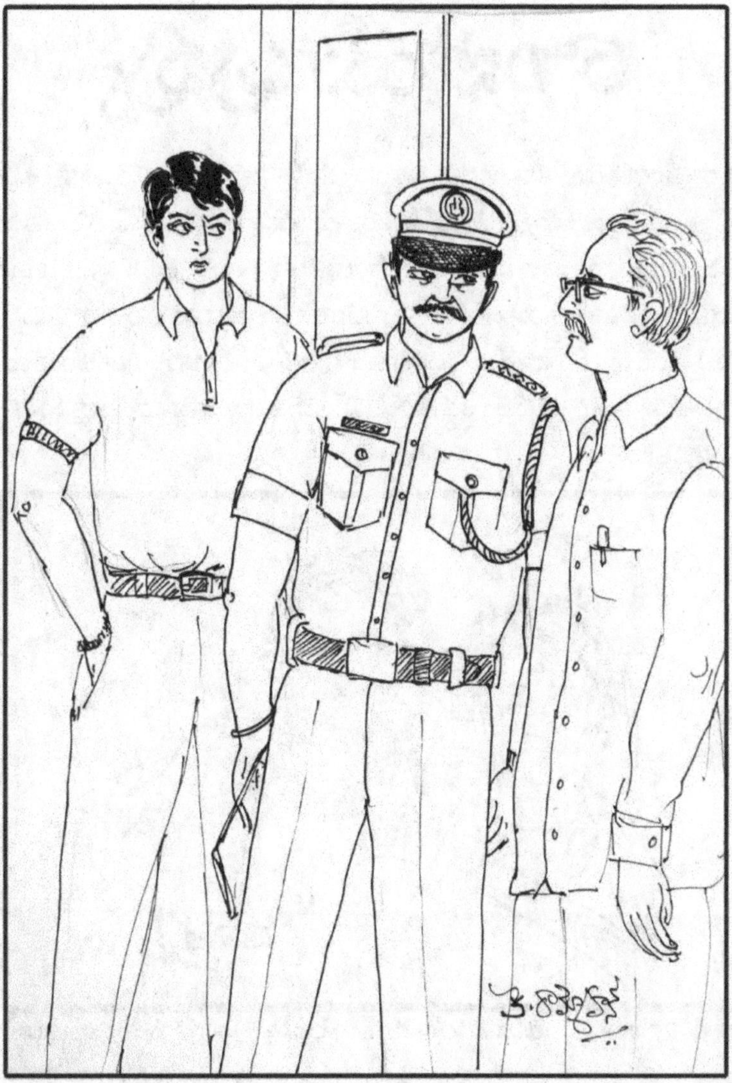

ఆంధ్రభూమి, మార్చ్ 3, 2016

# రాలిపోయే పువ్వు

రెండేళ్ళ తర్వాత తాతయ్య మా ఇంటి కొస్తున్నాడంటే నాకెంతో ఆనందంగా ఉంది. అమ్మ ఆనందానికి అంతే లేదు. అప్పటికప్పుడు అమెరికాలో ఉన్న అక్కకు ఫోన్ చేసి తన ఆనందాన్ని పంచుకొంది అమ్మ. నాకు, అక్కకు, అమ్మకు తాతయ్య అంటే చెప్పలేనంత ఇష్టం. అసలు తాతయ్యను ఇష్టపడని వారెవ్వరూ ఉండరు ఈ ప్రపంచంలో, మా డాడీ తప్ప. తాతయ్య, డాడీ భిన్న ధృవాలు. డెబ్బై రెండేళ్ళు వచ్చినా చెక్కుచెదరని ఆరోగ్యంతో ఎంతో ఆదర్శంగా ఉంటారు తాతయ్య. పరిమిత ఆహారం, ఆరోగ్యం పట్ల శ్రద్ధ, పోజిటివ్ థింకింగ్, ఎప్పుడూ ఉల్లాసంగా ఉండటం తాతయ్య ప్రత్యేకతలు.

డాడీ పూర్తిగా వ్యతిరేకం. డయాబెటిక్ అయినా తిండి విషయంలో కంట్రోల్ లేదు. వ్యాయామం, నడక అస్సలు లేవు. విపరీతమైన కోపం, ఎంతసేపూ అవతలి వారిలో లోపాలను వెదికే మనస్తత్వం. ఎంత డబ్బు సంపాదించినా ఇంకా తక్కువే అనే అసంతృప్తి. ఇవి కాక హై సొసైటీలో ఇవన్నీ తప్పవంటూ మందు పార్టీలు. అందుకే అరవై రాకుండానే ఆరోగ్యాన్ని

చెడగొట్టుకున్నారు. భారీకాయంతోనూ, బానపొట్టతోనూ వయసుకు మించి పెద్దవాడిలా కనిపిస్తారు డాడీ.

"మీ మావగారు నీకు తమ్ముడిలా ఉన్నారోయ్" అని పదే పదే డాడీ ఫ్రెండ్స్ జోక్ చేసినపుడు ఆయన కోపంతోనూ, ఉక్రోషంతోనూ కుతకుతలాడిపోయేవారు. తాతయ్య ఆరోగ్యంతో పోల్చుకొని జెలసీ ఫీలయ్యేవారు. అదలా పెరిగి పెరిగి ఆయన్ని ద్వేషించే స్థాయికి చేరింది. ఒక రోజు... తాతయ్య మా ఇంట్లో ఉన్న సంగతి తెలియని మా డాడీ నోరు పారేసుకున్నారు.

"మీ నాన్న ఇంకా పోలేదా? భూమికి భారంగా ఎన్నాళ్ళు బ్రతుకుతాడు?" అంటూ అమ్మతో మాట్లాడిన మాటలు తాతయ్య చెవినపడ్డాయి. అంతే. ఆ మర్నాడే తాతయ్య మా ఇంటినుంచి వెళ్ళిపోయాడు. అది జరిగి రెండేళ్ళయింది. డాడీ, ఇంజినీరింగ్లో యూనివర్సిటీ ఫస్ట్, ఎమ్. టెక్లో గోల్డ్ మెడలిస్ట్. ఆ క్వాలిఫికేషన్లు, ఆయన అందం చూసి తాతయ్య తొందరపడి అమ్మతో పెళ్ళి జరిపించారు. ఆ విషయంలో తాతయ్య తొందరపడి తప్పుచేసారని నేను, అక్క అనుకుంటూ ఉంటాం. ఏ లోకంలో ఉందోగానీ అమ్మమ్మ కూడా అదే మాట అనేది.

తాతయ్యను రిసీవ్ చేసుకోవడానికి స్టేషన్లో వెయిట్ చేస్తున్న నేను, తాతయ్య ఇలా హఠాత్తుగా రావడానికి కారణం ఏమై ఉంటుందా? అని ఎంతో తీవ్రంగా ఆలోచించినా నాకేమీ తట్టలేదు. కారణం ఏమైతేనేం తాతయ్య వస్తున్నాడు అనుకుంటూ ఆనందపడ్డాను. ఆయన వచ్చాకగానీ కారణం తెలియలేదు.

చక్రవర్తిగారు తాతయ్యకు ఆప్తమిత్రుడు. చక్రవర్తిగారి కొడుకు ప్రకాష్ కి హైదరాబాద్ ట్రాన్స్ ఫర్ కావటంతో ఈ మధ్యనే వారి కుటుంబం మా కాలనీలో సెటిలయిందట. చక్రవర్తిగారికి ఈ మధ్య ఆరోగ్యం బాగా లేకపోవడంతో ఆయన బాగా ఒత్తిడి చేయడం వలన తాతయ్యకు ఇలా రాక తప్పలేదు.

సమయానికి డాడీ ఆఫీసు పనిమీద ఢిల్లీ వెళ్ళడంతో తాతయ్యకు, మాకూ ఇబ్బంది తప్పింది. తాతయ్య వచ్చిన రోజే నేను, తాతయ్య చక్రవర్తి గారింటికి వెళ్ళాం. మా ఇంటికి మూడు వీధుల వెనకుంది, వారి ఇల్లు. బాగా రిచ్ గా కట్టిన డూప్లెక్స్ ఇల్లది. మా కాలనీలో ఆఖరి వీధిలో ఉంది. ఆ వీధిలో ఇళ్ళ కన్నా ఖాళీ స్థలాలే ఎక్కువగా ఉన్నాయి. వెయ్యి గజాల స్థలంలో కట్టిన ఇల్లు కావడంతో, విశాలమైన ఆవరణ, దాని నిండా చెట్లు ఆ ఇంటికెంతో అందాన్నిచ్చాయి. అద్దె ఎక్కువగానే ఉంటుందని అంచనా వేసాను. ప్రకాష్ ఒక కెమికల్ కంపెనీలో వైస్ ప్రెసిడెంట్. అతని హోదాకు తగ్గట్టు గానే ఉందా ఇల్లు. చక్రవర్తిగారి సంతోషానికి అవధులు లేక పోయాయి, తాతయ్యను చూడగానే. తన ఆరోగ్యం మెరుగయ్యేవరకూ ఇక్కడే ఉండితీరాలని కండిషన్ పెట్టారాయన. తాతయ్య కాదనలేకపోయారు ప్రకాష్, అతని తల్లి కూడా అదే కోరిక కోరడంతో.

ఆ విధంగా తాతయ్యకు మా ఇంట్లో కొన్ని రోజులుండక తప్పలేదు. రెండ్రోజుల తర్వాత డాడీ వచ్చారు. అప్పుడేమీ అనలేదు గానీ రాత్రి మళ్ళీ మందుకొట్టి వాగడం మొదలుపెట్టారు. తాతయ్య తన ఫ్రెండ్ చక్రవర్తి గారి కోసం వచ్చారని తెలిసాక మరింత రెచ్చిపోయారు డాడీ.

"ఈ ముసలాళ్ళు ఎన్నాళ్ళు బ్రతికుంటారు? దె ఆర్ ఆఫ్ నో యూజ్ టు ది సొసైటీ, జర్మనీలో హిట్లర్ పనికిరాని వాళ్ళనందరినీ గేస్ పెట్టి చంపేసినట్లు వీళ్ళనీ చంపేయాలి" అన్నారు అక్కసుగా. నాకు చాలా కోపం వచ్చింది. మొట్టమొదటిసారిగా డాడీ మీద తిరగబడ్డాను.

"మీరు ముసలాళ్ళు అవ్వరా? అప్పుడు మీరు భూమికి భారం కారా?" అంటూ. అమ్మ మధ్యలో కల్పించుకొని నన్ను దూరంగా లాక్కెళ్ళింది. డాడీ షాక్ తిన్నట్లు అయిపోయి మాటలు ఆపి విస్మయంగా చూస్తూ ఉండి పోయారు. అదృష్టవశాత్తు తాతయ్యకు మా సంభాషణ వినబడ లేదు.

తాతయ్య క్రమం తప్పకుండా రోజూ చక్రవర్తిగారి దగ్గరకు వెళ్తూ ఉండేవారు. ఆయన ఆరోగ్యం మెరుగవుతోందని తెలిసింది. అల్లుడింట్లో ఉండడం ఆయనకు ఇష్టం లేకపోయినా ప్రాణమిత్రుడి కోసం ఆయన ఉండాల్సి వచ్చింది. అలా కొన్ని రోజులు గడిచాయి.

ఒకరోజు ఉదయం నేను ఆఫీసుకు, తాతయ్య చక్రవర్తిగారింటికి బయల్దేరుతున్న సమయంలో మా ఇంట్లోకి ఒక సర్కిల్ ఇన్ స్పెక్టర్, నలుగురు పోలీసులు వచ్చారు. అందరం ఆశ్చర్యపోయి చూస్తుండగా, ఇనస్పెక్టర్ తనని తాను పరిచయం చేసుకొని సూటిగా తాతయ్యతో సంభాషణ మొదలుపెట్టాడు. ఆయన ఎన్నో ప్రశ్నలు వేసాడు. ప్రకాష్ ఇంటికి తాతయ్యరోజూ ఎందుకు వెళ్తున్నారో, తాతయ్య వాళ్ళకీ సంబంధం ఏమిటి, ఇలాంటి ప్రశ్నలన్నింటికీ సమాధానాలు రాబట్టాడాయన. అన్ని వివరాలు తెలుసుకున్న తర్వాత ఒక భయంకరమైన నిజాన్ని బయటపెట్టాడు. అది విని అందరం ఉలిక్కిపడ్డాం.

మూడురోజుల క్రితం అతి ప్రమాదకరమైన ఉగ్రవాదులు ప్రకాష్ ఇంట్లో చేరారన్నది అతను చెప్పిన విషయం. మూడురోజుల క్రితం నుంచి ముగ్గురు కొత్తమనుషులు ప్రకాష్ ఇంట్లో ఉండటం తాతయ్యకు తెలుసు. కానీ వాళ్ళు తమకు బాగా కావలసిన బంధువులని, వారి కోసమే తాను సెలవు పెట్టి ఇంట్లో ఉంటున్నానని, పై గదులు వాళ్ళ కోసం ఖాళీ చేసి తాము క్రిందకొచ్చేస్తామని ప్రకాష్ చెప్పడంతో తాతయ్యకు ఏ అనుమానమూ కలగలేదు. ప్రకాష్ కుటుంబం ఊరికి కొత్తగా రావటంవల్ల ఇంటికొచ్చేవారి సంఖ్య తక్కువగా ఉండటం, విసిరేసినట్లున్న వారి ఇల్లు మిగతా ఇళ్ళకు దూరంగా ఉండటం, పైగా ఇంటి చుట్టూ ఖాళీ స్థలం ఎక్కువగా ఉండటం ఉగ్రవాదులకు బాగా అనుకూలించాయని, వేరే రాష్ట్రాలలో ఉన్న చక్రవర్తి కూతుళ్ళ కుటుంబాలను, ఇక్కడున్న కుటుంబసభ్యులను అంతం చేస్తామని వారిని తీవ్రంగా భయపెట్టి ఉంటారని ఇన్స్పెక్టర్ అన్నాడు.

ఇవన్నీ విన్న మీదట తాతయ్య ఎంతో కుంగిపోయారు. ఉగ్రవాదులను పట్టుకోవడానికి, ప్రకాష్ కుటుంబాన్ని రక్షించడానికి తమకున్న ఒకే ఒక ఆధారం తాతయ్యేనని చెపుతూ, మామూలుగానే ప్రకాష్ ఇంటికెళ్ళివస్తూ ఉండమని, తాతయ్య అక్కడ ఎక్కువ సేపే ఉంటారు కాబట్టి ఉగ్రవాదుల కదలికలను గమనిస్తూ ఉండమని, వారి రూపురేఖలను జాగ్రత్తగా గమనించమని, తమ వద్ద ఉన్న ఫోటోలతో వారిని గుర్తించవచ్చునని చెప్పి, ఈ పాటికే ఇల్లంతా మైక్రోఫోన్లు, వెబ్ కెమెరాలు అమర్చి ఉంటారని చాలా జాగ్రత్తగా వ్యవహరించమని కోరాడు ఇన్స్పెక్టర్. ప్రకాష్ ని

మాటల్లో పెట్టి ఇంటి ఓనర్ వివరాలను సేకరించమని కూడా కోరాడతను. ఈ విషయం తెలిసిన తర్వాత తాతయ్య స్థానంలో వేరే ఎవరున్నా వెంటనే ఉడాయించేస్తారు. తాతయ్యకు ఏమైనా హాని జరుగుతుందేమోనని నేను, అమ్మ హడిలిపోయాం. తాతయ్య ముఖంలో ఆందోళన, ఆలోచన కనిపించింది గానీ భయం కనిపించలేదు. మిత్రుడి కుటుంబాన్ని ఎలా రక్షించాలా అనే ఆలోచనలోనే ఉన్నారాయన. పోలీసులు వెళ్ళిపోయాక, ఆ సమయంలో డాడీ లేనందుకు తేలిగ్గా ఊపిరి పీల్చుకున్నాం. ఆయనుంటే ఎంత రాద్ధాంతం జరిగేదో అనుకున్నాం నేను, అమ్మ.

తాతయ్య, చక్రవర్తిగారింటికి బయల్దేరుతుంటే అమ్మ ఏడవటం మొదలుపెట్టింది. భయంతో నా గుండెలు కొట్టుకున్నాయి. మా ఇద్దరికీ ధైర్యం చెప్పి బయటకు నడిచారాయన. ప్రాణాలను ఫణంగా పెట్టి స్నేహితుడి కుటుంబాన్ని రక్షించడానికి పూనుకున్న ఆయన తెగువకు, సాహసానికి, ఆత్మస్థైర్యానికి జోహార్లు అర్పించాను మనసులోనే. తాతయ్య క్షేమంగా తిరిగొచ్చేవరకు నాకు, అమ్మకు మనసు మనసులో లేదు. ఆఫీసులో పనిపై మనసు లగ్నం చేయలేకపోయాను. తాతయ్య రాకను తెలిపే అమ్మ ఫోన్ కాల్ కోసం ఎదురుచూడటమే నాకు ముఖ్యంగా తోచింది.

ఎవరికీ అనుమానం రాకుండా ఇంటి ఓనర్ వివరాలు కనుక్కున్నారు తాతయ్య. ఇంటి ఓనర్ బాగా పేరుమోసిన బిల్డర్ కావటం వల్ల పోలీసులు సులువుగానే అతన్ని కలుసుకోగలిగారు. అతను బిల్డింగ్ ప్లాను తెచ్చి, ఆ ఇంటి గురించి కూలంకషంగా వివరించాడు. అంతేకాకుండా పోలీసులకు పనికొచ్చే అత్యంత ముఖ్యమైన సమాచారాన్ని కూడా ఇచ్చాడు. మేడమీదున్న బాల్కనీ అంతా గ్రిల్స్ ఉన్నాయి. అయితే గ్రిల్ చివరనున్న డోర్ బందులు ఊడిపోవడంతో టెంపరరీగా బైండింగ్ వైర్ వేసి కట్టే సారని, అది విప్పేస్తే సులువుగా బాల్కనీలోకి ప్రవేశించవచ్చునని అతను చెప్పాడు. అంతేకాకుండా, ఎవరికీ అనుమానం రాకుండా వెనుకనుంచి ఇంటి కాంపౌండ్లోకి ప్రవేశించవచ్చునని చెప్పాడు. అప్పటినుంచి పోలీసులు మఫ్టీలో తిరుగుతూ ఆ ఇంటి వెనుక భాగంపై ఒక కన్నేసి ఉంచారు. ఉగ్రవాదులున్న గది వెనుక తలుపు తీసి ఉండటం వాళ్ళు గమనించారు. గ్రిల్ ఉన్న కారణంగా దాన్ని మూసే ఉద్దేశ్యం లేకపోయిందని గ్రహించారు. అది పోలీసులకు పెద్ద అవకాశం అయింది. ఈ విషయాలన్నీ తెలుసుకున్నాక ప్లాన్ ఆఫ్ ఏక్షన్ గురించి సర్కిల్ ఇన్స్పెక్టర్ తీవ్రంగా ఆలోచించి ఒక నిర్ణయానికొచ్చాడు. ఇన్ స్పెక్టర్ తన ప్లాన్ అంతా తాతయ్యకు ఫోన్లో వివరిస్తూ చాలాసేపు మాట్లాడాడు. నేను అయోమయంగా చూస్తూ ఉండిపోయాను ఏమీ అర్థంకాక.

తాతయ్య ఫోన్ సంభాషణ ముగిస్తూ

"అంతా మీరనుకున్నట్లే జరుగుతుంది. నా గురించి నాకే భయమూ లేదు. రాలిపోయే పువ్వును నేను" అంటూ ఫోన్ పెట్టేసారు. అది వినగానే నా గుండెనెవరో బలంగా నలిపేస్తున్నట్లనిపించి, బాధతో విల విలలాడాను. ఇనస్పెక్టర్ ప్లాన్ ఏమిటో తాతయ్య, నాకు గానీ

అమ్మకు గానీ చెప్ప లేదు. అది విని మేము భయపడతామనో, వెళ్ళొద్దని కట్టడి చేస్తామనో ఆయన చెప్పలేదనిపించింది.

ఆ తర్వాత రెండ్రోజులు మామూలుగానే చక్రవర్తి గారింటికి వెళ్ళివచ్చారు. ఏం జరుగుతుందో మాకు అర్థం కాలేదు. ఆ మర్నాడు తెల్లని కుర్తా, పైజమా వేసుకొని తయారయ్యారు తాతయ్య. మా ఇద్దరికీ ఆశ్చర్యం వేసింది. అటువంటి డ్రెస్లో తాతయ్యను ఎప్పుడూ చూడలేదు మేము. చిత్రంగా అనిపించింది. తాతయ్య ముఖం ప్రశాంతంగా లేదిప్పుడు. ఏవో తెలియని భావాలు ఆయన మొహంలో తొంగి చూస్తున్నాయి. నాకెందుకో భయం కలిగింది. కొంపదీసి ఇన్స్పెక్టర్ ప్లాన్ అమలుచేసేది ఈ రోజేనా? అనుకున్నాను. మొట్టమొదటిసారిగా తాతయ్య మొహంలో ఆదుర్దా కనిపించింది. ఆయన దాన్ని అణుచుకొని మామూలుగా ఉండటానికి ప్రయత్నిస్తున్నారు. నేను ఆ రోజు ఆఫీసుకు వెళ్ళలేదు. ఆయనకు తెలియకుండా ఆయన్ని అనుసరించి చక్రవర్తిగారింటి దగ్గరగా ఒక మూలన కూర్చుండిపోయాను. అలా ఎంతసేపయినా కూర్చోవడానికి సిద్ధమయ్యాను. నాకెందుకో ఆరోజే ప్లాన్ అమలు చేయబడుతుందనే బలమైన నమ్మకం కలిగింది. నాలో ఉత్కంఠ రాను రాను పెరిగిపోతోంది.

రెండు గంటల తర్వాత చక్రవర్తిగారింటి నుంచి తుపాకులు పేలిన శబ్దం వినిపించడంతో నా గుండెలు గుభేలుమన్నాయి. భయంతో వణకసాగాను. తాతయ్యకు ఏ ప్రమాదమూ జరగకూడదని దేవుణ్ణి ప్రార్థిస్తూ నిలబడిపోయాను దిక్కుతోచక. జనమంతా ఇళ్ళల్లోంచి బయటకొచ్చి ప్రకాష్ ఇంటిముందు గుమికూడారు. లోపల ఏదో గలాటా జరుగుతోందని స్పష్టంగా తెలుస్తోంది. కానీ ఏం జరుగుతోందో వాళ్ళకి అర్థం కావటం లేదు. నేను మాత్రం ఏదో ఊహించగలుగుతున్నాను. తుపాకులు పేలిన శబ్దాలు మళ్ళీ వినిపించాయి. బయట మఫ్టీలో ఉన్న పోలీసులు జనాన్ని దూరంగా తరిమారు. తుపాకిగుళ్ళు వారికి తగిలే అవకాశం ఉందంటూ. పది నిముషాల తర్వాత పెద్ద శబ్దంతో ప్రకాష్ ఇంటి తలుపులు తెరుచుకున్నాయి.

అదే సమయంలో సైరన్ వేసుకుంటూ అంబులెన్స్ వచ్చి ఇంటి ముందు ఆగింది. దాంట్లోంచి స్ట్రెచర్తో పాటు దిగిన ఇద్దరు మనుషులు ఇంటికెళ్ళి ఒక మనిషిని స్ట్రెచర్తో తీసుకొచ్చారు.

మైగాడ్! ఆ మనిషి మా తాతయ్యే!! వెంటనే ఒక్క ఉరుకులో వారిని చేరి, తాతయ్యకేమయిందోనని ఆదుర్దాగా ఆయనవైపు చూసాను. తాతయ్య స్పృహలో లేరు. ముఖం, తల, చేతులు, ఒంటిమీదున్న బట్టలు కొంతవరకు కాలి ఉన్నాయి. దగ్గరగా పరీక్షించి చూస్తే ఆయన బ్రతికి ఉన్నట్లు తెలుసుకొని గట్టిగా ఊపిరి పీల్చుకొని, నేను కూడా అంబులెన్స్ ఎక్కాను. పెద్ద ప్రమాదం ఏమీ ఉండదని అంబులెన్స్ స్టాఫ్ ధైర్యం చెప్పారు. హాస్పటల్లోకి వెళ్ళేంతవరకు తాతయ్యనే చూస్తూ ఉండిపోయాను. ఈ రోజు ఉదయం వాకింగ్ కి వెళ్ళినప్పుడు రాలిపోయిన పూల దొంతరను చూపిస్తూ తాతయ్య అన్న మాటలు నాకు గుర్తొచ్చాయి.

“చూసావా! రాలి పోయిన పువ్వులు సైతం ఎంతటి సుగంధాన్ని వెదజల్లుతున్నాయో” అన్నారు, భావగర్భితంగా. రాలిపోయే దశలో కూడా తాతయ్య చక్రవర్తిగారి కుటుంబానికి, మన దేశానికి ఎంత మేలు చేసారు? అనుకుంటూ ఆయన్నే ఆరాధనగా చూస్తూ ఉండిపోయాను.

చక్రవర్తిగారింటిలో రెండు గంటల క్రితం ఏం జరిగిందో నాకు తర్వాత తెలిసింది. తాతయ్య వేసు కున్న కుర్తా, పైజమాలు పోలీసులు ఇచ్చిన ఫైర్ ప్రూఫ్ దుస్తులు. ఈ రోజు చక్రవర్తిగారి పుట్టినరోజు కాబట్టి తానే ఆయనకు ఇష్టమైన పాయసం చేసి పెడతానని హడావిడి చేసాడు తాతయ్య తనదైన శైలిలో. దానికి కావలసిన వస్తువులన్నీ పెట్టేసి, వంటగదిలోకి ఎవరూ రాకూడదని నవ్వుతూ ఆంక్షపెట్టారు తాతయ్య. లోపలికెళ్ళిన ఐదు నిముషాల్లో జేబులో ఉన్న సెల్ ఫోన్ తో ఎవరికీ అనుమానం రాకుండా రింగ్ ఇచ్చి వదిలేసారు. ప్లాన్ ప్రకారం అది మొదటి సిగ్నల్.

ఇంటి వెనుక వేచి ఉన్న ఇనస్పెక్టర్ మిస్డ్ కాల్ చూసుకొని పోలీస్ కమెండోలకు సైగ చేసాడు. క్షణాలలో కమెండోలు లోపలికి ప్రవేశించి గ్రిల్ కు ఆనుకొని ఉన్న సన్ షేడ్ మీదకు చేరుకున్నారు ఎవరికీ అనుమానం కలగకుండా. ఐదు నిమిషాల తర్వాత మరో రింగ్ ఇచ్చారు, తాతయ్య. ఆ సిగ్నల్ అందుకున్న కమెండోలు గ్రిల్ కున్న బైండింగ్ వైర్ ని తొలగించారు. ఇక డోర్ ఓపెన్ చేయడమే ఆలస్యం. తాతయ్య తన కుర్తాకు నిప్పంటించుకొని, మూడవ రింగ్ ఇచ్చి గట్టిగా అరుస్తూ, ఒళ్ళంతా మంటలతో హాల్లోకి వస్తూ, కావాలనే కనిపించిన వస్తువునల్లా పడగొడుతూ ఆక్రందనలు చేసారు. ఆ శబ్దాలకు, ఆయన అరుపులకు, ఎగసిపడుతున్న మంటలకు చక్రవర్తి కుటుంబమే కాకుండా ఉగ్రవాదులు కూడా ఉలిక్కిపడ్డారు. అనాలోచితంగా ఆ ఉగ్రవాదులు గబగబా క్రిందకు దిగారు. తాతయ్యకు, పోలీసులకు కావాల్సింది అదే. అదను చూసి కమెండోలు మేడమీద గదిలోకి వేగంగా చొరబడ్డారు. అంతా క్షణాల్లో జరిగిపోయింది. షూటింగ్లో సుశిక్షితులయిన కమెండోలు పైనుంచి గురిపెట్టి కాల్చి ఉగ్రవాదులను హతమార్చారు. ప్రకాష్, అతని భార్య తాతయ్య పై దుప్పటి కప్పి కార్పెట్ పై దొర్లించి మంటల బారి నుంచి కాపాడారు. అప్పటికే తాతయ్య స్పృహ తప్పారు.

జంట నగరాల్లో బాంబులు పెట్టి అల్లకల్లోలం సృష్టించాలనుకున్న తీవ్రవాదుల ఆటకట్టించడంలో పోలీసుల పాత్ర పెద్దదే అయినా, ఆ ఆపరేషన్లో హీరో తాతయ్యేనని ముఖ్యమంత్రి పొగిడారు. తీవ్రవాదులున్న గదిలోని సామాగ్రి సహాయంతో మరికొంత మంది నేరస్థులను పట్టుకోగలిగారు పోలీసులు. దేశ వ్యాప్తంగానే కాకుండా ప్రపంచవ్యాప్తంగా కూడా తాతయ్య పేరు మారుమ్రోగిపోయింది. ప్రెసిడెంట్, ప్రైమ్ మినిష్టర్లతో సహా ఎందరో ప్రముఖుల అభినందనలు అందుకున్నారు తాతయ్య. తాతయ్యను చూడటానికి ఎంతోమంది మా ఇంటికొచ్చారు. మా ఇంటి నిండా పూలబొకేలే. తాతయ్యను అభినందించడానికి అమెరికానుంచి అక్క, బావ వచ్చారు.

ఇదంతా ఒక ఎత్తు. ఆ సంఘటన జరిగిన తర్వాత డాడీలో వచ్చిన మార్పు మరో ఎత్తు. తాతయ్య ఎంత గొప్పవాడో డాడీకి మొట్టమెదటిసారిగా అర్థమయింది. తాతయ్య ధైర్యానికి, సాహసానికి, త్యాగ నిరతికి, స్నేహితుడి పట్ల ఆయనకున్న ప్రేమకు డాడీ తలవంచారు. అహం, సిగ్గు... అన్నీ విడిచి క్షమించమని అర్థించారు. తాతయ్య ఒక్క చిరునవ్వుతో ఆయన్ని క్షమించేసారు.

# రిస్క్

ఆంధ్రభూమి, జూలై 20, 2017

# రిస్క్

సెల్ ఫోన్ మోగిన శబ్దానికి హఠాత్తుగా మెలుకువ వచ్చి తుళ్ళి పడ్డాను. యథాలాపంగా టైం చూశాను. రాత్రి తొమ్మిది అయింది. ఆ రోజు కాస్త నీరసంగా ఉండటం వల్ల కుర్చీలోనే నిద్ర పోయాను, గంట క్రితమే. ఫోన్లో ఏడుస్తూ ఉన్న, నా ఒక్కగానొక్క కూతురు 'సృజన' గొంతు వినబడడంతో, నా నిద్ర మత్తు అంతా పటాపంచలైపోయింది.

"ఏమైందమ్మా? అని అడిగాను ఆత్రంగా. తను ఏమీ చెప్పలేక ఏడవడం కొనసాగించింది. నిరంతరాయంగా వచ్చే దుఃఖం, సృజనను మాట్లాడనివ్వడం లేదు. నాకు ఆదుర్దా పెరిగి పోతుంది.

"నాన్నా...హనీ ..." అని మళ్ళీ ఏడుపు మొదలు పెట్టింది. హనీ, దాని పదమూడేళ్ళ కూతురు. "హనీకి ఏమైంది?" అని అడిగాను ఆదుర్దాగా. "నాన్నా... హనీని ఎవరో కిడ్నాప్ చేశారు" అంది చిట్టచివరకు. ఆ మాట వినగానే భయంతో వణికిపోయాను. నా నోట మాట రాలేదు. "అర్జున్... అర్జున్..." అన్నానే గానీ, నా మాట తిన్నగా రావడం లేదు.

"ఆయన ఆఫీసు పని మీద స్కాట్లండ్ వెళ్లారు" అని చెప్పింది. నాతో బాధ పంచుకున్న తర్వాత కొంత తేరుకున్నట్లుంది. విషయం అంతా వివరంగా చెప్పింది.

నా అల్లుడు, అర్జున్ అయ్యేఎస్ ఆఫీసర్. చాలా తెలివైన వాడు, నిజాయితీపరుడు. మధ్యప్రదేశ్ లో పనిచేస్తున్నప్పుడు ఒక రాజకీయ నాయకుడు చెప్పినట్లు నడుచుకోకపోవడం వల్ల, అతనికి పనిష్మెంట్ ఇచ్చి, ఇబ్బంది పెట్టే నిమిత్తం శ్రీనగర్ కు ట్రాన్స్ఫర్ చేశారు. శ్రీనగర్ కు వెళ్ళిన ఆరు నెలలలోనే ఈ సంఘటన జరిగింది.

సాయంత్రం మ్యూజిక్ క్లాస్ నుంచి ఏడు గంటలకు ఇంటికి రావాల్సిన హనీ, ఆ రోజు తిరిగి రాలేదు. హనీ క్లాస్మేట్ అయిన నీలం అనే ముస్లిం అమ్మాయి కూడా తిరిగి రాలేదని తెలిసింది. వాకబు చేస్తే రోజులాగే, ఆరున్నరకే మ్యూజిక్ క్లాస్ అయిపోయిందని, ఇతర పిల్లలతో పాటు, వారిద్దరూ కూడా వెళ్లిపోయారని తెలిసింది. హనీని మ్యూజిక్ క్లాసు నుంచి తీసుకువచ్చే నజీర్ అనే నౌకర్ జాడ కూడా తెలియలేదు. ఇవన్నీ తెలుసుకున్నాక సృజనలో కంగారు మొదలైంది. స్నేహితుల సహాయంతో హనీ కోసం వెతుకులాట ప్రారంభమయింది.

ఎనిమిది గంటలకు అర్జున్ ఫోన్ లో దొరకడంతో అతనికి విషయాలన్నీ చెప్పింది సృజన. అర్జున్ అక్కడినుంచి అతని స్నేహితులకు, పోలీస్ అధికారులకు ఫోన్ చేసి వారి సహాయం కోరాడు. పెద్ద ఆఫీసర్ కావడం వల్ల వారందరూ అతనికి సహాయం చేసే నిమిత్తం ముమ్మరంగా గాలింపు చర్యలు చేపట్టారు. కానీ ఏ ఒక్కరి జాడ తెలియలేదు.

నా కూతురికి ధైర్యం చెప్పి, మర్నాడు ఉదయం ఏదో ఫ్లైట్ పట్టుకుని వీలైనంత తొందరగా శ్రీనగర్ చేరుకుంటానని చెప్పాను. ఫోన్ పెట్టేసిన వెంటనే ఇంటర్నెట్లో టిక్కెట్ల కోసం ప్రయత్నించాను. హైదరాబాద్ నుంచి శ్రీనగర్ కు డైరెక్ట్ ఫ్లైట్ దొరకలేదు. హైదరాబాద్ నుంచి ఢిల్లీకి, ఢిల్లీ నుంచి శ్రీనగర్ కు టికెట్ బుక్ చేసుకున్నాను. ఢిల్లీలో మూడు గంటల పైనే వేచి ఉండాల్సి వచ్చింది. శ్రీనగర్ తొందరగా చేరుకోలేక పోతున్నందుకు చాలా బాధపడ్డాను. బహుశా అర్జున్ కూడా స్కాట్లాండ్ నుంచి బయలుదేరి అదే సమయానికి చేరతాడు, అనుకున్నాను. ఢిల్లీకి చేరిన తర్వాత సృజనకు ఫోన్ చేసి చెప్పాను, ఫలానా టైం కి వస్తానని. విమానాశ్రయానికి కారు పంపుతానని చెప్పి, డ్రైవర్ పేరు మొబైల్ నెంబరు నాకు మెసేజ్ చేసింది.

శ్రీనగర్ వెళ్లే ఇండిగో విమానం ఎక్కి కూర్చున్నాను. కిటికీ దగ్గర సీటు దొరికింది. 'ఏప్రిల్ మొదటి వారంలో శ్రీనగర్ రమ్మని అప్పుడు చలి తక్కువగా ఉంటుందని, కానీ సోనోమార్గ్ లోనూ, గుల్మార్గ్ లోనూ మంచు పుష్కలంగా ఉంటుందని, శ్రీనగర్ లోని టులిప్ గార్డెన్ ను చూడడానికి, అదే సరైన సమయం'

అని సృజన డిసెంబర్ నుంచి నాకు అనేక సార్లు చెబుతూ ఉండేది. నాకే వీలు కుదరక టిక్కెట్లు తీసుకోలేదు. కానీ ఏప్రిల్ మొదటి వారం లోనే నేనిలా వెళ్ళవలసి వచ్చినందుకు చింతించాను.

విమానం పఠాన్కోట్ దాటిందని, కొంత సేపట్లో హిమాలయ పర్వతాలను దర్శించవచ్చునని, ఆ సమయానికి విమానాన్ని కిందకు దింపి, కాసేపు అక్కడే చక్కర్లు కొడతానని పైలెట్ ఎనౌన్స్ చేశాడు. ప్రయాణికులందరూ కెమెరాలు సిద్ధం చేసుకొని కిటికీల వైపు

ఎగబడసాగారు. అనుకున్న సమయం వచ్చింది. నేను యథాలాపంగా కిటికీలోంచి బయటకు చూశాను. అందమైన మంచు కొండలు కనబడ్డాయి. ఆ అందాన్ని ఆస్వాదించేందుకు నా మనసు సిద్ధంగా లేదు. హనీ గురించి ఆలోచనలతో మనసంతా అల్లకల్లోలంగా వుంది. కిటికీ నుంచి నా దృష్టి మరల్చాను. నా పక్క సీట్లో కూర్చున్న పిల్లల ఉత్సాహాన్ని గమనించి, నేను చివరి సీట్లోకి మారిపోయి, వారికి చూసే అవకాశాన్ని ఇచ్చాను. విమానంలో ప్రయాణిస్తున్న సంగతే మర్చిపోయి, కిటికీల వైపు ఎగబడుతున్న ప్రయాణికులను అదుపు చేయలేక విమాన సిబ్బంది చాలా తంటాలు పడ్డారు.

మధ్యాహ్నం రెండు గంటలకు, అంటే నిర్ణీత సమయానికి మా విమానం శ్రీనగర్ చేరుకుంది. దిగిన తర్వాత డ్రైవర్ కి ఫోన్ చేద్దామని ప్రయత్నించాను. కానీ నెట్వర్క్ లేదు. విమానాశ్రయంలో నెట్వర్కు లేకపోవడం ఏమిటి? అని ఆశ్చర్యపోతూ గేటు దాకా వెళ్లి ప్రయత్నించాను. ఫలితం లేదు. కానీ చాలా మంది ప్రయాణికులు సెల్ఫోన్లో మాట్లాడుతూ కనిపించారు. మరి నా ఫోన్ కి ఏమైందో? అనుకుంటూ, దగ్గర్లో ఎస్.టి.డి బూత్ ఏదైనా ఉందేమోనని చూసాను. ఎక్కడా కనబడలేదు ఎంతో తొందరగా చేరుకోవాలనే ఆదుర్దాతో వున్న నాకు, ఈ సమస్య చాలా చికాకు కలిగించింది. లగేజ్ తీసుకొని బయటకు వచ్చాను. బయట ప్లకార్డులు పట్టుకొని, కొంతమంది నిలబడి ఉన్నారు. ఎంతో ఆశతో వారందరినీ పరికించాను, నా కోసం ఎవరైనా నిలబడి ఉన్నారేమో అని. అది కూడా ఫలించలేదు. గేటు దగ్గర ఉన్న సెక్యూరిటీ గార్డును హిందీలో అడిగాను, అక్కడ ఫోన్ చేయడానికి ఏదయినా అవకాశం ఉందా? అని. నా సెల్ కి నెట్వర్క్ సమస్య వచ్చింది అని కూడా చెప్పాను. "మీది ప్రీపెయిడా? అని అడిగాడు అతను. "అవును" అని చెప్పగానే, ఇక్కడ ఏ ప్రీపెయిడ్ ఫోన్లు పనిచేయవు. పోస్ట్ పెయిడైతేనే నెట్వర్కు ఉంటుంది. కొన్ని సెక్యూరిటీ కారణాలవల్ల" అని వివరించాడు. అంతేకాకుండా నా సమస్య ఏమిటో తెలుసుకొని, మా డ్రైవర్ నెంబరు అడిగి తన ఫోన్ నుంచి తనే స్వయంగా మాట్లాడి, నా కోసం వేచి ఉన్న డ్రైవర్ను మా దగ్గరకు పిలిచి, మమ్మల్నిద్దర్నీ కలిపాడు. అతనికి మనసారా కృతజ్ఞతలు తెలుపుకుని, డ్రైవర్తో బయల్దేరాను.

నేను కారు ఎక్కేసరికి వర్షం ప్రారంభమైంది. చలి గాలులు మొదలయ్యాయి. బ్యాగ్ లోంచి మంకీ క్యాప్ తీసుకొని దాన్ని తొడుక్కొని శాలువా కప్పుకున్నాను. నాకు వర్షపు వాతావరణం పడదు. ఇరవై నిమిషాలు ప్రయాణించాక, మార్గ మధ్యంలో మా కారు ఆగిపోయింది. పాపం! ఆ వర్షంలోనే డ్రైవర్, దాన్ని సరి చేయడానికి నానా తంటాలు పడ్డాడు. కానీ అతని వల్ల కాలేదు.

కారు స్టార్ట్ అవటం లేదని, ఏదైనా కారులో గాని టాక్సీలో గాని పంపే ఏర్పాటు చేస్తానని చెప్పి, ఆ దార్లో వచ్చే కార్లను, టాక్సీ లను ఆపే ప్రయత్నం చేయసాగాడు. నాలుగైదు కార్లు ఆపకుండా వెళ్ళిపోయాయి. ఆ తర్వాత ఒక ఫియట్ కారు, మాకు దగ్గరలో ఆగింది. వెనుక సీట్లో కూర్చున్న యజమానితో మాట్లాడాడు డ్రైవర్. ఆయన ఒప్పుకున్నట్లు ఉన్నాడు. నన్ను ఆయన పక్కన కూర్చోబెట్టి, బ్యాగ్ అందించి సెలవు తీసుకున్నాడు. కార్లో కూర్చున్నాయన, నల్లటి రూమీ టోపీ

పెట్టుకొని, పెద్ద గడ్డంతో నల్లని కోటుతో అసలు సిసలు 'కాశ్మీరీ ముస్లిం' లా ఉన్నాడు. 'ఇతన్నెక్కడో చూసినట్లు ఉంది' అనుకున్నాను గానీ, ఎవరనేది నాకు గుర్తుకు రాలేదు. అతనికి థాంక్స్ చెప్పి, కిటికీ అద్దం ఎత్తే ప్రయత్నం చేశాను. కానీ నా ప్రయత్నం ఫలించలేదు.

నా అవస్థ గమనించి అతను అన్నాడు, 'పాత కారు కదా? అద్దం పని చేయడం లేదు' అని. చేసేదేమీలేక శాలువా నిండుగా కప్పుకున్నాను. కాస్సేపటికి వర్షం తగ్గుముఖం పట్టింది గానీ, చలిగాలులింకా వీస్తూనే ఉన్నాయి.

చలికి వణుకుతున్న నన్ను చూసి,

"మీకు ఈ వాతావరణం ఇబ్బందిగా ఉందనుకుంటాను" అన్నాడతను. మా సంభాషణ అంతా హిందీ లోనే జరిగింది. నాకు ఆరోగ్యం బాగా లేని కారణంగా ఈ మధ్యనే ఇటువంటి ఇబ్బంది మొదలయిందని చెప్పాను.

కాశ్మీర్ అంతా టెర్రరిస్టుల మయం అని, అక్కడ హిందువులకు రక్షణ లేదని, మీడియా పదే పదే చెప్పటంతో, 'కొంపదీసి నేను టెర్రరిస్టు కారు ఎక్క లేదు కదా?' అని భయంతో వణికి పోయాను. ఇంతలో అతను ఏదో అనబోతుంటే, అతని సెల్ ఫోన్ రింగ్ అయింది. 'సారే జహాసే అచ్చా' అన్నది అతని సెల్ ఫోన్ రింగ్ టోన్. అది వినగానే నా భయం పోయింది. ఎంతో ధైర్యం వచ్చింది.

అతను ఎవరితోనో కాశ్మీరీ భాషలో మాట్లాడుతున్నాడు. మధ్య మధ్యలో డ్రైవర్ని ఏదో అడుగుతున్నాడు. అతను ఏం మాట్లాడుతున్నాడో నాకు ఏమీ అర్థం కాలేదు. సుమారు పావుగంట సేపు అలా మాట్లాడుతూనే ఉన్నాడు. ఇంతలో హఠాత్తుగా బాంబు పేలిన శబ్దం వినిపించింది. ఉన్నట్టుండి మా కారు కంట్రోల్ తప్పింది. ఇద్దరం ఉలిక్కిపడ్డాం. నేను అయితే విపరీతంగా భయపడ్డాను. కాశ్మీర్లో జరిగే కల్లోలం గురించి బాగా విని ఉండడం వల్ల నాకు చాలా భయం వేసింది. ఆ తర్వాత నా భయానికి నేనే నవ్వుకున్నాను. బాంబు కాదని, టైరు పంచర్ అని తెలుసుకున్నాక.

టైర్ మార్చడానికి కార్లో సామాన్లేవీ లేవని నసిగాడు డ్రైవర్. యజమాని విసుక్కుని ఎక్కడన్నా ప్రయత్నించమని లేదా ఏదైనా కారు ఆపి వాళ్ళ దగ్గర ఉందేమో కనుక్కోమని చెప్పి కారు దిగాడు. నా ప్రయాణానికి మళ్లీ ఆటంకం ఏర్పడింది. చేసేదేమీలేక కారులోనే కూర్చుండిపోయాను. టైర్ మార్చడానికి కొంత సమయం పడుతుందని, ఈలోగా రోడ్డుకి అవతల ఉన్న దుకాణంలో కాశ్మీరీ స్పెషల్ 'కహ్వా' తాగుదామని ఆయన నన్ను బలవంతం పెట్టేసరికి అయిష్టంగానే దిగాను. నీళ్ళలో కొద్దిగా టీ పొడి, కుంకుమపువ్వు, ఏలక్కాయ, పిస్తా, బాదం ముక్కలు, పంచదార వేసి మరిగించి కహ్వా అనే టీ తయారు చేస్తారు. చలి ప్రదేశం కావడం వల్ల, అక్కడి ప్రజలంతా, కహ్వాను ఆరారా తాగుతూ ఉంటారు. అది నాకు కూడా బాగా నచ్చింది.

ఆ తర్వాత ఒకరి వివరాలు ఒకరు తెలుసుకుంటూ ఉండగా, అతని ఫోన్ మోగింది మళ్ళీ. అతను మాట్లాడటం మొదలు పెట్టాడు,

“అది కాదు వరూ...” అంటూ తెలుగులో. నేను ఆశ్చర్యపోయి చూసాను. ఎంతో లాలనగా బుజ్జగిస్తూ మాట్లాడుతున్నాడు. మధ్య మధ్యలో వరూ అని సంబోధిస్తూ ఉన్నాడు. అవతల మాట్లాడే వ్యక్తి, అతనికి అత్యంత ఆప్తులు అనే విషయం, ఆ వ్యక్తి పట్ల అతనికి ఉన్న ప్రేమ, అతని మాటల్లో స్పష్టంగా తెలుస్తోంది.

పది నిమిషాలు మాట్లాడిన తర్వాత నవ్వుతూ నా వైపు చూసి,

“మేరా ఘర్ కా మాల్కిన్” అన్నాడు, ‘నా భార్య సుమా...’ అని ధ్వనించేటట్లు.

“మీరు తెలుగు వారా?” అని అడిగాను తెలుగులోనే. ఈ సారి ఆశ్చర్యపోవడం అతని వంతు అయింది.

“మీ హిందీ చూసి నేను అలా అనుకోలేదు” అన్నాను మళ్ళీ.

“నేను కాశ్మీరీనే. కానీ నాకు తెలుగు వచ్చు. నేర్చుకున్నాను, నా భార్య కోసం” అంటూ నన్ను తదేకంగా చూడసాగాడు. అప్పటికి చల్ల గాలి తగ్గి, ఎండ కాయడం మొదలు పెట్టడంతో, నేను క్యాప్, శాలువా తీసేసి ఉన్నాను. అందుకే కాబోలు! అతను నన్ను గుర్తుపట్టాడు.

“హేయ్! నువ్వు మహేంద్రవి కదూ?” అని ఆనందంగా అరిచాడు. నేను ఆశ్చర్యపోయి, అతనెవరై ఉంటాడా? అని తీవ్రంగా ఆలోచించసాగాను.

“అరే భాయ్. నేను రా. ఉస్మాన్ ని” అన్నాడు ఆనందంగా నన్ను కౌగిలించుకుంటూ.

"ఉస్మాన్ ఖాన్...!" అప్రయత్నంగా నా నోట్లోంచి అతని పేరు బయటకు వచ్చింది. అవునన్నట్లు తలూపాడు ఉస్మాన్.

ఉస్మాన్ ని చూసి దాదాపు ముప్ఫై ఏళ్లు దాటిపోయింది. అంతే కాదు. అతని వేషభాషలు, మాటతీరు అన్నీ మారిపోయాయి. అందుకే అతన్ని గుర్తు పట్టలేక పోయాను.

ఉస్మాన్ నాతో రీసెర్చ్ చేసేవాడు.

"అయితే నువ్వు ఇందాక మాట్లాడింది, వరూధినితోనా?" అని ప్రశ్నించాను.

"అవును. అందులో సందేహమేముంది?" అని తిరిగి ప్రశ్న వేశాడతను. వరూధిని కూడా నాతో రీసెర్చ్ చేసేది.

నాకు ఆ రోజులు గుర్తొచ్చాయి. కాశ్మీర్ నుంచి రీసెర్చ్ చేయడానికి, హైదరాబాద్ వచ్చిన ఉస్మాన్ ఖాన్ కొద్దిరోజుల్లోనే అందరికీ ఆప్తుడయిపోయాడు. వరూధినిని ఇష్టపడ్డ నేను, నా ప్రేమ వ్యక్తం చేసే లోపుగానే, వాళ్ళిద్దరూ ప్రేమలో పడ్డారు. ఉస్మాన్ రాకముందు వరూధిని నేనంటే బాగా ఇష్టపడేది. ఆ ఇష్టం ప్రేమకు దారితీస్తుందని నేనెంతో ఆశ పడ్డాను. కానీ ఉస్మాన్, చురుకుదనము, విశిష్టమైన వ్యక్తిత్వం, అందము, అన్నిటికన్నా మించి వరూధిని పట్ల అతను ప్రదర్శించే అభిమానం, వరూధిని, అతనితో ప్రేమలో పడేలా చేసాయి.

ఇద్దరూ పీహెచ్డీ పట్టాలు తీసుకున్న తర్వాత పెళ్లి చేసుకున్నారని విన్నాను. మంచి ఉద్యోగం రావడం వల్ల, నేను రీసెర్చ్ మధ్యలోనే ఆపి భోపాల్ వెళ్లిపోవడంతో, మా స్నేహానికి తాత్కాలికంగా తెరపడింది. కొన్ని రోజులపాటు మా మధ్య ఉత్తరాలు నడిచినా, క్రమక్రమంగా దూరమయ్యాము. అలా మా మధ్య సంబంధాలు తెగిపోయాయి.

★★★

అప్పటి విషయాలు మాట్లాడుకుంటూ ఉండగా డ్రైవర్ వచ్చి కారు రెడీ అయ్యిందని చెప్పాడు. మేము ఇద్దరం కలిసిన ఆనందంగానీ, ఉత్సాహంగానీ నాలో లేవని, నేను ఎందుకో దిగులుగా ఉన్నానని, దానికి కారణం ఏమిటని ఉస్మాన్ పదే పదే అడిగాడు. అదేమీ లేదని ఒంట్లో బాగా లేదని అబద్ధం చెప్పాను.

శ్రీనగర్ లో ఎక్కడికి వెళ్లాలి? అని అడిగితే అడ్రస్ చెప్పాను. డ్రైవర్ కి ఆ అడ్రస్ చెప్పి మళ్లీ కబుర్లలో పడ్డాడు. కాసేపట్లో కారు ఒక చిన్న ఇంటి ముందు ఆగింది. 'ఇక్కడ ఎందుకు ఆ కారు ఆపారు?' అన్నట్లు చూసాను.

"ఇదే మా ఇల్లు. మన వెళ్ళే దారిలోనే ఉంది. అందుకే డ్రైవర్ కారు ఇక్కడ ఆపాడు. కాస్త టీ తాగి బయల్దేరుదాం" అన్నాడు ఉస్మాన్.

"లేదు లేదు. నేను అర్జంటుగా వెళ్ళాలి. మరొకసారి వస్తాను" అని మొండికేశాను. నా ఆదుర్దా గురించి తెలియని ఉస్మాన్, నేను మొహమాట పడుతున్నానని అనుకొని బలవంతంగా లాక్కెళ్లాడు. దిగక తప్పలేదు. వరూధినిని మళ్ళీ చూడాలనుకునే నా బలమైన కోరిక కూడా, నేను దిగేలా చేసింది.

ఇల్లు చిన్నదే కానీ,విశాలమైన ఆవరణతోనూ, అందమయిన పూలమొక్కలతో సుందరంగా ఉంది. గేటుకు ఎడమవైపు పలక మీద 'వరూధిని నిలయం' అని తెలుగులో చెక్కి ఉంది. భార్యకు అతను ఇచ్చే విలువ ఏమిటో ఆ పలక చూస్తేనే తెలుస్తుంది. కుడివైపు పలక మీద ఉర్దూలో ఏదో చెక్కి ఉంది. ఏమిటని అడిగాను. దాని వైపు చూసి 'జన్నత్' అని చదివాడు ఆ ఉర్దూ అక్షరాలను. జన్నత్ అంటే స్వర్గం అని అర్థం. అది విని చాలా సంతోషం వేసింది.

నేను వస్తున్నట్లు ఊహే లేకపోవడం వల్ల, వరూధిని నన్ను వెంటనే గుర్తు పట్టలేకపోయింది. ఈ ముప్ఫై ఏళ్లలో నాలో చాలా మార్పు వచ్చింది. మూడేళ్ల క్రితం మా ఆవిడ చనిపోయిన తర్వాత నాలో విపరీతమైన మార్పు వచ్చింది. అందువల్లనే ఉస్మాన్ గాని, వరూధిని గాని వెంటనే గుర్తుపట్టక పోవటము సహజమే. వరూధిని లో మాత్రం పెద్ద మార్పు లేదు. కొంచెం లావు అయింది. అదే అందం. కానీ ముఖంలో అప్పటి వర్చస్సు లేదు. ఏదో దిగులుతో ఉన్నట్లుగానూ, నీరసంగానూ కనిపించింది. అయితే నన్ను చూడగానే ఆమె కళ్ళలో ఎంతో ఆనందం కనిపించింది.

ఎంతో ఆప్తులైన వాళ్ళిద్దరిని ఒక్కసారిగా చూసేసరికి, అంతవరకూ బిగబట్టుకొని ఉన్న నా దుఃఖాన్ని అదుపు చేయలేక, అప్రయత్నంగా బావురుమని ఏడ్చేసాను. హనీ కిడ్నాప్ వార్త

విన్నప్పటి నుంచి, నా మనవరాలు కోసం నేను పడిన వేదన, ఎంత దాచుకుందామన్నా, ఆ క్షణంలో దాగ లేదు. ఆ హఠాత్పరిణామానికి వారిద్దరూ ఆశ్చర్యపోయారు. ఉస్మాన్ కి ఏమైనా తెలుసేమో అని వరూధిని అతన్ని పదే పదే అడుగుతుంది. అతనికి మాత్రం ఏం తెలుసు?

ఉస్మాన్ నన్ను దగ్గరకు తీసుకుని అనునయించే ప్రయత్నం చేయసాగాడు. వరూధిని నా తల నిమురుతూ ఉండిపోయింది. కొంతసేపయిన తర్వాత తేరుకొని వివరంగా చెప్పాను, నేను శ్రీనగర్ ఎందుకు వచ్చానో అన్న విషయం. నేను చెప్పింది విని వాళ్ళిద్దరూ అవాక్కయ్యారు. నేను ఎందుకు చిన్నపిల్లవాడిలా ఏడ్చానో, వాళ్లకు అప్పుడు అర్థం అయింది. అది తెలిసిన

తరువాత వాళ్ళిద్దరి ముఖాలలోనూ ఏవో తెలియని భావాలు కనపడ్డాయి. వాళ్లిద్దరూ ఒకరినొకరు చూసుకున్న పద్ధతిలో నాకు ఏదో తేడా కనిపించింది. అది ఏమై ఉంటుందో నాకు అర్థం కాలేదు. నన్ను దిగులు పడవద్దని, తాను ఇక్కడి వాడినే కాబట్టి, కొన్ని వివరాలు సేకరించి గలనని,, అందుకు కొంత సమయము ఇవ్వమని చెబుతూ, నేను ఏమంటున్నానో పట్టించుకోకుండా హడావిడిగా బయటికి వెళ్లిపోయాడు. సుమారు రెండు నిమిషాల్లో కారు స్టార్ట్ అయిన శబ్దం వినిపించింది. వరూధిని అతను వెళ్ళిన వైపే చూస్తూ చాలా సేపు మౌనంగా ఉండిపోయింది. ఆ నిశ్శబ్దం ఎంతో భయంకరంగా అనిపించింది. ఆ నిశ్శబ్దాన్ని భంగం చేసే ప్రయత్నం చేయలేదు నేను. నెమ్మదిగా వరూధిని లోపలికి వెళ్ళిపోయింది నేను అక్కడే కూర్చుని తీవ్రంగా ఆలోచించసాగాను.

కొంతసేపటికి వరూధిని టీ తెచ్చి ఇచ్చింది. టీ తాగాక ఫోన్ చేసుకోవాలని చెప్పాను. హాల్లో మూలన ఉన్న ల్యాండ్ లైన్ చూపించింది. వెంటనే సృజనకు ఫోన్ చేసి, శ్రీనగర్ చేరానని అయితే అనుకోని పరిస్థితుల్లో ఒక స్నేహితుడి ఇంటి దగ్గర ఆగవలసి వచ్చిందని, తొందరగానే వచ్చేస్తానని, కంగారు పడవద్దని చెప్పి, అర్జున్ గురించి అడిగాను. అర్జున్ బయలుదేరాడని, మరో అరగంటలో రావచ్చునని చెప్పింది. ఫోన్ పెట్టేసి వరూధినితో మాట్లాడి, ఆమె కుటుంబ విషయాలు తెలుసుకున్నాను.

పెళ్లయిన తర్వాత వారిద్దరూ ఢిల్లీ విశ్వవిద్యాలయంలో చాలాకాలం పని చేశారని, ఇద్దరు మగ పిల్లలు పుట్టారని, వాళ్లు బాగా చదువుకొని ఉద్యోగాలు స్థిరపడ్డాక ,ఉస్మాన్ వరూధినిలు ఉద్యోగాలు మానేసి శ్రీనగర్ లో స్థిరపడ్డారని చెప్పింది. ఉస్మాన్ తన ఆస్తంతా కాశ్మీరీ ప్రజల కోసం ఉదారంగా ఇచ్చేసి, నిరాడంబరమైన జీవితాన్ని గడపటానికి ఇష్టపడటంతో, తను కూడా అతని ఆదర్శాలకు విలువిచ్చి, శ్రీనగర్లో గడపడానికి సిద్ధపడిందని చెప్పింది. వారి ఆదర్శ భావాలకు, సేవానిరతికి నేను ముగ్ధుడయ్యాను. మా విషయాలు కూడా చెప్పానామెకు.

ఈలోగా ఉస్మాన్ వచ్చాడు. హడావిడిగా బ్యాగ్ తీసుకొని అతనితో వెంటనే బయలుదేరి రావలసినదిగా తొందర పెట్టాడు. వరూధిని కూడా వస్తానంటే, అతను కటువుగా వారించాడు. నేను నిర్ఘాంతపోయాను. ఆమె పట్ల అతనలా ప్రవర్తిస్తాడన్నది, నా ఊహకందని విషయం. ఆమె, ఏమీ అనలేక మౌనంగా ఉండిపోయింది. పరిస్థితిని అర్థం
చేసుకున్నదేమో ! ఆమెకు చూపులతోనే వీడ్కోలు పలికి, హడావుడిగా కారెక్కాను. ఎక్కడికి వెళుతున్నాం? అని అడిగే సాహసం లేకపోయింది నాకు, గంభీరంగానూ ఆందోళనగా ఉన్న ఉస్మాన్ ని చూస్తే.

సుమారు అరగంట, ఇరుకు సందులలో నుంచి ప్రయాణించిన మీదట, ఒక రెండు అంతస్తుల, పాత ఇంటికి చేరాము. చెక్క మెట్లు ఎక్కి పై అంతస్తుకు చేరుకున్నాము. చూడగానే తెలిసిపోతుంది అదొక ముస్లిముల ఇల్లు అని. ఇంటి నిండా ఏవో పుస్తకాలు, పెట్టెలు, ఇంటిని అలంకరించడానికి ఉపయోగించే సామగ్రి ఉన్నాయి. అది ఇల్లో, ఆఫీసో తెలియనట్లు ఉంది. నన్ను

ముందు గదిలో కూర్చోబెట్టి ఉస్మాన్ లోపలికి వెళ్ళాడు. లోపల ఐదారుగురు ఉన్నట్లు మాటలను బట్టి తెలుస్తుంది. వాళ్లు ఏం మాట్లాడుతున్నారో నాకు అర్థం కాలేదు. ఆ మాటలను బట్టి వారు గొడవ పడుతున్నారు అనిపించింది. అరగంట తర్వాత ఉస్మాన్ కోపంతో విసురుగా బయటకొచ్చాడు, గట్టిగా అరుస్తూ. వెనకాలే ఇద్దరు వ్యక్తులు బయటకు వచ్చి, నా వైపు అదోలా చూస్తూ అతన్ని లోపలికి తీసుకెళ్లారు. మళ్ళీ గొడవ మొదలైంది. ఏం జరుగుతుందో తెలియని అయోమయంలో అసహనంగా కూర్చుండిపోవడం తప్ప నేనేమీ చేయలేకపోయాను.కాసేపటికి ఉస్మాన్ విసురుగా బయటకొచ్చి

"పద" అన్నాడు నన్ను లేవదీసి.

"ఎక్కడికి?" అన్నాను గొంతు పెగల్చుకుని.

"నీ మనవరాలి దగ్గరకు" అన్నాడు స్థిరంగా.

"ఆ...!" అని నోరు వెళ్ళబెట్టి, నమ్మలేనట్లు చూసి, క్షణం కూడా ఆలస్యం చేయకుండా అతనితోపాటు నేను వడివడిగా నడిచి కార్లో కూర్చున్నాను.

'నేను విన్నది నిజమా? నిజంగా హనీని చేరుకోగలనా?' అనుకుంటూ, ఆ క్షణం కోసం ఎదురు చూడసాగాను.

ఉస్మాన్, ఎక్కడికెళ్లాలో చెప్పిన తర్వాత కారు కదిలింది. జన సంచారం లేని ఒక ప్రదేశంలో కారు ఆగింది, కాసేపటి తర్వాత. పావుగంట తర్వాత మా పక్కనే మరో కారు ఆగింది. క్షణాల్లో హనీ, ఆ కారు నుంచి మా కారుకు బదిలీ చేయబడింది. అరవకుండా హనీ మూతిని గుడ్డతో కట్టేశారు. చాలా సేపు ఏడ్చి ఉండడం వల్ల కాబోలు ఆమె కళ్ళు ఉబ్బి ఉన్నాయి. చాలా నీరసంగా కనిపించింది.

ఆ స్థితిలో నేను అక్కడ ఉండటం ఆమెకు ఎంతో ఆశ్చర్యం కలిగినట్లు ఆమె చూపులు చెబుతున్నాయి. చేతులు వెనక్కి కట్టేసి ఉన్న హనీను గుండెకు హత్తుకొని, కన్నీరు కార్చాను. ఉస్మాన్ హనీ కట్లు ఊడదీసాడు. వెంటనే హనీ నన్ను బలంగా హత్తుకుంది, మరెవ్వరూ మా ఇద్దరిని వేరు చేయకుండా.

కాసేపట్లో మేము ఒక టాక్సీ లోకి మారతామని, తాను ఇలా సహాయం చేసినట్లు ఎవరికీ చెప్పొద్దని అన్నాడు ఉస్మాన్. టాక్సీలోకి మారిన తర్వాత నేనేం చేయాలో వివరంగా చెప్పి, ఆప్యాయంగా నా చేతిని తన చేతిలోకి తీసుకుని మృదువుగా నొక్కాడు ప్రేమపూర్వకంగా. తనను ఏ విధంగానూ కాంటాక్ట్ చేయడానికి ప్రయత్నించవద్దని, వీలు చూసుకుని తనే నన్ను కలుస్తాడని చెప్పి, మమ్మల్ని కారు ఎక్కించి సాగనంపాడు. టాక్సీ కదులుతుండగా వెనక్కి తిరిగి ఉస్మాన్ వైపు చూశాను. అతను నన్ను పట్టించుకోకుండా ఫోన్ లో మాట్లాడుతున్నాడు.

మా అమ్మాయి ఉండేది గవర్నమెంట్ క్వార్టర్స్ కావడం వల్ల అడ్రస్ సులువుగానే తెలిసింది. ఇంటికి సురక్షితంగా చేరేంత వరకూ నిశ్శబ్దంగా ఉండమని హనీతో చెప్పాను,

ముందుగానే. అంతే కాకుండా బయట నుంచి హనీ కనపడకుండా చాలా జాగ్రత్త పడ్డాను. ముందుగానే ఎవరైనా ఆమెను గమనిస్తే నేను అనుకున్న విధంగా చేయడం కష్టం. ఇంటికి కొంత దూరంలోనే కారు ఆపమని చెప్పాను డ్రైవర్తో. అతను ఆశ్చర్యపోతూ కారు ఆపి, నా వైపు చూసాడు. హనీ కూడా ఆశ్చర్యంగా చూసింది.

"ఒక ఫోన్ చేసుకోవాలి" అని చెప్పి అతని మొబైల్ అడిగాను. సందేహిస్తూనే మొబైల్ ఇచ్చాడు. ఫోన్ చెయ్యగానే నేను ఆశించినట్లు సృజన కంఠం వినిపించింది.

"నేను క్షేమంగానే ఉన్నాను. అడ్డు ప్రశ్నలు వేయకుండా నేను చెప్పేది విను" గంభీరంగా అన్నాను. వెంటనే సర్దుకుని "చెప్పండి నాన్నా" అంది.

"ఇంట్లో ఎవరెవరు ఉన్నారు?" అని అడిగాను. ఇంటి నిండా అర్జున్ స్నేహితులు, పోలీస్ అధికారులు వున్నారని తెలిసింది. వెనుక నుంచి అర్జున్ మాటలు వినిపిస్తున్నాయి నాకు ఫోన్ లో. ఎక్కడి నుంచి ఫోన్ ? ఎవరు మాట్లాడుతున్నారు? అని అడుగుతున్నాడతను, కుతూహలంగా. అర్జున్ కేమీ చెప్పవద్దని, అక్కడున్నవారందరికీ ఏదో ఒకటి చెప్పి, వెంటనే బయటకు పంపించమని, హనీ నా దగ్గరే క్షేమంగా ఉందని చెప్పాను. ఎవరికీ ఎట్టి పరిస్థితుల్లో ఈ విషయం తెలియకూడదని గట్టిగా చెప్పి, ఫోన్ పెట్టేసాను.

"కారు ముందుకు పోనివ్వనా" అని డ్రైవర్ అడిగాడు ఇంజన్ స్టార్ట్ చేయబోతూ. వెంటనే అతనిని వారించి, కొంతసేపు ఆగాలని, ఇలా ఆపినందుకు అదనంగా డబ్బు ఇస్తానని, నేను చెప్పేవరకూ కాదు స్టార్ట్ చేయవద్దని చెప్పాను.

కాసేపట్లో అర్జున్ ఇంటి నుంచి కార్లు, జీపులు బయటికి రావడం గమనించాను. మళ్లీ ఫోన్ చేసి అందరూ వెళ్ళిపోయారో లేదోనని కనుక్కున్నాను. సమాధానం సంతృప్తికరంగా వచ్చిన తర్వాత డ్రైవర్ తో కారు పోనివ్వమని చెప్పాను. కారు బంగళాలోకి ప్రవేశించింది. గుమ్మం దగ్గరే నిలబడి ఉన్నారు అర్జున్, సృజనలు.

హనీతో నేను కారు దిగడం, కలో? నిజమో? తేల్చుకోలేని స్థితిలో ఉన్నారు వాళ్ళు ఇద్దరు. టాక్సీ డ్రైవర్ చేతిలో అదనంగా రెండు వందల రూపాయలు పెట్టి, కారు దిగేసాను. మేము లోపలికి రాగానే తలుపు వేసేయమని, హనీ ఇలా తిరిగి వచ్చినట్లు ఎవరికీ చెప్పవద్దని గట్టిగా చెప్పాను. సృజన ఏదో అడగబోతుంటే,

" ఏం జరిగిందో? నన్ను ఏమీ అడగవద్దు" అని కఠినంగా పలికి, నాకు కేటాయించిన గదిలో దూరి, తలుపులు బిడాయించుకొని, బట్టలైనా మార్చుకోకుండా, బెడ్ మీద వాలి పోయి నిద్రలోకి జారుకున్నాను.

రాత్రి భోజనానికి లేపినా లేవలేదు. వద్దని చెప్పి నిద్రపోయాను కావాలనే. వాళ్ల ఆత్రుత నేను ఊహించగలను. 'నేనెప్పుడు నోరు విప్పుతానా?' అని ఎదురుచూస్తున్న వాళ్ళకి నేను ఆ అవకాశం ఇవ్వటం లేదు. గవర్నమెంట్ ఉద్యోగిగా నా నుంచి విషయం రాబట్టి, నేరస్తులను పట్టుకోవడం తన బాధ్యతగా భావించే నా అల్లుడి నుంచి తాత్కాలికంగా తప్పించుకోవడానికి ఇదే మార్గం అని నాకు తోచింది. 'కానీ ఎంతకాలం తప్పించుకోగలను? ఉదయానికి దొరికిపోవడం ఖాయం' అనుకున్నాను.

'నేనెప్పుడూ లేస్తానా?' అని కాచుకొని కూర్చున్నారు అర్జున్, సృజనలు. హనీని స్కూల్ కి పంపలేదు. హనీ తిరిగి వచ్చినట్లు ఎవరికీ తెలియకుండా జాగ్రత్త పడినట్లు కూడా తెలిసింది.

టిఫిన్ చేసేటప్పుడు, అర్జున్ సైగ మేరకు సృజన మెల్లిగా అడిగింది,

"అసలు ఏం జరిగింది? ఈ ఊర్లో మీకు తెలిసిన స్నేహితుడు ఎవరు?" అని. నేను, కాసేపు మాట్లాడకుండా మౌనంగా టిఫిన్ తింటూ ఉండిపోయాను. కొంతసేపయిన తర్వాత మళ్లీ అడిగింది అవే ప్రశ్నలు. తల పైకెత్తి ఇద్దరి ముఖాలు చూశాను. నేనేం చెపుతానోనని వాళ్ళిద్దరూ ఆత్రుతగా ఎదురు చూస్తున్నారు.

"అవన్నీ ఎందుకు? మన పాప క్షేమంగా తిరిగి వచ్చిందా? లేదా?" అని ఎదురు ప్రశ్న వేసాను. సృజన ఏమీ మాట్లాడలేదు. అర్జున్ మాత్రం తెలుసుకోవాలనే దృఢ నిశ్చయంతో ఉన్నాడు. నేరస్తులను పట్టుకోవలసిన బాధ్యత తనపై ఉందా? లేదా? అని నిలదీశాడు. నాకు సాయం చేసిన వారు ఎవరో చెబితే వాళ్లకు ఏ హానీ జరగకుండా రక్షణ ఏర్పాటు చేస్తానని, అది తన బాధ్యత అని అన్నాడు. నేను ఏమీ మాట్లాడలేదు. సమాచారం అందించి, ఉస్మాన్ దంపతులను చిక్కుల్లో పడేయడం నాకు సుతరామూ ఇష్టం లేదు.

'ఉస్మాన్ కి ఉగ్రవాద సంస్థలతో ఎంతవరకు సంబంధం ఉంది? ఆ కార్యకలాపాల వల్లనే వరూధిని మనశ్శాంతి కోల్పోయి, అలా మారిపోయిందా?' అనే ప్రశ్నలు నా మెదడును తినేస్తున్నా, వాళ్ళ క్షేమం నాకు ముఖ్యం కాబట్టి నేను నోరు మెదప దలుచుకోలేదు. ఎలాగైనా అన్ని విషయాలూ రాబట్టాలని అర్జున్ ఆత్రుత.

నేను అవేమీ పట్టించుకోకుండా సాయంత్రం ఫ్లైట్ కి తిరిగి వెళ్ళి పోతున్నానని చెప్పి, అక్కడి నుంచి లేచి వెళ్ళిపోయాను. అర్జున్ తన పవర్ ను ఉపయోగించి, నన్ను ఆపగలడని నాకు తెలుసు. కానీ అతను అంత మూర్ఖంగా ప్రవర్తిస్తాడనుకోను.

ఆఫీసుకు వెళ్ళే వరకూ అతను కోపంగానే ఉన్నాడు. వెళ్లేటప్పుడు కనీసం చెప్పకపోవడం, అతని కోపాన్ని స్పష్టం చేసింది. నేను అతని కోపాన్ని పట్టించుకోలేదు. ఉన్న కాసేపు నా మనవరాలితో మునుపటిలా గడపడానికే ప్రాధాన్యతను ఇచ్చాను. కిడ్నాప్ విషయం హనీ దగ్గర అస్సలు ఎత్తలేదు. ఆ ప్రస్తావన లేకుండానే గడిపాను తనతో. ఏమైనా చెప్పాల్సి వస్తుందేమోనని నా కూతురితో ముభావంగా ఉండిపోయాను. వచ్చేటప్పుడు శ్రీనగర్ ఎంత త్వరగా చేరతానోనని ఆత్రుత పడ్డాను. ఇప్పుడు ఎంత త్వరగా తిరిగి వెళ్ళిపోతానా అన్న ఆతృత.

సాయంత్రం ఫ్లైట్ కు బయలుదేరే ముందు టీ తాగుతూ యథాలాపంగా టీవీ చూస్తూ ఉండగా ఒక భయంకరమైన వార్త వెలువడింది. నేను అదిరి పోయి, తాగుతున్న టీ కప్పు అలాగే వదిలేసాను వణికిపోతూ. టీ అంతా కార్పెట్ మీద ఒలికిపోయింది.

'ఆ రోజు మధ్యాహ్నం ఒంటిగంట ప్రాంతంలో ఒక నిర్జన ప్రదేశంలో ఉస్మాన్ దంపతులు హత్యకు గురి అయ్యారు' అనేది ఆ వార్త సారాంశం. నిస్సత్తువగా సోఫాలో కూలబడిపోయాను. గుండె నొప్పి ప్రారంభం అయింది. బీపీ బాగా పెరిగినట్లు తెలుస్తుంది. నా ఆరోగ్యం గురించి కొంత అవగాహన ఉండటం వల్ల సృజన వెంటనే మాత్రలు మింగించింది. కాసేపటికి కుదుట పడ్డాను. తేరుకున్న తర్వాత తెలిసింది, 'ఉస్మాన్ గురించి, ఆ వార్త గురించి సృజనకు అప్పటికే తెలుసు' అని.

ముందు రోజు నేను, ఉస్మాన్ ల్యాండ్లైన్ నుంచి ఫోన్ చేయడం వల్ల, అర్జున్ దానిద్వారా ఉస్మాన్ కార్యకలాపాలను గురించి చాలా వివరాలు తెలుసుకున్నాడు. అరగంట క్రితమే హత్య గురించి సృజనకు చెప్పాడు. ఆ విషయాలన్నీ సృజన ద్వారా తెలుసుకున్నాక, టీవీ మీద దృష్టి పెట్టాను.

వేరే ఛానల్ లో హత్య గురించి, ఉస్మాన్ గురించి పూర్తి వివరాలు ఇస్తున్నారు. అనేక సేవా సంస్థలకు ఉస్మాన్ తన ఆస్తిని ధారపోసి, కాశ్మీర్ ప్రజల కోసం చాలా పాటుపడ్డాడని, రాజకీయాల్లోకి రమ్మని కొందరు ఒత్తిడి చేసినా నిరాకరించాడని టీవీ ప్రతినిధి తెలియజేశాడు.

నాలుగు సంవత్సరాల క్రితం అతను ఒక బహిరంగ సభలో ఇచ్చిన ఉపన్యాసాన్ని తిరిగి ప్రచారం చేశారు. అతను ఉపన్యాసం ఇచ్చిన సభ చాలా పెద్ది. వేదిక మీద అరడజనుకు పైగా అతిథులు ఉన్నారు. వాళ్ళు ఎవరో నేను గుర్తు పట్టలేక పోయాను.

అతని ఉపన్యాసపు సారాంశం ఇలా ఉంది.

"ముఖ్యంగా కాశ్మీర్ లోనే నిరుద్యోగ సమస్య చాలా ఎక్కువగా ఉంది. దానికి కారణం ఉపాధి అవకాశాలు చాలా తక్కువగా ఉండటం. ఉగ్రవాదానికి భయపడి పొరుగు రాష్ట్రాల వారు గానీ, ఎన్నారైలు గానీ, మన రాష్ట్రంలో ఏ పరిశ్రమలు స్థాపించడానికి ముందుకు రావటం లేదు. ప్రభుత్వ ఉద్యోగాలు, ఐదు శాతం కూడా నిరుద్యోగ సమస్యను పరిష్కరించడం లేదు. ఉపాధి,

కేవలం టూరిజం మీదనే ఆధారపడి ఉంది. ఉగ్రవాదం కారణంగా మన దేశం నుంచి గాని, ఇతర దేశాల నుంచి గానీ టూరిస్టులు రావడానికి భయపడుతున్నారు. ఒకప్పుడు పర్యాటకులతో ఎంతో కళ కళలాడే మన రాష్ట్రం ఈనాడు చిన్నబోతుంది. పీజీ చదివిన వాళ్లు సైతం డ్రైవర్ల గాను, హోటల్లో సర్వర్లుగానూ, ఇతర పని వాళ్ళ గాను తక్కువ జీతాలకు పని చేస్తున్నారు. దీనికి పరిష్కారం ఏమిటి? మన రాష్ట్రం ఎప్పుడు బాగుపడుతుంది?" నా తోటి ప్రజలంతా ఆనందంగానూ సుఖంగానూ ఎప్పుడు ఉండగలుగుతారు? ఈ ఉగ్రవాదం మన రాష్ట్రాన్ని ఎప్పుడు వదులుతుంది?"

అతని ఉపన్యాసం ఎంతో ఉత్తేజ భరితంగానూ, ఆలోచించదగినది గానూ ఉంది. ఉగ్రవాద సంస్థలను అలా బహిరంగంగా నిలదీయడం సాహసోపేతమైన చర్యే అని అనిపించింది. ఉస్మాన్ ఖాన్ ఉపన్యాసానికి ఒక ఉగ్రవాద సంస్థ స్పందించిందని చెబుతూ, అప్పట్లో ఒక ఉగ్రవాద సంస్థ ఇచ్చిన ఇంటర్వ్యూని ప్రసారం చేశారు. ఉస్మాన్ ప్రసంగం తమని ఆకట్టుకుందని, టూరిజం ను అభివృద్ధి చేయడానికి కాశ్మీరు ప్రజల ఉన్నతికి తామెప్పుడూ సిద్ధమేనని, ఇతర సంస్థలతో చర్చించిన తర్వాత అందరం ఒక ఏకాభిప్రాయానికి వచ్చామని, ఎట్టి పరిస్థితుల్లో టూరిస్టుల జోలికి పోమని, టూరిస్టులు ఏ భయమూ లేకుండా కాశ్మీర్ ను సందర్శించవచ్చునని, అతను అన్నాడు. టీవీ ప్రతినిధి తిరిగి మాట్లాడుతూ, అప్పటినుంచి ఉస్మాన్ ఖాన్ కు ఉగ్రవాద సంస్థలతో సఖ్యత కుదిరిందని, నిన్న మాత్రం ఏదో కారణం వల్ల ఒక ఉగ్రవాద సంస్థతో విభేదాలు వచ్చాయని, అవే ఉస్మాన్ దంపతుల హత్యకు కారణమై ఉండవచ్చునని అన్నాడు. అయితే ఇది పోలీసుల పనేనని మరో ఉగ్రవాద సంస్థ స్టేట్మెంట్ ఇచ్చిందని, ఇంకా చాలా వివరాలు తెలియవలసి ఉన్నాయని ప్రతినిధి చెప్పాడు.టీవీ కట్టేసి నా ప్రాణ స్నేహితుల కోసం మౌనంగా రోదించాను. నా కోసం తమ ప్రాణాలను త్యాగం చేసేటంత 'రిస్క్' తీసుకున్న, నా ప్రియ స్నేహితుడు ఉస్మాన్ కోసం వరూధిని కోసం ఇప్పటికీ నేను విలపిస్తూనే ఉన్నాను.

# నన్ను చంపొద్దు నాన్నా

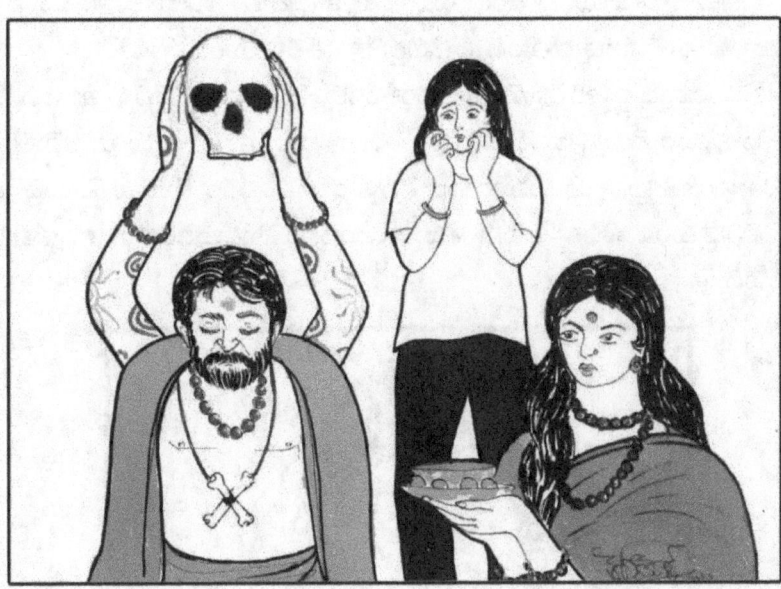

సాక్షి ఫన్ డే నవంబర్ 28, 2021

# నన్ను చంపొద్దు నాన్నా

"నాకు చాలా భయంగా ఉంది. నువ్వే నన్ను కాపాడాలి" అంటూ లహరి చిన్న స్వరంతో వణికిపోతూ, ఫోన్ లో మాట్లాడుతుంటే, నిద్రమత్తంతా వదిలిపోయింది వంశీకి.

"ఏమయింది లహరి? నువ్వేమీ గాబరా పడకు. నిదానంగా నీకొచ్చిన ఇబ్బంది ఏమిటో చెప్పు. నీకేం భయం లేదు. నీకు నేనున్నాను" అంటూ లాలనగా మాట్లాడుతూ ఆమెలో ధైర్యం నింపడానికి ప్రయత్నిస్తున్నాడు. సమాధానం చెప్పకుండా ఏడవడం మొదలు పెట్టింది. వంశీకి ఆదుర్దా పెరిగిపోతుంది. ఓపిగ్గా ఆమెను సముదాయించడం మొదలుపెట్టాడు. కాస్సేపటికి మళ్ళీ నోరు విప్పింది.

"మా అమ్మా నాన్నా నన్ను చంపేద్దామని ప్లాన్ చేస్తున్నారు" అంటూ మళ్ళీ భోరుమంది. ఆ మాట వింటూనే అదిరిపడ్డాడు. "నీకేమయినా పిచ్చి పట్టిందా? మీ అమ్మా నాన్నా నిన్ను చంపడమేమిటి?" అన్నాడు విసుగ్గా.

"పిచ్చి నాక్కాదు. వాళ్ళకే పట్టింది. నేను చెప్పినదంతా వింటే, నీకే అర్థమవుతుంది. నా బాధ నీకు కాకుండా ఎవరికి చెప్పుకోను?" అంటూ బావురుమనేసరికి,

"సారీ బంగారం. నేనే తొందరపడ్డాను. ఏం జరిగిందో చెప్పు. అంతా నేను చూసుకుంటాను" అంటున్న అతని గొంతులో మార్దవం తొంగిచూసింది. ఆ భరోసాతో ధైర్యం వచ్చిందామెకు.

"చాలా రోజుల నుంచీ, వాళ్లిద్దరూ తేడాగా ఉంటున్నారు...." అంటూ ఒక్క క్షణం ఆపి,

"వంశీ.... వాళ్ళు పైకి వస్తున్నట్లున్నారు. నేను తర్వాత మాట్లాడతాను" అని భయపడుతూ ఫోన్ కట్ చేసేసరికి, అతనికి మతిపోయింది. 'అసలేం జరిగింది? ఎందుకలాంటి పరిస్థితి వచ్చింది? ఈ సస్పెన్స్ భరించడం ఎలా?' అనుకుంటూ తీవ్రంగా మథనపడిపోతూ ఆమె ఫోన్ కోసం ఎదురుచూడడం మొదలుపెట్టాడు. చాలా సేపటివరకూ ఫోన్ రాకపోయేసరికి, 'ఈ రాత్రి నాకు నిశిరాత్రే !' అనుకున్నాడు.

వంశీ, లహరి చాలా కాలంగా ప్రేమించుకుంటున్నారు. పెద్దలకు చెప్పి పెళ్లి చేసుకుందామనే లోగా, కరోన సమస్య కారణంగా అది కార్యరూపం దాల్చలేదు. కరోనా తీవ్రంగా ఉండడం, లాక్ డౌన్ ఆంక్షలు ఎక్కువవడం, ఫలితంగా ఎక్కడి వారు అక్కడే హౌస్ అరెస్ట్ అయిపోవడంతో అన్నింటికీ బ్రేకులు పడ్డాయి. ఆ కారణంగానే, వాళ్ళిద్దరూ చాలాకాలంగా కలవలేదు.

లహరి తండ్రి చంద్రకాంత్ ఒక లాయర్. యూనివర్సిటీ గోల్డ్ మెడలిస్ట్ అయినా, ప్రాక్టీస్ విషయంలో వెనుకబడ్డాడు. ఆ అసంతృప్తి అతన్ని నిరంతరం దొలిచేస్తూ ఉంటుంది. తన తెలివితేటలకు ఎంతో మంచి పొజిషన్లో ఉండాలని, ఎప్పుడూ బాధపడిపోతూ ఉంటాడు. చదువులో తనకన్నా వెనకబడిన క్లాస్ మేట్లు, ఇప్పుడు గొప్ప గొప్ప పొజిషన్లలో ఉంటూ, బోల్డంత గడించేస్తున్నారని, నిరంతరం దిగులు పడుతూ ఉంటాడు. అతని భార్య అలివేణి ఆలోచనలు కూడా దాదాపు అలాగే ఉంటాయి. ఎలాగయినా కోట్లకు పడగెత్తాలని ఆమెకూ ఆశ ఉంది. అందుకు అన్ని దార్లూ వెతుకుతున్నా, ఏ ప్రయత్నమూ ఫలించడం లేదు. ఈ విషయాలన్నీ వంశీకి తెలుసు. కానీ లహరిని వాళ్ళు ఎందుకు చంపాలనుకుంటున్నారో అతని ఊహకు అందడం లేదు. ఆ విషయమే ఆలోచిస్తూ, బుర్ర బద్దలు కొట్టుకుంటున్న సమయంలో, లహరి నుంచి మెసేజ్ వచ్చేసరికి, ఆత్రుతగా అది చదవడం మొదలుపెట్టాడు.

"ఈ కరోనా రోజుల్లో, ఏ పనీ లేక ఇంటిపట్టునే ఉండడం, మా నాన్నను వక్రమార్గంలోకి నెట్టేసింది. ఆయనొక క్షుద్ర ఉపాసకుడి వలలో పడిపోయి, బాగా మారిపోయాడు. ఆ ప్రభావం అమ్మ మీద కూడా పడింది. ఇద్దరికీ పూజా పునస్కారాలూ ఎక్కువ అయ్యాయి. మునుపెన్నడూ పెద్దగా దైవ భక్తి లేని నాన్న, అలా క్షుద్రపూజల పట్ల ఆకర్షించబడటం నన్నెంతో విస్మయానికి గురిచేసింది. రోజులు గడిచే కొలదీ వాళ్ళలో పూజల పిచ్చి ఎక్కువ అవడం మొదలయింది. ఎరుపు లేదా పసుపు రంగు దుస్తులు వేసుకొని, విచిత్రమయిన అలంకరణ చేసుకోవడం, ముఖమంతా బూడిద, పసుపు

లేదా కుంకుమలతో నింపుకోవడం, అదేపనిగా ఏవో కొత్త మంత్రాలు పఠిస్తూ ఉండడం, చీటికి మాటికి ఉపవాసాలు ఉంటూ కడుపు కాల్చుకోవడం లాంటి విపరీత ధోరణికి కారణమేమిటో నాకు అంతుబట్టలేదు.

మాది డ్యూప్లెక్స్ ఇల్లని నీకు తెలుసు కదా? రాత్రి భోజనాలు అయిపోయాక మేడమీదకు వెళ్లి పడుకోవడం నాకు అలవాటు. ఆ కారణంగా చాలాకాలంగా వాళ్ళు , రాత్రిళ్ళు విపరీతంగా పేట్రేగిపోతున్నారన్న విషయం నాకు ఆలస్యంగా తెలిసింది.

ఒక రాత్రి, మంచి నీళ్ళ కోసం కిందకు వస్తున్న నాకు, వాళ్ళు క్షుద్ర పూజలు చేస్తూ ఊగిపోవడం కనబడింది. పూజ గదిలో ఎముకలు, పుర్రెలు కనిపించేసరికి నాకు దడ పుట్టింది. అంతేకాక నాన్న తలపై ఒక పుర్రెను పెట్టుకుని, మంత్రాలు జపించడం, అమ్మ రక్త మాంసాలున్న గిన్నెను నైవేద్యంగా అందించడం చూసి, నాకు ఒళ్ళు గగుర్పొడిచింది. వీడియో కాల్ ద్వారా ఒక బాబా వాళ్లకు, పూజా కార్యక్రమం ఎలా జరపాలో, ఏ ఏ మంత్రాలు చదవాలో ఉపదేశిస్తున్నాడు. పూర్తిగా ఆ కార్యక్రమంలో లీనమయిపోయిన మా అమ్మా, నాన్నా నన్ను గమనించలేదు. అదంతా చూసి, హడలిపోయిన నేను గప్ చుప్ గా పైకి వెళ్ళిపోయాను.

మర్నాడు ఉదయం భయం భయంగా కిందకు దిగిన నాకు, వాతావరణం అంతా మామూలుగానే కనిపించింది. అమ్మా నాన్నా మామూలుగానే ఉన్నారు. ఏమీ జరగనట్లే ప్రవర్తిస్తున్నారు. పూజ గది కూడా ఇదివరకటి లాగే ఉంది. పుర్రెలు గానీ, ఎముకలు గానీ లేవు. అక్కడ క్షుద్రపూజ జరిగిన ఆనవాలు లేవీ లేవు. రాత్రి కలగన్నానేమో? లేదా అది నా భ్రమేమో? అని సరిపెట్టుకున్నాను. కానీ మర్నాడు రాత్రి కూడా అదే తతంగం. ఇది ఎక్కడికి దారి తీస్తుందోనని భయపడ్డాను.

నాలుగు రోజుల తర్వాత జరిగిన సంఘటన తలుచుకుంటే, నాకిప్పటికీ ఒళ్ళు జలదరిస్తుంది. తెల్లవారుజామున సుమారు మూడు గంటల సమయంలో మేక అరుపు వినబడటంతో మెలకువ వచ్చింది. ఆ అరుపు మా పెరట్లోంచి వస్తుందని గ్రహించి, బాల్కనీ లోకి వెళ్లి, కిందకు చూసిన నాకు పెద్ద షాకే తగిలింది. అమ్మ సాయం చేస్తుంటే, నాన్న, మేకపోతు తల నరికేసాడు. ఆ మేకపోతు గుండెలవిసేలా అరిచింది. దాని రక్తం ఫౌంటెన్ లా పైకి జివ్వున చిమ్మింది. భయంతో గట్టిగా కేక వేయబోయిన నేను, ఎలాగో నిగ్రహించుకున్నాను. ఆ తర్వాత ఏం జరుగుతుందోనని ఉత్సుకతతో చూడటం మొదలు పెట్టాను. ఆ మేక రక్తం వాళ్ళిద్దరూ ఒళ్లంతా పులుముకొని, ఏవో మంత్రాలు చదవడం మొదలుపెట్టారు. నాకు చాలా భయం వేసింది. మా ఇంటికి అటూ ఇటూ వేరే ఇళ్లేవీ లేకపోవడం, మా ఇంటి ముందు, వెనుక రోడ్లు ఉండడం, ఇలాంటి బలి తతంగాలకు బాగా కలిసొచ్చింది.

మర్నాడు అంతా మామూలే. 'క్రితం రాత్రి చూసిన అమ్మా నాన్నేనా?' అనుకుంటూ ఆశ్చర్యపోయాను. బాల్కనీ నుంచి పెరడుని పరిశీలనగా చూస్తే, అంతా శుభ్రంగా ఉంది. అక్కడ

బలి తతంగం జరిగిందంటే ఎవరూ నమ్మరు. అప్పటినుంచీ నాలో భయం బాగా పెరిగింది. ఎక్కడికయినా పారిపోవాలనిపించేది. కానీ ఎక్కడికి పోగలను?

అప్పటినుంచి ప్రతి రాత్రి, చాటుగా వాళ్ళ వ్యవహారం గమనించడం మొదలుపెట్టాను. అలా ఎన్నో కొత్త విషయాలు తెలుసుకున్న నాకు ఒళ్ళు గగుర్పొడిచింది. భయపడుతూనే చాటుగా కొన్ని వీడియోలు తీసాను. నీకు నమ్మకం కలగడం కోసం ఇక్కడొక వీడియో పోస్ట్ చేస్తున్నాను చూడు" అంటూ మెసేజ్ తాత్కాలికంగా నిలిపింది. ఆత్రుతగా ఆ వీడియో చూడడం మొదలుపెట్టాడు.

అక్కడి వాతావరణం అంతా లహరి చెప్పిన విధంగానే ఉంది. పూజ గదిలో చాలా ఎముకలు, పుర్రెలు, రక్తమాంసాలతో నిండిన గిన్నెలు. దేవుళ్ల స్థానంలో క్షుద్రదేవతల ఫోటోలు కనిపిస్తున్నాయి. ఆ దృశ్యం చూడగానే వంశీ గుండె ఝల్లుమంది. అక్కడే నిలబెట్టిన ఐపాడ్ లోంచి బాబా ముఖం కనిపిస్తుంది. అతని సందేశం వినిపిస్తుంది.

"నన్ను సంప్రదించడం మీరు ఏనాడో చేసుకున్న అదృష్టం. మీరు, మీ కూతురు దేవతల అంశంలో పుట్టారన్న విషయం, ఎన్నో మహిమలున్న నేను మాత్రమే గ్రహించాను. మాయ ఆవరించడం వల్ల, ఆ విషయం మీకు గానీ, ఇతరులకు గాని తెలియడం లేదు. ఆ మాయ తొలగాలన్నా, మీకు దివ్య శక్తులు ప్రాప్తించాలన్నా, నేను చెప్పినవన్నీ తు.చ. తప్పకుండా పాటించాలి. మీకు మరో మహత్తరమయిన అవకాశం ఉందని చెప్పడానికి ఎంతో సంతోషిస్తున్నాను" అని బాబా చెప్పగానే, 'ఏమిటది? ఏమిటది?' అంటూ ఆరాటపడిపోయారు లహరి తల్లితండ్రులు.

"తొందర పడకండి. అది చాలా కష్టం" అంటూ ఊరించాడు. వాళ్ళు మాత్రం 'కష్టమయినా, నష్టమయినా ఫర్వాలేదు. అదేమిటో చెప్పండి' అంటూ బతిమాలడం మొదలుపెట్టారు.

"వచ్చే అమావాస్య రాత్రి పదకొండున్నరకు, మీ కుటుంబంలో ఒక ఆడమనిషిని బలి ఇవ్వవలసి ఉంటుంది" అని ఆపాడతను. భయంతో వాళ్ళిద్దరూ ఒకరినొకరు చూసుకున్నారు.

"భయపడవలసిన అవసరం లేదు. నా శక్తితో ఆమెను బ్రతికిస్తాను. అలా బతికిన ఆ మనిషి ఈ ప్రపంచాన్నే ఏలేస్తుంది. ఆమె మట్టి పట్టుకున్నా బంగారమే. దేవతా శక్తులన్నీ ఆమె వశమవుతాయి. నా మీద నమ్మకం ఉంది కదా? ఎందుకాలోచిస్తారు?" అంటూ వాళ్ళను ప్రలోభపెట్టాడు.

"నేను రెడీ అంటూ" ఉత్సాహంగా అరిచింది అలివేణి.

"లాభం లేదు. కన్యకు మాత్రమే ఈ అవకాశం" అనేసరికి డీలాపడింది అలివేణి. వెంటనే స్పందించాడు చంద్రకాంత్,

"'ఇంత కాలం మనకు మగ పిల్లలు లేరని బాధ పడ్డాం. ఇప్పుడా బాధ లేదు. మనకు మహారాణి పుట్టింది. మన లహరికి మహర్దశ పట్టింది. ఇక మనకు తిరుగు లేదు' అని అతను

అనగానే పూనకం వచ్చినట్లు ఆనందంతో ఊగిపోతున్న అలివేణిని చూడగానే మతిపోయింది వంశీకి. వీడియో పూర్తికావడంతో మళ్ళీ మెసేజ్ వైపు దృష్టి పెట్టాడు.

"బాబా తాంత్రిక ఉపదేశాలు వాళ్ళను బాగా ప్రభావితం చేసాయి. రేపే అమావాస్య. టైము ఎక్కువగా లేదు. పోలీసులకు గానీ, ఇతరులకు గానీ ఈ విషయం తెలిస్తే, విషయం బయటకు పొక్కుతుంది. అలా జరిగితే అమ్మా నాన్నా తలెత్తుకోలేరు. ఆత్మహత్య చేసుకుంటారు. కేవలం మానసిక వ్యాధికి లోనయి, వాళ్ళిద్దరూ ఇలా ప్రవర్తిస్తున్నారు. వాళ్ళకంత పెద్ద శిక్ష పడటం నేను తట్టుకోలేను. నువ్వే ఏదయినా చేసి, నన్ను కాపాడాలి" అంటూ ముగించింది.

చదవడం పూర్తిచేసిన వంశీకి తల దిమ్మెక్కిపోయింది. 'అంత చదువుకున్న వాళ్ళు కూడా అలా మూర్ఖంగా ఎలా ప్రవర్తిస్తున్నారు? అత్యాశతో కన్న కూతుర్ని కడతేర్చడానికి సిద్ధమయిన వాళ్ళు, మనుషులా? రాక్షసులా?' అని కసిగా అనుకున్నాడు. 'పోలీసులకు చెప్పొద్దని అంటుంది కదా? ఏం చెయ్యాలి?' అనుకుంటూ బుర్ర బద్దలు కొట్టుకున్నాడు. మర్నాటి వరకూ ఆ సమస్య గురించే ఆలోచించాడు. ఏదో రకంగా లహరిని ఇంటినుంచి తప్పించాలని ప్లాన్ చేసుకున్నాడు.

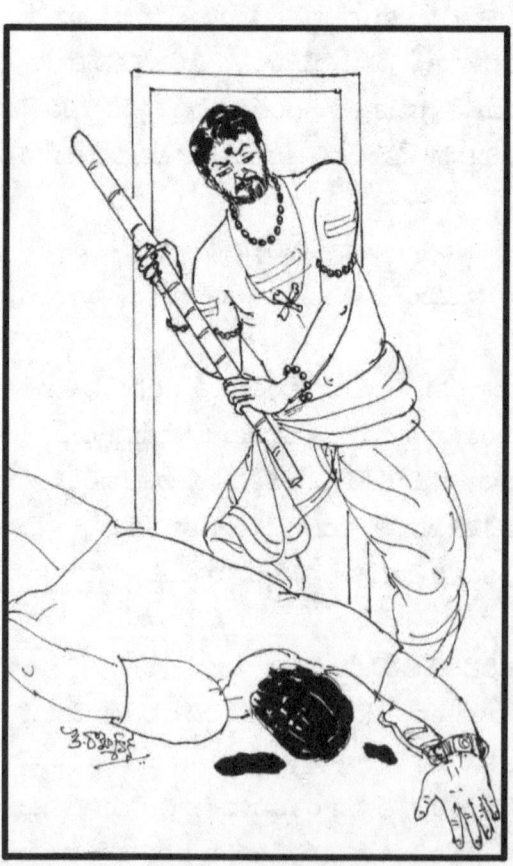

★★★

వంశీ ఇచ్చిన సలహా ప్రకారం, ఆ రాత్రి పది గంటలకు, ముడివేసిన చీరల సహాయంతో బాల్కనీ నుంచి పెరటిలోకి దిగింది, చప్పుడు లేకుండా. అమ్మా నాన్నల దృష్టి పడలేదని తేలిగ్గా ఊపిరి పీల్చుకుని, మెల్లగా పెరటి తలుపు వైపు అడుగులు వేసింది. పెద్ద గండం గడుస్తున్నందుకు ఆమెకెంతో ఆనందంగా ఉంది. అవతల వంశీ ఆమె కోసం రెడీగా ఉన్నాడు. అంతా సవ్యంగా జరుగుతున్నందుకు సంతోష పడుతూ, మెల్లగా తలుపు తీసింది. తలుపు తీయడంతోనే, ఎవరో తోసినట్లు దబ్బున లోపలకొచ్చి నేల మీద పడ్డాడు వంశీ.వెనకాలే పెద్ద కర్రతో ఉగ్ర రూపంతో వస్తున్న తండ్రిని చూడగానే అసలు విషయం అర్థమయింది. ఈలోగా వెనుకనుంచి వచ్చిన తల్లి, తన జుట్టుపట్టుకొని, "ఎంత నాటకం ఆడారే ఇద్దరూ? కాస్త ఆలస్యం అయితే, ఎంతో

మంచి అవకాశం చేజారిపోయేదే?" అంటూ అరిచింది. చంద్రకాంత్ తలుపు మూసి, కర్రతో వంశీని కసిగా కొట్టాడు. బాధతో మూలగడం తప్ప, ఏమీ చేయలేని స్థితిలో ఉన్న వంశీని చూసి ఆక్రోశించింది లహరి. లోపలికి వెళ్లి కత్తి తెచ్చిన తండ్రిని చూసి బెంబేలెత్తిపోయింది.

"నాన్నా వంశీని ఏమీ చేయకండి. పాపం అతను అమాయకుడు" అంటూ రోదిస్తూ బతిమాలుకోవడం మొదలుపెట్టింది.

"వీడికి అంతా తెలిసిపోయింది. వీడిని అంతం చేయాల్సిందే" అంటూ ముందుకు నడిచాడు చంద్రకాంత్. అపుడు ఊహించని విధంగా తన శక్తినంతా కూడగట్టుకొని పైకి లేచి, లోపల దాచిన కత్తి పైకి తీసాడు వంశీ. అనుకోని పరిణామానికి అదిరిపడ్డాడు చంద్రకాంత్. భయపడుతూ లహరిని వదిలేసి, వెనకడుగు వేసింది అలివేణి. చింత నిప్పుల్లా భగ భగ మండుతున్న వంశీ కళ్ళను చూసి భయపడిన లహరి ముందుకొచ్చి వంశీని అడ్డుకొని,

"మా నాన్నను ఏమీ చేయకు, నీకు దణ్ణం పెడతాను" అంటూ వేడుకుంది. ఇంత చేసినా కూతురు తన క్షేమం కోరడం, చంద్రకాంత్ లో మార్పు తేలేదు. ఎలాగయినా వంశీని చంపాలని చూస్తున్నాడు.

"నేనంత చెడ్డవాడిని కాదు. ఆత్మ రక్షణకే ఇది. నా జోలికి వస్తే మాత్రం ఊరుకోను" అని ఆమె వైపే తదేకంగా చూసాడు. ఆ క్షణం అతని ముఖంలో కనిపించిన బాధ పసిగట్టగానే, ఏదో జరగబోతుంది అని ఊహించింది గానీ, అదేమిటో ఆమెకు అంతుబట్టలేదు.

"నన్ను క్షమించు లహరి. నిన్ను రక్షించుకోవడానికి వేరే దారి లేదు. అంటూ లహరి చేయిపట్టుకొని, చటుక్కున ఆమె చిటికెన వేలు కోసేసాడు. బాధతో గిల గిల లాడుతున్న లహరిని చూస్తూ,

"ఇక నువ్వు బలికి పనికి రావు. నిన్నెవరూ చంపరు" అని, ఆమెను వదిలి తలుపు వైపు పరిగెత్తాడు. ఆ పరిణామానికి షాక్ తిన్న చంద్రకాంత్ నిశ్చేష్టుడయిపోయాడు. తేరుకునే సరికి, వంశీ తలుపు తీసి బయటకు అడుగుపెట్టేసాడు. వెంటనే క్షణం ఆలస్యం చేయకుండా, చేతిలో ఉన్న కత్తిని బలంగా విసిరాడు చంద్రకాంత్. అది వంశీ భుజంలో గుచ్చుకుంది. పెద్దగా కేకవేసి అక్కడి నుంచి బయటకు పరుగు తీసాడు. అతని వెనకే పరిగెత్తాడు చంద్రకాంత్. కానీ ప్రయోజనం లేకపోయింది. అప్పటికే చీకట్లో, తుప్పల్లో కలిసిపోయాడు వంశీ. అయినా వదలకుండా వెతుకుతున్నా, పోలీసు విజిల్ వినిపించేసరికి 'ఈ లాక్ డౌన్ ఒకటి నా ప్రాణానికి' అనుకుంటూ ఇంట్లోకి నడిచాడు.

అక్కడ అలివేణి, స్పృహ తప్పి పడిపోయిన లహరి వేలుకి కట్టుకడుతూ కనిపించింది.

"ఏమయిందండి? వాడు దొరకలేదా? అని అడిగింది, ఆదుర్దా పడుతూ. అడ్డంగా తలూపాడు.

"మనమ్మాయి కోసం వాడొచ్చినట్లు ఎలా పసిగట్టారు?" అని అడిగింది.

"మన కార్యక్రమానికి అన్ని ఏర్పాట్లు చేసాక, బలి కోసం సిద్ధం చేసిన బట్టలు తెద్దామని పై డాబా మీదకు వెళ్లాను. అప్పుడు వాడు, మన పెరటి గోడ దగ్గర తచ్చాడడం చూడగానే అనుమానం వచ్చింది. నేను వాడి దగ్గరకు వస్తానని అనుకోకపోవడంతో, నాకు సులువుగా దొరికిపోయాడు. కర్రతో వాడిని చితకబాదాను. ఆ దెబ్బలకు వాడసలు పైకి లేవడనుకున్నాను.

ఛ ....మన ప్రయత్నం అంతా వృధా అయిపోయింది. మన చిట్టితల్లికి ఎంతో బంగారు భవిష్యత్ ఉంటుందని ఎన్ని కలలు కన్నాము! ఈ వెధవ ఎక్కడ తగులుకున్నాడు దీనికి? అంతా నాశనం చేసి పారేసాడు. వాడి ద్వారా మన విషయం అందరికీ తెలిసిపోతుంది. బాబా మహిమను అర్థం చేసుకోలేని మూర్ఖపు పోలీసులు మనల్ని జైల్లో పడేస్తారు" అంటూ నుదురు కొట్టుకున్నాడు.

అతని మనసంతా అల్లకల్లోలంగా ఉంది. ఏం చేయాలో అర్థం కావడం లేదు. పోలీసులు బేడీలు వేసి, లాక్కెళ్ళుతున్నట్లు, స్నేహితులు, బంధువులు కోపంగా తిడుతూ, అసహ్యించుకుంటున్నట్లు, భార్యా భర్తలిద్దరినీ, మీడియా రాక్షసులుగా చిత్రీకరించినట్లు, అది చూసిన ప్రజలు 'వీళ్ళను నడి రోడ్డు మీద ఉరి తీయాలి' అని నినాదాలు చేస్తున్నట్లు ఊహించుకుంటున్న చంద్రకాంత్ కి పిచ్చెక్కినట్లయింది. ఆ మానసిక ఒత్తిడిని తట్టుకోలేకపోతున్నాడతను. భార్యను చంపి, తను కూడా చావడం తప్ప వేరే మార్గమేమీ అతనికి తోచలేదు. క్షణికావేశంలో అతనికా ఆలోచన రావడం, కంటికెదురుగా వంశీ చేతినుంచి జారిపడ్డ కత్తి కనబడడం, అతనిలోని విచక్షణను దూరం చేసాయి. క్షణం ఆలస్యం చేయకుండా, నిర్దాక్షిణ్యంగా భార్య గొంతుకోసి చంపి, అదే కత్తితో తనను తాను అంతమొందించుకున్నాడు.

దాదాపు గంటన్నర తర్వాత, పోలీసులతో లోపలకి అడుగుపెట్టిన వంశీ షాక్ తిన్నాడు. ముందుగా, వంశీ అంతా చెప్పినా దిగ్భ్రాంతిలో పడిపోయారు పోలీసులు అక్కడి సీన్ చూసి. అప్పుడే స్పృహలోకి వచ్చిన లహరి, మృతజీవులయిన తల్లితండ్రులపై పడి హృదయవిదారకంగా ఏడవడం మొదలుపెట్టింది. ఆమెను సముదాయించలేక నానా యాతన పడ్డాడు వంశీ.

★★★

మర్నాడు జరిగిన ప్రెస్ కాన్ఫరెన్స్ లో ...... "ఈ దురదృష్టకర సంఘటన, చదువుకున్న మూర్ఖుల కళ్ళు తెరిపిస్తుంది. ఎంతో తెలివయిన వాడు, వృత్తిరీత్యా లాయర్ అయిన వాడు చట్టవ్యతిరేకంగా ప్రవర్తించడం, అత్యాశతో కన్న కూతురినే బలి ఇవ్వాలనుకోవడం పాశవికం అని కూడా నేను అనను. ఎందుకంటే పశువులు కూడా తమ పిల్లలకు ఏ హానీ జరగకుండా కాపాడుకుంటాయి. చంద్రకాంత్ చేసినది అతి హేయమయిన కిరాతక చర్య. అత్యాశకు లోనయిన చదువుకున్న మూర్ఖులు, అలాంటి వాళ్ళను ప్రలోభపరిచే బాబాలు ఈ సంఘానికి పట్టిన చీడపురుగులు. ఆ దొంగ బాబాను కూడా పట్టుకున్నాం. కాబట్టి ఇలాంటి మరికొన్ని నేరాలు జరగకుండా ఆపినట్లే.

ఇటువంటి దురాగతాలు పునరావృత్తం కాకుండా ఉండాలంటే, ప్రజలు, మీడియా నిరంతర కృషి చేయాలి. పోలీసులు తమ బాధ్యతను సక్రమంగా నిర్వర్తించాలి. ఇటువంటి

సంఘటనలు ఆధారంగా చేసుకొని, తమ రేటింగ్ ను పెంచుకోవడానికి ప్రజల్లో భయం పెంచే ప్రయత్నాలు చేయకుండా, ప్రజలను చైతన్యం చేయడానికి, పెడదారి పట్టేవాళ్ళను సక్రమ మార్గంలోకి మళ్ళించడానికి చిత్తశుద్ధితో కృషి చేయాలని మీడియాకు విజ్ఞప్తి చేస్తున్నాను" అన్నాడు పోలీస్ కమీషనర్ తన ముగింపు ఉపన్యాసంలో.

# హెడ్ హంటింగ్

జనవరి, 2021 విపుల

# హెడ్ హంటింగ్

అనుదీప్ గాఢ నిద్రలోంచి లేచి పెద్దగా కేక పెట్టడంతో జడుచుకొని నిద్రలేచిన తపస్య ఒక్కసారిగా ఉలిక్కిపడింది. ఆమెకు ఇదేమీ కొత్త కాదు. నాలుగైదు రోజులుగా ఇదే జరుగుతుంది. ఈ సారి పరిస్థితి బాగా తీవ్రంగా ఉన్నట్లు ఆమెకు అర్థమైంది. అంత చలిలోను అతనికి ఒళ్ళంతా చెమటలు పట్టాయి. ఏమైందో తెలియదు గాని విపరీతమైన భయంతో వణికి పోతున్నాడు. నేప్కిన్ తో అతని ముఖాన్ని తుడిచి, రెండు భుజాలు పట్టుకొని,

"ఏమైంది బేబీ? మొన్నటిలాంటి పీడకల వచ్చిందా?" అంటూ కుదిపేస్తూ అడిగింది.

"అవును అంత కన్నా పెద్ద పీడకల" అంటుంటే అతని ముఖంలో భయం తొంగిచూసింది.

"ఏమైంది?" అంటూ తరచి తరచి అడిగింది. చాలా సేపు అతను మాట్లాడలేక పోయాడు. ఆ తర్వాత మెల్లగాగొంతు పెగల్చుకొని,

"కొంచెం కాఫీ ఇస్తావా? అని అడిగాడు. అప్పుడు టైం చూసింది. తెల్లవారుజామున నాలుగు అయింది.

"ఈ టైంలో వచ్చిన కలలు నిజమవుతాయంటారు!!" అన్నాడు.

"చుప్.... ఏం మాట్లాడుతున్నావు" అని కసిరి కాఫీ తయారుచేసే పనిలో పడింది.

అనుదీప్, తపస్యలు టైమ్స్ ఆఫ్ ఇండియా రిపోర్టర్లు. అనుదీప్ జర్నలిజం లో అడ్వాన్స్డ్ కోర్సులు చేసి, మంచి జర్నలిస్టుగా సెటిల్ అయ్యాడు. తపస్య, పారాసైకాలజి స్పెషలైజేషన్ తో పి.జి. చేసింది. తనకెన్నో మంచి ఉద్యోగాలొచ్చినా, కేవలం అనుదీప్ ని నిరంతరం అంటిపెట్టుకుని ఉండాలనే అతనితో పాటూ జర్నలిస్ట్ గా చేరింది తపస్య. అతనంటే ఆమెకు పిచ్చి ప్రేమ. ఎంతో అందగాడు,చక్కగా మాట్లాడతాడు, అంతకు మించి సంపన్నుడు. ఆడపిల్లకు అంతకన్నా ఏం కావాలి?

వాళ్ళిద్దరూ ఇప్పుడు నాగాలాండ్ రాజధాని 'కొహిమ' లో ఒక స్టార్ హోటల్లో ఉన్నారు. నాగాలాండ్ 'హార్న్ బిల్ ఫెస్టివల్' గురించి ఆర్టికల్ రాయడానికి రెండ్రోజుల క్రితమే వచ్చారు. పెళ్లి కాకపోయినా వాళ్లు ఇద్దరు ఏడాదిగా సహజీవనం చేస్తున్నారు. త్వరలో పెళ్లి చేసుకుందామని

అనుకుంటున్నారు. కాకపోతే తపస్య ఏనాడు అనుదీప్ ని హద్దు మీరనివ్వలేదు. అనుదీప్ ఎన్నో సార్లు ప్రయత్నించినా మృదువుగా నిరాకరించేది.

“ఇద్దరం ఒకే గదిలో పడుకుంటే మన మధ్య సంసారం జరుగుతుందనే అందరు అనుకుంటారు, మనమిలా మడికట్టుకొని ఉన్నామంటే నమ్మరు అంచేత.....” అంటే,

“వాళ్ళు ఏమనుకుంటారో నాకనవసరం. పెళ్లి అయ్యే వరకు పవిత్రంగా ఉండాలనేదే నాకోరిక. ఫ్రెండ్స్ లా కలిసి ఉంటే తప్పేముంది? ఒకరినొకరు అర్థం చేసుకోవడానికి కలిసున్నాం. మన కాపురం సజావుగా జరుగుతుందనే నమ్మకాన్ని కలిగించుకునే ప్రయత్నం చేస్తున్నాము. రేపో మాపో పెళ్లి చేసుకుంటాం. ఎందుకు తొందర? ఆ మాత్రం నిగ్రహం పాటించలేవా?” అని సుతారంగా నివారించేసరికి అతను హద్దు దాటడానికి ప్రయత్నించేవాడు కాదు. అటువంటప్పుడు తన మాటకు విలువ ఇచ్చినందుకు మురిసిపోతూ ఆప్యాయంగా అతన్ని దగ్గరకు తీసుకొని గాఢంగా కౌగలించుకొని ముద్దు పెట్టేది. ఆమె మాట వినకపోతే అదికూడా దక్కదని అనుకుంటూ నవ్వుకునేవాడు.

హాట్ వాటర్ కెటిల్లో నీళ్ళు మరగబెట్టి,మిల్క్ పౌడర్తో కాఫీ చేసి తెచ్చి, అతనికి ఎదురుగా కూర్చుని,

“చెప్పు బంగారం ఏమైంది? ఏ కల వచ్చింది? ఎందుకంత గాబరా పడిపోతున్నావు?” అని ప్రశ్నల వర్షం కురిపించింది. కాస్సేపతడు మాట్లాడలేదు. అతని గుండె ఇంకా వేగంగా కొట్టుకుంటూనే ఉంది. ఆమె ఓపిగ్గా ఎదురు చూస్తూ కూర్చుంది. అతను గొంతు విప్పగానే ఆసక్తిగా ముందుకు వంగింది.

“మొన్న వచ్చిన కల కన్నా భయంకరమైన కల ఇది . తలుచుకుంటేనే ఒళ్ళు జలదరిస్తుంది” అన్నాడు.

“మొన్న కల గురించి వింటేనే ఎంతో భయం వేసింది” అంది ఆ విషయం గుర్తుకు తెచ్చుకుంటూ.

“ఈ రోజు వచ్చిన కలతో నాకు విషయమంతా పూర్తిగా అర్థమైపోయింది”అన్నాడు

“అది సరే ముందు నీ కల గురించి చెప్పు” అడిగింది ఆత్రుతగా.

“ఈ కల గురించి తర్వాత చెప్తాను. చాలా రోజులనుంచి నాకు వచ్చే కలలన్నీ ఒకే విధంగా ఉంటున్నాయి. అవన్నీ కలుపుకుంటే నాకిప్పుడు క్లియర్ పిక్చర్ వచ్చింది. నీకు నమ్మకం లేకపోవచ్చు. ఇదంతా నా పునర్జన్మకు సంబధించిన విషయమని నాకిప్పుడు అర్థమయింది” అని సీరియస్ గా అంటుంటే ఫక్కున నవ్వింది. అనుదీప్ కి కోపం వచ్చింది.

‘సారీ సారీ ...’ నవ్వు దాచుకుంటూ అపాలజీ చెప్పింది.

“సైకాలజీ చదివావుగా? నువ్వు నమ్మవు. నాకు తెలుసు”ఉడుక్కుంటూ అన్నాడు.

“ఏంటి అనుదీప్ ఈ రోజుల్లో కుడా ? ఇవన్నీ ఎవరు నమ్ముతున్నారు? ఇంత చదువుకున్నావు? ఈ మూఢ నమ్మకాలేమిటి?” అంది.

"నాకు తెలుసు నువ్వు నమ్మవని. కాని నేను చెప్పేది విను. తర్వాత నీ ఇష్టం" అనగానే అంగీకారాన్ని తెలియజేస్తూ తలూపింది. సంతృప్తిగా చూస్తూ మొదలు పెట్టాడు.

"నా కొచ్చిన కలలన్నీ ఒక సీరియల్ లాగ ఉన్నాయి. అయితే అవి ఒక క్రమం లో లేకుండా అడ్డదిడ్డంగా ఉండేసరికి నాకు ఇన్నాళ్ళూ అర్థం కాలేదు. కలల్లో గుర్తించిన విషయాలను బట్టి నేను సుమారు వంద ఏళ్ల క్రితం ఈ నాగాలాండ్లో పుట్టాను అని అర్థమవుతుంది. నవ్వకు. సీరియస్ గా విను" అంటూ కసిరి కొనసాగించాడు.

"మా తెగ పేరు అంగామీ. నన్ను అందరు 'క్రోపల్' అని పిలుస్తున్నారు. కల్లో నా వయసు ఇరవై ఏళ్ళు గా అనిపిస్తుంది. ఐదడుగుల ఎత్తున్నాను. చాలా బలంగా కండలు తిరిగి ఉన్నాను. ఎప్పుడూ చేతిలో బల్లెం, మొల్లో కత్తితో తిరుగుతున్నాను. మా ఊరి పేరు 'విస్వేమా'. నాగాల్యాండ్ లో పదహారు తెగలున్నా, మాకు దగ్గరలో ఉండేవి మూడే తెగలు, కొన్యాక్,లోతా,చాంగ్. వస్త్రధారణ, అలంకరణ చూడగానే ఏ తెగ ఏదో పోల్చేయవచ్చు. మాలో మాకు అస్సలు పడేది కాదు. ఎప్పుడూ మా మధ్య కొట్లాటలే. దానికి ఎన్నో కారణాలున్నాయి. ఒకసారి కొన్యాక్ తెగ నాయకుడి కొడుకు మా వూరి అమ్మాయి మీద మోజుపడి రహస్యంగా రాత్రి మా ఊరికి వచ్చి మా వాళ్లకు దొరికి పోయాడు. వాడిని అక్కడికక్కడే తలనరికి చంపేసి, మొండాన్ని వాళ్ళ ఊరిలోకి విసిరేశారు. దాంతో మా రెండు తెగల మధ్య ఎన్నో యుద్ధాలు జరిగాయి. ఇక రెండో శత్రుత్వం 'లోతా' తెగతో. అదెలా జరిగిందో చెప్తాను. ఒకసారి అడివి ఏనుగుల గుంపు వాళ్ళ ఊరి మీద దాడి చేస్తే, వాళ్ళు డప్పులు,కాగడాలు, మందుగుండు తో వాటిని బెదిరించి తరిమి కొడితే, ఆ గుంపు మా ఊరిమీద పడి, మేము అలెర్ట్ అయ్యేలోపుగానే మా గుడిసెలన్ని ధ్వంసం చేసేసింది. కావాలనే లోతా వాళ్ళు మా మీదకు ఏనుగులను తరిమారాయని మా వాళ్ళంతా మండిపడ్డారు. అప్పటినుంచి వాళ్లతోను మాకు నిరంతరం గొడవలే. ఇక మిగిలింది 'చాంగ్ తెగ'. ఆ తెగ ఉన్న ఊరికి మా ఊరికి మధ్యలో ఒక నది ఉంది. ఎన్నో ఏళ్ళుగా ఆ నీళ్ళు మేమే వాడుకొనేవాళ్ళం, అందులో చేపలు మేమే పట్టుకొనేవాళ్ళం. అయితే వాళ్ళ ఊరిలో చెరువులు ఎండిపోవడంతో మా నది మీద పడ్డారు. దాంతో మా వాళ్ళు ఊరుకుంటారా? ఆ విధంగా వాళ్ళతో శత్రుత్వం మొదలయింది" అంటుంటే తపస్య అడ్డుతగిలి,

"ఆశ్చర్యంగా ఉందే! ఏదో సినిమా కథ వింటున్నట్లుంది. ఇవన్నీ కలలుగా వచ్చాయా? అని అడిగింది.

"నీ డౌట్ కరక్టే. నాకు పునర్జన్మ గుర్తు రావడంతో ఆ కలలను బట్టి అప్పటి సన్నివేశాలను గుర్తుపట్టగలిగాను. అందుకే ఇంత వివరంగా చెప్పగలుగుతున్నాను" అంటే నమ్మాలో లేదో అర్థం కాక అయోమయంగా చూసింది.

"కలల్లో నాకు అన్నీ తెలుస్తున్నాయి. వాళ్ళ భాష అర్థమౌతుంది. ఆ భాషలో మాట్లాడ గలుగుతున్నాను. వాళ్ళు తినే ఆహారం కూడా తింటున్నాను".

"ఏమిటి? డాగ్ మీట్ కూడానా?" అని అడగ్గానే, అతను తలూపితే కంపరంగా చూసింది.

"విచిత్రమేమిటంటే అప్పట్లో నాకు అడివి కుక్క మాసం అంటే మహా ఇష్టం. వాటిని నేను ఒక్కడినే వేటాడి తెచ్చే వాడిని" అంటుంటే, 'యాక్' అంటూ దూరంగా జరిగింది.

"ఏయ్ అది అప్పుడు. వాడు అనుదీప్ కాదు." అన్నాడు గాబరాగా.

"సర్లే...నీ పీడకలలను గురించి చెప్పు" అంటూ ఇంకా ఏమి వినవలసి వస్తుందోనన్న భయంతో చూసింది.

అది గ్రహించిన అనుదీప్ ఆమె వైపు చూస్తూ,

"చెప్పింది వింటే నువ్వెలా రియాక్ట్ అవుతావో అని భయం వేస్తుంది" అంటూ సందేహంగా చూసాడు.

"చెప్పు సస్పెన్స్ తో చంపక" విసుగ్గా అంది. మళ్ళీ గొంతు సవరించుకున్నాడు.

"ఆ రోజుల్లో 'హెడ్ హంటింగ్' అనే ప్రాక్టీస్ ఉండేది. శత్రువు ఒంటరిగా దొరికినపుడు వాడి మీద గొరిల్లా దాడి చేసి, ఏం జరుగుతుందో వాడు తెలుసుకునే లోపులోనే వాడిని చితగ్గొట్టి, వాడి తలనరికి తేవడాన్ని హెడ్ హంటింగ్ అంటారు. అయితే అదంతా ఒక్కడే చేస్తే, వాడే వీరుడు. ప్రతి తెగ లోను అలాంటివారు ఉంటారు. ఆ వీరుడికి, తెగ ప్రజలంతా ఎంతో గౌరవం ఇస్తారు. అతని దుస్తులు, అలంకరణ ఇతరులకన్నా భిన్నంగా ఉంటాయి. శత్రువు తల నరికి తెచ్చిన వీరుడికి గ్రామ ద్వారం దగ్గర, ఊరంతా చేరి ఘన స్వాగతం పలుకుతుంది. శత్రువు తలను ఒక్కొక్క తెగ ఒక్కొక్క రకంగా ఉపయోగిస్తుంది. కొందరు ఊరి బయట ఉన్న చెట్టుకు వేలాడదీసి, అక్కడ పెద్ద ఉత్సవం చేస్తారు. కొన్ని రోజులు అక్కడే ఉంచి శుభ్రం చేసి, వీరుడి ఇంటిలో ట్రాఫిలా అలంకరిస్తారు. కొన్ని ప్రాంతాల్లో తలను ఒక రాతి బండ మీద ప్రజల సందర్శనార్థం ఉంచి, ఆ తర్వాత ఒక చోట భద్రంగా దాస్తారు. ఇలా ఎన్నో రకాలుగా చేస్తారు. ఆ వీరుడికి తమ కూతురిని కట్టబెట్టాలని పిల్ల తల్లితండ్రులు క్యూ కడుతూ ఉంటారు. అలాంటి వీరుడివల్ల గ్రామంలో పంటలు రెట్టింపు అవుతాయని, జనాభా పెరుగుతుందని, సంతాన సాఫల్యత రేటు పెరుగుతుందని, మత్స్యసంపద, పశు సంపద పెరుగుతుందని వాళ్ళ పిచ్చి నమ్మకం. ఒక్క మాటలో చెప్పాలంటే ఒంటరిగా శత్రువు తలనరికి తెచ్చినవాడే ఊరికి మొనగాడు. మిగతా వాళ్ళంతా వాళ్ళ దృష్టిలో చవటలే. ఆఖరికి ఆడపిల్లలు, చిన్న పిల్లలు వాళ్ళను గేలి చేస్తారు. నేను ఒంటరిగా ఎలుగుబంటిని చంపినా నన్నెవరూ ఆకాశానికెత్తలేదు. చిన్న గుర్తింపు ఇచ్చారంతే. నేను పెళ్లి చేసుకోవాలంటే తల నరకాలి అని నిర్ణయించుకున్నాను......" అడ్డు తగిలింది తపస్య.

"ఆపు బాబు ఇక నేను వినలేను"అంటూ.

"హేయ్ బేబీ.....అది నేను కాదు. వాడు వేరే....అర్థం చేసుకో. నువ్వు ఇదంతా వినాలి. అప్పుడే నా గుండెల్లో బరువు దిగుతుంది...ప్లీజ్ ...ప్లీజ్" అంటూ బతిమాలాడు. అయిష్టం మీద ఆమె ఒప్పుకోగానే మళ్ళీ మొదలు పెట్టాడు.

"ఆ రోజు నుంచి నా ధ్యాసంతా దాని మీదే. వూరి బయట ఒక పెద్ద చెట్టుంది. దాని పైకి ఎక్కి చూస్తే, మాకు దగ్గరలో ఉన్న మూడు గ్రామాల సరిహద్దులు స్పష్టంగా కనిపిస్తాయి. ఆ చెట్టు

మీద మంచె వేసుకుని అక్కడే ఎక్కువ కాలం గడుపుతూ అవకాశం కోసం ఎదురుచూసే వాణ్ణి. మూడు వారాలు గడిచినా నా ప్రయత్నం ఫలించలేదు. అయినా విసుగు చెందక, నా ప్రయత్నాన్ని మానుకోలేదు. ఆ మర్నాడు నాకో అవకాశం వచ్చింది. లోతా తెగ వాడొకడు అడివి పందిని వేటాడుతూ మా సరిహద్దు మైదానంలోకి వచ్చేసాడు. బహుశా వేటలో నిమగ్నమైపోయాడు కాబోలు, మా ప్రాంతానికి వచ్చేసినట్లు గుర్తించినట్టు లేదు. అతి కష్టం మీద పందిని చంపి, విజయ గర్వంతో విర్ర వీగుతున్న సమయంలో అదను చూసి వాడి మీదకు దూకి ఒక్క దెబ్బతో వాడి తలనరికేసాను..." అని చెప్తుంటే,

"ఆ....!!!" అని భయంతో అరిచింది తపస్య.

"నాకు తెలుసు నువ్విలా భయపడతావని. మొన్న నాకొచ్చిన కల ఇదే. అందుకే అప్పుడు అలా భయంతో అరిచాను. ఏం భయపడకు. ఇదొక కథ అనుకో. మరి కంటిన్యు చేయనా?" అనగానే ఆమె భయం భయం గా తల ఊపింది.

"అపుడు నా కెంతో ఆనందం వేసింది. నేను చంపిన వాడొక గొప్ప వీరుడు. వాడి తల నరకడం అంటే మాటలు కాదు. విజయగర్వంతో వాడి తల చేతపట్టుకొని మా వూరి ద్వారం వద్ద నిలబడి కొమ్ము బూర ఊదాను. ఆ శబ్దానికి చాలామంది పరిగెత్తుకొచ్చి, నా చేతిలో ఉన్న శత్రువు తలచూసి, పెద్దగా కేకలు పెట్టి కొమ్ము బూరల్తో శబ్దాలు చేసేసరికి ఊరంతా కదిలి వచ్చింది. నా మిత్రులు అడివిపందిని నా వెనుకే లాక్కొచ్చారు. చాలా పెద్ద పంది అది. ఆ రోజు విందులో అదే ముఖ్య వంటకం కాబట్టి అందరు దాన్ని చూస్తూ,నాలుకలు తడుపుకున్నారు. అంతవరకూ నన్ను చులకనగా చూసిన వాళ్ళంతా ఆరాధనగా చూడటం మొదలు పెట్టారు. ఊరి పెద్ద నాకు మా జాతి పక్షి 'హార్న్ బిల్' ఈకలతో తయారుచేసిన టోపిని నా తలపై పెట్టాడు. చాలా మంది నాకు కానుకలు ఇచ్చారు. విజయోత్సవం ప్రారంభమైంది. పిల్లలు నన్ను చూడడానికి ఎగబడ్డారు. పెళ్లి కావాల్సిన ఆడపిల్లలు నన్నిచ్చి పెళ్లి చెయ్యమని వాళ్ళ తల్లి తండ్రులను ఒత్తిడి చేస్తున్నారు. చాలామంది యువకులు అసూయతో రగిలిపోవడం గమనించి చిన్నగా నవ్వుకున్నాను. ఆ రోజంతా కోలాహలమే. ఆటలు, పాటలు, డేన్సులు. ఒకటేమిటి అంతా సందడే సందడి. నా గౌరవార్ధం అనేక ఆహార పదార్థాలు చేసి తెచ్చారు. మా కెంతో ఇష్టమైన రైస్ బీర్ వరదలై పారింది".

"మరి ఎవరిని పెళ్లి చేసుకున్నావు?" అడిగింది నవ్వుతూ. అతను కొంచెం సిగ్గు పడ్డాడు. ఆరుగురుని ఆ రోజే పెళ్లి చేసుకున్నాను".

"మై గాడ్ ఆరుగురినా?" చిన్నగా కేక వేసింది. " అవును. చేసుకునే దాకా వాళ్ళు వదలలేదు. కాళ్ళా వేళ్ళా పడ్డారు." అన్నాడు నవ్వుతూ.

"ఆ ఐదడుగుల పొట్టోడికి ఆరుగురు పెళ్ళాలయితే, మరి ఈ ఆరడుగుల అందగాడికి ఎంతమంది ఉండాలో? అంటూ కన్నుగీటి కవ్వింపుగా నవ్వింది. అరవింద్ తక్కున లేచి నిలబడి, ఆమెను కౌగలించుకొని,

"ఈ జన్మకు నాకీ బంగారం చాలు" అన్నాడు ప్రేమతో. ఎంతో పరవశించిపోయిన తపస్యకు ఆనందంతో కళ్ళమ్మట నీళ్ళు కారాయి. వాటిని తుడుచుకుంటూ

"కంటిన్యూ చెయ్యండి దొరగారూ" అంటూ చిన్నగా నవ్వింది.

"అలా రెండు సంవత్సరాలు గడిచేసరికి నా మనసు మారింది. నా కన్ను ఒక అందమైన కన్నెపిల్ల మీద పడింది."

"ఆ....!!! ఇదేం ట్విస్టు?" అంటూ అనాలోచితంగా అరిచింది.

"అదంతే. మధ్యలో అడ్డు తగలకు. వాళ్ళ నాన్నకు కబురు పెట్టాను. ఎగిరి గంతేస్తాడనుకున్నాను. కాని వాడు లెక్క చేయలేదు. వాడికి అల్లుడు కావాలంటే వీరుడు సరిపోడట. మహా వీరుడు కావాలట. మగవాడి తలనరికి తెచ్చిన వాడు వీరుడైతే, ఆడదాని తల నరికి తెచ్చినవాడు మహా వీరుడు".

"అదేమిటి? ఆశ్చర్యంగా ఉందే? ఆడవాళ్ళు అప్పుడుకూడా మగవాళ్ళ కన్నా బలహీనంగానే ఉండి ఉంటారు కదా?" అంటూ సందేహాన్ని వెలిబుచ్చింది.

"అక్కడ అన్ని తెగల వాళ్ళు, ఆడవాళ్ళను, పిల్లలను చాలా జాగ్రత్తగా కాపాడుకుంటూ ఉంటారు. దాదాపు ఇరవైమంది బలిష్టమైన యువకులు ఎప్పుడూ వాళ్లకు రక్షణగా ఉంటారు. అంచేత ఆడాళ్ళు ఒంటరిగా దొరికే వీలు ఉండదు. వాళ్ళ తలనరికే అవకాశం చాలా తక్కువే. చాలా ఏళ్ల కితం మా వూరివాడొకడు అర్ధరాత్రి శత్రుగ్రామంలోకి చొరబడి, ఆడమనిషి తల నరికే ప్రయత్నం చేస్తూ దొరికిపోయాడట, అతన్ని చెట్టుకు కట్టేసి వారం రోజులపాటు చిత్రహింసలు పెట్టి తలనరికి, మొండాన్ని అడవి కుక్కలకు పడేశారట. అప్పటినుంచి అటువంటి సాహసం ఎవరు చెయ్యలేదు. అసాధ్యమని తెలిసినా ఆ పిల్ల మీద మోజు చంపుకోలేక ఎలాగైనా సాధించాలని కంకణం కట్టుకున్నాను. మళ్ళీ చెట్టెక్కి మంచె మీద కాపుగాసాను. నెల రోజులు గడిచినా ఏ ప్రయోజనమూ చేకూరలేదు. మరో నెలగడిచింది. ఏ మార్పూ లేదు. ఇక లాభం లేదు అనుకుని విరమించు కుందామనుకున్న సమయంలో,

'మా నాన్న కోరిక తీర్చే మొనగాడు క్రోపల్ ఒక్కడే' అని ఆ అమ్మాయి ఎవరితోనో అన్న మాట నా చెవిన పడటంతో నాలో కొత్త

ఉత్సాహం వచ్చింది. మళ్ళీ మంచె ఎక్కి, అవకాశం కోసం ఎదురు చూడసాగాను. నా ప్రయత్నం ఫలించింది. కొన్యాక్ తెగ ఉంటున్న గ్రామం నుంచి ఒక ఆరేళ్ళ పిల్ల, సరిహద్దుని దాటి మా భాగంలోకి వచ్చేసింది. ఆమె తల్లి తల్లడిల్లుతూ కూతురి వెంటబడింది. అదే సమయంలో మరో పక్కనుంచి ఏనుగుల గుంపు ఆ గ్రామం పై దాడి చేయడంతో యువకులంతా అటువైపు వెళ్ళాల్సి వచ్చింది. అందువల్ల ఆమెకు రక్షణ కరువైంది. అది నాకు కలిసొచ్చింది. వెంటనే చెట్టు మీదనుంచి దూకి, ఆ పిల్లను పట్టుకున్నాను. దాంతో ఆ పిల్ల తల్లి భయంతో వణికిపోయి కేకలు పెట్టింది. దయ దాక్షిణ్యం లేకుండా ఇద్దరి తలలు నరికేసాను...." అంటూ కుళ్ళి కుళ్ళి ఏడ్చాడు. జరిగింది వాస్తవమో కాదో తెలియకపోయినా, ఆ దృశ్యం తన కళ్ళముందే కదలాడినట్లు భ్రమించిన తపస్య కొన్నిక్షణాల

పాటూ వణికిపోయింది. చాలా సేపటివరకు అతను ఏడుస్తూనే ఉన్నాడు. ఆమె కూడా షాక్ లో ఉండిపోయింది కొంతసేపటివరకూ. ఆ తర్వాత అతన్ని అనునయిస్తూ,

"ఏమైంది ఇప్పుడు? ఇది కలే కదా? దీనికే ఇంత వర్రీ అయిపోవాలా? ఈ కలేనా లేటెస్ట్ గా వచ్చిన కల?" అని అడిగింది. తలఊపుతూ,

"కలేనని నాకూ తెలుసు. కానీ ఎందుకో భరించలేకపోతున్నాను. నేనే ఆ హత్యలు చేసినట్లు అనిపిస్తుంది. అలా అనుకోగానే నా మీద నాకే అసహ్యం వేస్తుంది. ముందు నా పూర్వజన్మ గురించి తెలుసుకోవాలి. వీలైనంత తొందరగా మా ఊరు విస్వేమాకి వెళ్ళాలి" అన్నాడు. తపస్య ఆలోచనలో పడింది. ఒక వేళ అతని పునర్జన్మ నిజమేనని తేలితే, అతని బాధ మరింత పెరుగుతుందని ఆమె అభిప్రాయపడింది. అతన్ని ఆపాలని ప్రయత్నించినా ఫలితముండదని ఆమెకు బాగా తెలుసు. చేసేదేమీలేక తల ఊపింది.

హార్న్ బిల్ ఫెస్టివల్ గురించి సమగ్రమైన ఆర్టికల్ తయారుచేసాక, దాన్ని ఆఫీస్ కి మెయిల్ చేసి, మరో వారం రోజులు నాగాలాండ్ లో ఉండడానికి అనుమతి తీసుకున్నాడు. అలా పొడిగించిన వారం రోజుల పాటూ తన పునర్జన్మ గురించి పరిశోధించి మరో ఆర్టికల్ రాయాలనేదే అతని ఉద్దేశ్యం. ఆ పనిమీద ఇద్దరూ విస్వేమా వెళ్ళారు. దారంతా కలల్లో వచ్చిన సంఘటనలే గుర్తుకొస్తూ అతని మెదడుని అల్లకల్లోలం చేస్తున్నాయి. అది గ్రహించిన తపస్య అతన్ని డిస్టర్బ్ చేయలేదు. విస్వేమా చేరాక అక్కడి పరిసరాలను చూస్తూ,

"ఇదా విస్వేమా?" అంటూ ఆశ్చర్యంగా అడిగాడు. ఎందుకలా అడుగుతున్నాడో తెలియక డ్రైవర్ అయోమయంగా చూస్తూ అవునన్నట్లు తలూపాడు. అనుదీప్ కి మతిపోయింది. 'అంతా మారిపోయింది, దానికి దీనికి పోలికే లేదు' అనుకుంటూ గొణుక్కున్నాడు. డ్రైవర్ ని అక్కడే ఉండమని చెప్పి తపస్య తో ముందుకు నడిచి ఊరంతా చుట్టివచ్చాడు. అనుదీప్ చెప్పినదాన్ని బట్టి అక్కడ అనాగరికమైన ట్రైబల్స్ ఉంటారని ఊహించక పోయినా ఏదో పల్లెటూరులా ఉంటుందని భావించిన తపస్యకి తన అంచనా తప్పనిపించింది. పేరుకు పల్లెటూరేగాని చాలా అడ్వాన్స్ గా ఉన్నట్లు తెలుస్తుంది. డిష్ టీవీలు, సెల్ఫోన్లు, ఫాస్ట్ ఫుడ్ సెంటర్లు ఇలా ఎన్నో వెలిసాయక్కడ. పెదవి విరుస్తూ వూరి సరిహద్దుల వైపు నడిచాడు అనుదీప్ . అక్కడికెళ్ళాక అతని ముఖం వికసించింది. గబగబా పరుగు తీసి అక్కడున్న మహా వృక్షాన్ని ఆప్యాయంగా తడిమి చూసాడు. ఆ వృక్షానికి అవతల వైపు ఉన్న మైదానప్రాంతాన్ని చూడగానే గజగజ వణికాడు. మూడు హత్యలు జరిగిన ప్రాంతమదే అని గ్రహించింది తపస్య. చెట్టు పైభాగాన్ని పరిశీలించాడు. చాలా ఏళ్ళక్రితం అక్కడో మంచె ఉన్నట్లు ఆనవాళ్ళు కనిపించాయి. వెంటనే తపస్య వైపు చూసాడు. అర్థమైనట్లు తలూపింది. చెట్టుపై చెక్కిన పేరును గుర్తు పట్టాడు. అది లోకల్ భాషలో ఉంది. ఎంత ప్రయత్నించినా చదవలేకపోయాడు.

"కలలో అన్నీ చదవగలుగుతున్నాను. ఆ భాష మాట్లాడగలుగుతున్నాను. ఇప్పుడు నా వల్ల కావటంలేదు" అంటూ అటూ ఇటూ చూసాడు. అక్కడ కనిపించిన ఒక వ్యక్తిని పిలిచి చెట్టు మీదున్న పేరును చదవమని కోరాడు. అది స్పష్టంగా లేకపోయేసరికి అతను కొంచెం కష్టపడాల్సి వచ్చింది. కూడబలుక్కుంటూ చదివాడు "క్రోపల్" అంటూ. అనుదీప్ ముఖం వెలిగిపోయింది. గత జన్మలో అతని పేరు అదే. తపస్యకు మతిపోయింది. ఆశ్చర్యంగా అతన్నే చూస్తూ ఉండిపోయింది. ఆ తర్వాత ఇద్దరూ మళ్ళీ ఊరిలోకి వెళ్ళి మరింత సమాచారం దొరుకుతుందేమోనని ప్రయత్నించారు. క్రోపల్ గురించి ఏమీ తెలియలేదుగాని, ఆనాటి ఆచార వ్యవహారాలు, హెడ్ హంటింగ్ గురించి తెలుసుకున్న సమాచారం అనుదీప్ చెప్పినట్లే ఉండడంతో తపస్యకు అప్పటివరకూ ఉన్న అభిప్రాయాలన్నీ మారిపోయాయి. నాగాలాండ్ వచ్చేముందు దాన్ని గురించి అనుదీప్ చాలా ఎక్కువగా స్టడీ చేసిఉండడం వల్ల అతను చెపుతున్నవన్నింటికీ 'హేల్యుసినేషనే' కారణమని సైకాలజీ పోస్ట్ గ్రాడ్యుయేట్ గా ఆమె అభిప్రాయపడింది. చూస్తున్న దాన్ని బట్టి ఆమె కూడా 'పునర్జన్మ' ను నమ్మాల్సిన పరిస్థితి వచ్చింది.

★★★

విస్వేమా నుంచి తిరిగి వచ్చాక అనుదీప్ లో చాలా మార్పు వచ్చింది. అంతవరకూ పునర్జన్మ గురించి పూర్తిగా నమ్మకం కుదరకపోవడం వల్ల, పని ఒత్తిడిలో ఉండడం వల్ల, గత జన్మలో తాను చేసిన హత్యల గురించి మరీ ఎక్కువగా ఆలోచించలేదు. కాని ఇప్పుడు పునర్జన్మ విషయం తేట తెల్లమైపోయింది కాబట్టి, ఎంత కాదనుకున్నా అపరాధ భావన అతన్ని వీడడం లేదు. ఆ ఆలోచనలతో డిప్రెషన్ లోకి వెళ్ళిపోతాడేమోనన్న భయం పట్టుకుంది తపస్యకి. కానీ దానికి

భిన్నంగా అతను మందులో మునిగిపోవడం చాలా బాధించింది ఆమెను. ఎంత కంట్రోల్ చేద్దామన్నా ఆమెకు సాధ్యపడలేదు. పగలు, రాత్రి మందు సీసాతో ఉన్న అనుదీప్ ను చూస్తూ, మౌనంగా ఉండిపోయింది.

★★★

రెండ్రోజుల తర్వాత అనుదీప్ మత్తు దిగే సంఘటన జరిగింది. ఉదయమే లేచి హేంగ్ఓవర్ తో తలపట్టుకుని, విస్కీ సీసా కోసం అటూ ఇటూ చూస్తున్న అనుదీప్ తపస్యను చూసి నిర్ఘాంతపోయాడు. ఆమె సీరియస్ గా సూట్ కేస్ లో బట్టలు సర్దుకుంటుంది. ఆమె వాలకం చూస్తే అతన్ని వదిలేసి వెళ్ళిపోవడానికి సిద్ధమైనట్లు తెలుస్తుంది.

"ఏమిటి బట్టలు సర్దుకుంటున్నావు? కొంపదీసి నన్ను వదిలేసి వెళ్ళిపోతావా ఈ మాత్రం దానికే?" అంటూ ప్రశ్నించాడు. వెంటనే చురుగ్గా చూసింది. ఆ చూపుల్లో తీవ్రతకు అదిరిపడ్డాడు. ఆమెనలా అతను ఎప్పుడూ చూడలేదు. తన తాగుడు వల్లే ఆమెలో మార్పు వచ్చిందంటే అతను నమ్మలేకపోతున్నాడు. తాగుడు మానేస్తానని, వెళ్ళవద్దని బతిమాలాడు.

"గుడ్ బై అనుదీప్. మళ్ళీ నిన్ను ఈ జన్మలో కలవను" అని సీరియస్ గా అనేసరికి పక్కలో బాంబ్ పేలినట్లు ఉలిక్కిపడ్డాడు. అతని మత్తంతా దిగిపోయింది.

"వాట్? ఏమంటున్నావు? నాకేమీ అర్థం కావడం లేదు" అంటూ గోలపెట్టాడు.

"నువ్వింత క్రూరుడివని ఊహించలేకపోయాను. నీ వల్ల మూడు నిండు ప్రాణాలు బలిఅయ్యాయి. జన్మలో నీ ముఖం చూడను" అంది అతన్ని అసహ్యంగా చూస్తూ. అతని మైండ్ బ్లాంక్ అయిపోయింది. 'ఇదేమిటి గత జన్మలో జరిగినదానికి ఇప్పుడిలా రియాక్ట్ అవుతుంది?' అనుకుంటూ ఆ మాటే పైకి అనేసాడు.

"నువ్వు ఊహిస్తున్నట్లు గతజన్మలో నువ్వు చేసిన పాపాన్ని గురించి కాదు, ఈ జన్మలో నువ్వు చేసిన మూడు హత్యల గురించి మాట్లాడుతున్నాను" అనే సరికి షాక్ తిన్నాడు.

"నేనా? మూడు హత్యలు చేసానా? మతిఉండే మాట్లాడుతున్నావా? నాకేమీ అర్థం కావడంలేదు" పిచ్చెక్కినవాడిలా అరిచాడు.

"ఈ మెయిల్ చూడు నీకు అర్థమవుతుంది"అంటూ తన సెల్ ఫోన్ ను అందించింది. క్షణం ఆలస్యం చేయకుండా దాన్ని అందుకొని, ఆత్రుతగా మెయిల్ చదివాడు.

" డియర్ తపస్య,

మా అన్నయ్యను నువ్వింకా పెళ్ళిచేసుకోక పోయినప్పటికీ నా దృష్టిలో నువ్వు నా వదినవే, ఇప్పటివరకు. నా కథ, నా బాధ చెప్పుకోవడానికి నీకంటే ఆప్తులెవరూ నాకు కనిపించలేదు. అన్నయ్య నిజ స్వరూపం నాక్కూడా ఆలస్యంగానే తెలిసింది." ఉత్తరం చదవడం ఆపి భయం భయంగా తపస్య వైపు చూసాడు.

"పూర్తిగా చదువు" కటువుగా పలికింది. ఆమె కళ్ళలోని తీక్షణతను భరించలేక చప్పున తలదించుకుని తిరిగి చదవడం మొదలుపెట్టాడు.

"మా మరదలు కోమలి తెలుసుకదా? తనంటే నాకు చచ్చేటంత ఇష్టం. కానీ కోమలి అన్నయ్య అంటే పడిచచ్చేది. నీకు, అన్నయ్యకు మధ్య ఉన్న ప్రేమ వ్యవహారం గుర్తు చేసి ఆశ వదులుకోమని చాలాసార్లు నచ్చజెప్పడానికి ప్రయత్నించేవాణ్ని. అయినా ఫలితం లేకపోయింది. ప్రేమతో అన్నయ్యను తన వైపుకు తిప్పుకుంటానని, అన్నయ్యకు కూడా తన మీద ప్రేమ ఉందని అందుకే ఇన్నాళ్ళయినా తపస్యను పెళ్లి చేసుకోలేదని అంటుండేది. ఆ పిచ్చిదాన్ని ఎలా మార్చాలో తెలియక సతమత మయ్యేవాడిని. తనని ఎలాగైనా మార్చాలని నా ప్రేమను వ్యక్తం చేస్తూ, ఉత్తరాలు వ్రాసేవాణ్ణి. మెయిల్స్ పంపేవాణ్ని. అవే నా కొంప ముంచుతాయని నేనప్పుడు ఊహించలేదు. మీరు నాగాలాండ్ వెళ్లిన మర్నాడే కోమలి ఆత్మహత్య చేసుకుంది." మళ్ళీ చదవడం ఆపేసాడు. ఒక్కసారిగా అతనికి చెమటలు పట్టాయి. తపస్య కసిగా అతన్ని చూస్తూ ఉండిపోయింది. ఆత్రుతతో మళ్ళీ చదవడం కొనసాగించాడు.

"అప్పటికే ఆమె గర్భవతి. 'అన్నయ్య చాలా ఇంపార్టెంట్ అస్సైన్మెంట్ మీద నాగాలాండ్ వెళ్ళాడు. అది వాడి కెరీర్ కి ఎంతో ముఖ్యమైనది. వాడికీ విషయం చెప్పొద్దు' అని నాన్నగారు ఆర్డర్ వేసేసరికి, మేము మీకు కబురు అందజేయలేదు. కోమలి ఎవరివల్ల గర్భవతి అయిందో ఎవరికీ అంతుబట్టలేదు. దానికి కారణం మా అన్నయ్యేనని నాకు స్పష్టంగా తెలుసు. కానీ కోమలికి నేను వ్రాసిన ఉత్తరాలు, పంపిన మెయిల్ లు నన్ను దోషిగా నిలబెట్టాయి. ఆమె మరణానికి కారణం అన్నయ్యేనని చెపితే ఎవరూ నమ్మే పరిస్థితి లేదు. అందరూ నన్ను అనరాని మాటలు అనడం మొదలుపెట్టారు. ఎవరేమన్నా నేను తట్టుకోగలిగాను. మా అమ్మా, నాన్నా కూడా నన్ను అనుమానించి, దుర్భాషలాడేసరికి నేను తట్టుకోలేకపోతున్నాను. నా సహనం చచ్చిపోయింది. నాకు చావే శరణ్యమనిపించింది. ఈ మెయిల్ మీకు అందేసరికి నేను ఈ లోకంలో ఉండను. ఇది

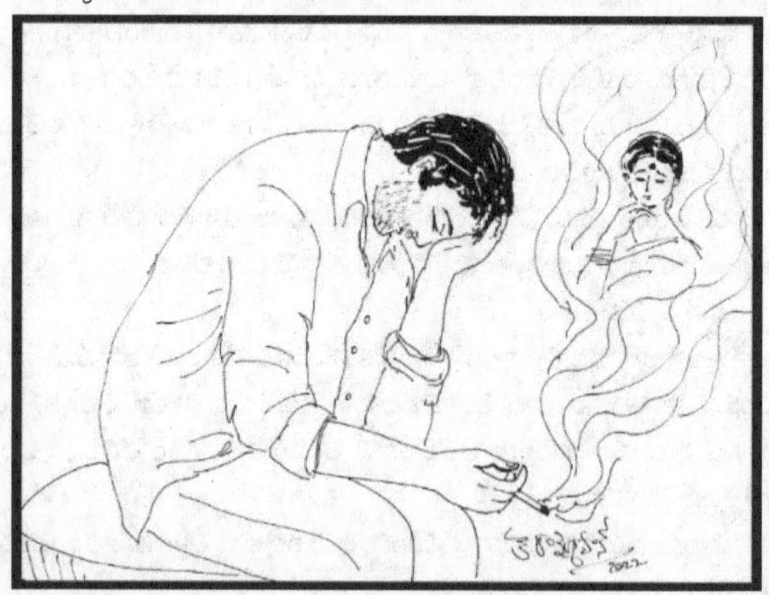

నా మరణ వాంగ్మూలం కాబట్టి మీరు నమ్ముతారనే ఆశ తో ఈ లోకాని వదిలి వెళ్తున్నాను. చివరగా ఒక్క మాట. మా అమ్మా నాన్నలకు ఈ విషయం తెలిస్తే తట్టుకోలేరు. ఈ నిజాన్ని మీరొక్కరే దాచిపెట్టగలరని ఆశిస్తున్నాను.అందుకే మీకు మాత్రమే తెలియజేస్తున్నాను....... సెలవ్, నవదీప్. చదవడం ముగించిన అనుదీప్ వెక్కి వెక్కి ఏడ్చాడు.

"ఆ జన్మలో ఏం చేసావో తెలియదుగాని, ఈ జన్మలో మాత్రం ఇద్దరి తలలు దించుకొనే పరిస్థితి తెచ్చావు. దానికన్నా వాళ్ళ తలలు తీసేయడమే మేలేమో! హెడ్ హంటింగ్ కన్నా దారుణమైనది, వాళ్ళు తలలు వంచుకొనే స్థితికి రావడం. నీ వల్ల నవదీప్,కోమలి, ఆమె కడుపులో ఉన్న బిడ్డ హతమయ్యారు. ఇంకా నీ జీవితంలో నేనెలా పాలుపంచుకోగలను? గుడ్ బై" అంటూ బయటకు నడిచిపోతున్న తపస్యను చూస్తూ శిలలా ఉండిపోయాడు.

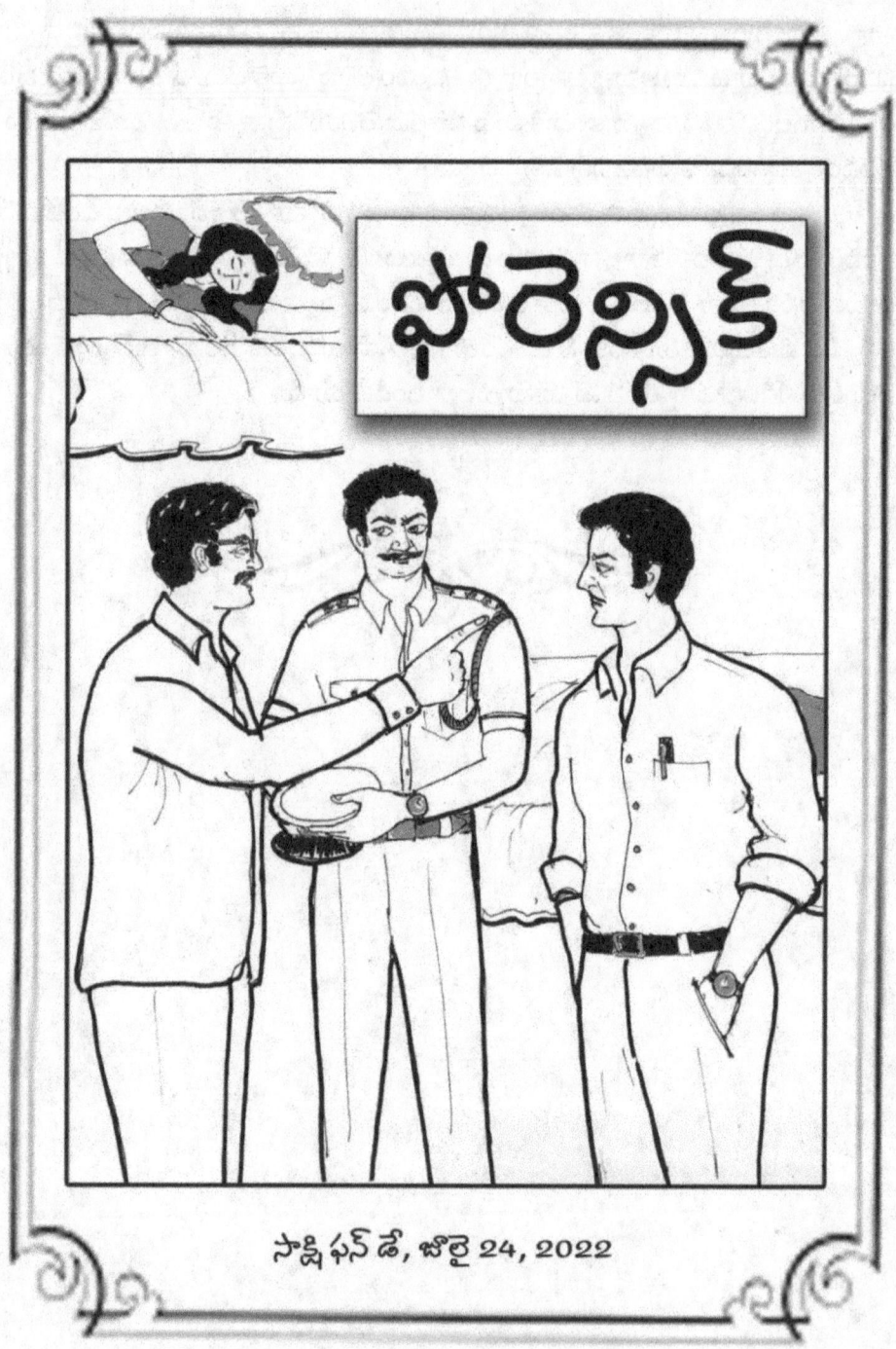

సాక్షి ఫన్ డే, జూలై 24, 2022

# ఫోరెన్సిక్

"ఇంత చిన్న వయసులో కిరణ్మయి చనిపోవడం ఏమిటి? చాలా ఆశ్చర్యంగా ఉంది. ఈ రోజు సాయంత్రం కూడా తనతో మాట్లాడాను. ఎంతో చలాకీగా ఉంది. మరి ఏ జబ్బు తిరగబెట్టిందో? ఇలా అయిపోయింది" అంటూ కిరణ్మయి ఇంటి ఆవరణలోనికి అడుగు పెట్టింది పక్కింటి పావని.

"నిజమేనమ్మాయ్. ఎంతో ఆరోగ్యంగా హుషారుగా తిరిగే పిల్ల ఇలా అర్ధాంతరంగా..." అంటూ కన్నీళ్లు పెట్టుకుంది ఆ వీధిలోనే ఉంటున్న జానకమ్మ. వాళ్ళిద్దరూ లోపలికి వెళ్లేసరికి, అప్పటికే చాలా మంది జనం పోగయ్యారు. రాత్రి పన్నెండు కావస్తున్నా, అంత మంది అక్కడికి వచ్చారంటేనే తెలుస్తుంది, కిరణ్మయి ఆమె భర్త రాజీవ్ ఆ కాలనీ వాళ్ళతో ఎంత సఖ్యంగా ఉండేవారోనని. వాళ్ళిద్దరూ ఆదర్శ దాంపత్యానికి ఒక ఉదాహరణగా ఉండేవారు. అందుకే కాబోలు ఆ కాలనీ వాళ్లకు వాళ్ళంటే చాలా అభిమానం.

"ఇంతకూ ఏమి జరిగింది?" అని అడుగుతున్నాడు ఒకాయన పక్కనున్న పెద్దమనిషిని.

"అంతా అయోమయంగా ఉంది. ఏదో పనిమీద బయటకు వెళ్ళిన రాజీవ్ సుమారు పది గంటల ప్రాంతంలో ఇంటికొచ్చి బెల్ కొట్టాడట. తలుపు తీయకపోయేసరికి, భార్య నిద్రపోయి ఉంటుందని భావించి తన దగ్గరున్న తాళంతో తలుపు తెరిచి, బెడ్ రూమ్ లోకి వెళ్ళాడట. అక్కడ అపస్మారక స్థితిలో చావు బతుకుల మధ్య కొట్టాడుతున్న కిరణ్మయిని చూడగానే అతని గుండె గుభేల్మందట. దాంతో బెంబేలెత్తిపోయిన రాజీవ్, పక్కింటి మహేంద్రకి ఫోన్ చేసి సాయం కోరాడట. వాళ్ళిద్దరూ ఆమెకు సపర్యలు చేస్తుండగా వాంతి చేసుకుందట. దాన్ని శుభ్రం చేసేలోగానే ప్రాణం పోయిందట. చిత్రమేమిటంటే అదే సమయంలో సింగపూర్ నుంచి వచ్చిన ఆమె తమ్ముడు వసంత్ ఇంట్లోకి అడుగుపెట్టాడట. భోరుమని ఏడుస్తున్న బావమరిదిని ఓదార్చడానికి రాజీవే నానా తంటాలు పడాల్సి వచ్చిందట" అని చెపుతుంటే, అడ్డుతగిలి,

"ఆశ్చర్యంగా ఉంది. ఆ అబ్బాయి అప్పుడే రావడం ఏమిటి?" అని ప్రశ్నించాడు.

"మర్నాడే అక్క పుట్టిన రోజు కాబట్టి సర్ప్రైజ్ చేయడం కోసం హఠాత్తుగా ఊడిపడ్డ వసంత్ కే సర్ ప్రైజ్ ఎదురయింది" అని ముగించాడు ఆ పెద్దమనిషి.

అక్కడున్న వాళ్ళంతా కిరణ్మయి గురించి, రాజీవ్ గురించి మాట్లాడుకుంటూ బాధపడుతున్న సమయంలో ఇంటి ముందు పోలీసు జీప్ వచ్చి ఆగడంతో అక్కడ కలకలం చెలరేగింది.

"ఇదేమిటి? కిరణ్మయిది సహజ మరణమే కదా? పోలీసులు వచ్చారేమిటి? ఎవరయినా కంప్లైంట్ ఇచ్చారా?" అనుకుంటూ అక్కడున్న జనం కిందా మీదా పడుతున్నారు. ఈ లోగా లోపలినుంచి హడావిడిగా బయటకు వచ్చిన వసంత్ ఎస్సై అంబరీష్ కి ఎదురెళ్ళి,

"రండి సార్. నేనే కంప్లైంట్ ఇచ్చాను" అంటుంటే అందరికీ మతిపోయింది. 'అయితే కిరణ్మయిది హత్యా? ఏదో దేశం నుంచి ఇప్పుడే ఊడిపడ్డ ఈ కుర్రాడికి ఆ అనుమానం ఎందుకొచ్చింది? ఇంతకూ ఈ హత్య ఎవరు చేసి ఉంటారు? ఏమిటో అంతా మిస్టరీగా ఉంది?' ...... ఇలాంటి ప్రశ్నలతో అక్కడున్న జనం చర్చించుకోవడం మొదలుపెట్టారు.

"మీరు కిరణ్మయికి ఏమవుతారు? ఇది హత్యేనని మీకెలా అనుమానం వచ్చింది?" అంటూ ప్రశ్నించాడు ఎస్సై లోపలికి నడుస్తూ.

"నా పేరు వసంత్. నేను కిరణ్మయికి సొంత తమ్ముడిని. అన్ని వివరాలు మీ దర్యాప్తు పూర్తి అయ్యాక చెప్తాను" అంటూ ఎస్సైని అనుసరించాడు. సమాధానంగా తలూపి, శవం ఉన్న గదిలోకి ప్రవేశించాడు ఎస్సై. అక్కడ రాజీవ్, మహేంద్ర, వాళ్ళతో పాటూ మరో ముగ్గురు ఉన్నారు. పోలీసులు ఎందుకొచ్చారో తెలియక తికమక పడుతున్నారు అక్కడి వాళ్ళంతా. పోలీస్ టీం, ఫోరెన్సిక్ టీం, వాళ్ళ పనుల్లో మునిగిపోయారు. రాజీవ్ ని వసంత్ ని తప్ప మిగిలిన వాళ్ళను మొహమాటం లేకుండా బయటకు పంపేశాడు ఎస్సై. బెడ్ మీద వెల్లకిలా పడుకొని ఉన్న శవాన్ని, తెరిచి ఉన్న నోటిని పరిశీలించాడు. ఏదో చెడు వాసన వస్తున్నట్లు గ్రహించి అటూ ఇటూ చూసాడు. అది గ్రహించిన రాజీవ్ అన్నాడు,

"చనిపోయే ముందు వాంతి చేసుకుంది. శుభ్రం చేసినా ఇంకా వాసన వస్తుంది" అని. "హత్య జరిగిందని అనుమానంగా ఉంది. ఇకపైన ఏదీ ముట్టుకోకండి" అని హెచ్చరించాడు ఎస్సై. రాజీవ్ ఏదో చెప్పబోతుంటే,

"దర్యాప్తు అయిన తర్వాత మీకు మాట్లాడడానికి అవకాశం ఇస్తాను " అంటూ తన బృందంతో ఆ గదినే కాకుండా, ఇల్లంతా గాలించి శోధించాడు. ఏ క్లూ దొరక్కపోయేసరికి,

"ఇది హత్య అనడానికి నిదర్శనాలు ఏవీ కనబడటం లేదు. డాక్టర్ కూడా సహజ మరణమనే అంటున్నారు. మరి హత్య అని మీరెలా నమ్ముతున్నారు?" అంటూ విసుక్కున్నాడు అంబరీష్. వసంత్ సమాధానం ఇచ్చేలోపలే వసంత్ మీద మాటల దాడి చేసాడు రాజీవ్.

"అయితే నువ్వేనన్నమాట పోలీసులను పిలిచినది. ఎక్కడో వేల కిలోమీటర్ల దూరంలో ఉంటూ ఈ రోజే ఊడిపడ్డ నీకు ఏమి తెలుసని ఇంత ఓవరేక్షన్ చేస్తున్నావు? మా ఇంట్లో హత్య జరగడం ఏమిటి? మాదేమన్నా క్రిమినల్ బ్యాక్ గ్రౌండ్ ఉన్న ఫేమిలియా?" అంటూ

విరుచుకుపడుతుంటే అంబరీష్ అడ్డుపడి, అతన్ని ఆపాడు. అప్పటికి గానీ నోరు విప్పలేకపోయాడు వసంత్.

"సర్ నేను సింగపూర్ లో ఫోరెన్సిక్ ఎక్స్ పర్ట్ గా పని చేస్తున్నాను. ఎన్నో క్రైం కేసుల విషయంలో అక్కడి పోలీసులకు నా సహకారం అందిస్తూ ఉంటాను" అంటూ తన ఐ డి కార్డ్ చూపించాడు. దాన్ని అందుకుంటూ,

"ఓ ... అలాగా? అయితే నేరపరిశోధనలో మీకు పుష్కలమయిన అనుభవం ఉందన్న మాట. సరే. ఇప్పుడు చెప్పండి. మీకు అనుమానం ఎలా వచ్చింది?" అంటూ అతన్ని ప్రోత్సహిస్తుంటే రాజీవ్ సైలెంట్ గా ఉండక తప్పలేదు. దాంతో ఉత్సాహం వచ్చింది, వసంత్ కి.

"ఇలా రండి. మా అక్క నోరును పరీక్షగా చూడండి. మీకూ క్లూ దొరకొచ్చు" అన్నాడు. ఎస్సైతో పాటూ ఫోరెన్సిక్ టీం లీడర్ భాస్కర్ కూడా పరీక్షగా చూసి, పెదవి విరిచాడు. "పెద్ద క్లూ ఏమీ కనబడలేదు. కింది పెదవి చివర రెండు మెతుకులు కనిపిస్తున్నాయి, వాంతి అయిందని వాళ్ళు ముందే చెప్పారు కదా? అది తప్ప ఏముంది?" అన్నాడు భాస్కర్. అతన్ని సమర్థిస్తున్నట్లు తలూపాడు అంబరీష్.

"అయితే అక్క పంటిలో ఇరుక్కున్న లేత పింక్ రంగు దారపు పోగు మిమ్మల్ని ఆకర్షించలేదన్న మాట? " అని అడిగాడు.

"నేనూ చూసాను. అయితే ఏమిటి?" అడిగాడు ఎస్సై.

"ఏదో కర్చీఫ్ నో లేదా గుడ్డనో అక్క నోట్లో కుక్కి ఉంటారని అనుమానం కలగడం లేదూ?" అంటూ ప్రశ్నించాడు. ఆ ఊహ తమకు తట్టనందుకు కాస్త సిగ్గుపడుతున్నట్లు అంబరీష్, భాస్కర్ ల ముఖాలే చెపుతున్నాయి.

"అది కర్చీఫ్ అని నేను నిర్ధారణ చేసుకున్నాను. రండి చూపిస్తాను. అది కార్ గేరేజీలో ఉంది" అంటూ అటువైపు దారి తీసాడు. గేరేజ్లో ఉన్న కారుకి కాస్త దూరంలో పడి ఉన్న పింక్ కర్చీఫ్ ని లాఠీతో పైకి లేపి,

"ఇది ఎవరిది?" అని రాజీవ్ ని ప్రశ్నించాడు. "నా భార్యది" అంటూ సమాధానం ఇచ్చాడు రాజీవ్.

"కేవలం దీని ఆధారంతోనే హత్య అని తేల్చేస్తున్నారా?" అని వసంత్ ని అడిగాడు అంబరీష్.

"అన్నీ వివరంగా చెప్తాను సర్. అయితే మీరు, మీ టీం తప్ప ఇంట్లో ఎవరూ ఉండకూడదు. అందరినీ బయటకు పంపేయండి" అని అన్నాడు వసంత్.

"నేను కూడా ఉండకూడదా?" కోపంగా అడిగాడు రాజీవ్.

"అందరూ అనుమానితులే. పోలీసులు నన్ను కూడా అనుమానించవచ్చు" అని ఖరాఖండిగా వసంత్ చెపుతుంటే, "మిస్టర్ రాజీవ్ ప్లీజ్ కోపరేట్" అంటూ బయటకు దారి చూపించాడు అంబరీష్. విస విసా నడుచుకుంటూ బయటకు నడిచాడు రాజీవ్.

"నా అనుమానాలు ఒక్కొక్కటిగా బయటపడుతున్నాయి. ఇన్స్పెక్టర్ గారూ ...ఒక రిక్వెస్ట్. అక్క రక్తం, సెలైవా తో పాటూ పెదవుల దగ్గర ఉన్న అన్నం మెతుకులను వీలయినంత తొందరగా టాక్సికాలజీ టెస్టులకు పంపండి" అని వసంత్ చెప్పగానే, భాస్కర్ టీం ఆ పనిలో పడ్డారు.

"టాక్సికాలజీ టెస్టులు అంటున్నారు. ఆమె పై విషప్రయోగం జరిగిందని అనుమానమా?" అడిగాడు ఎస్సై.

"అవును సర్. నా అనుమానం అదే. రుజువులు చూపిస్తాను రండి అంటూ శవం దగ్గరకు తీసుకెళ్ళాడు.

"ఇదిగో చూడండి. మా అక్క బుగ్గల మీద, గోర్ల మీద అస్పష్టంగా కనిపిస్తున్న చెర్రీ రంగు మచ్చలు చూసారా? అవి విష ప్రయోగ సంకేతాలే. కానీ టెస్ట్ ల ద్వారా నిర్ధారణ జరగాల్సి ఉంది. ఇపుడు మా అక్క శరీరాన్ని క్షుణ్ణంగా పరీక్షించడానికి మీ అనుమతి కోరుతున్నాను" అనగానే, అంగీకరిస్తున్నట్లు తలూపాడు ఎస్సై.గ్లోవ్స్ తొడుకున్న చేతులతో, కిరణ్మయి చేతులను, కాళ్ళను ఎత్తి చూపుతూ, "చూసారా ఈ గుర్తులు? బాగా పట్టి పట్టి చూస్తేనే కనబడుతున్నాయి. వీటిని చూస్తుంటే అక్క కాళ్ళను, చేతులను ఎవరో కట్టి ఉంచారని తెలుస్తుంది కదా?" అని వసంత్ చెపుతుంటే అంబరీష్ కాస్త సిగ్గుపడ్డాడు. 'వసంత్, నేర పరిశోధనలో ఆరితేరిన వాడై ఉండాలి. అతని ముందు నేను గానీ, భాస్కర్ గానీ, శవాన్ని పరీక్షించిన డాక్టర్ గానీ దిగదుడుపే' అని మనసులో అనుకున్నాడు అంబరీష్.

"ఇది చాలా క్రిటికల్ కేసులా ఉంది. విషప్రయోగము జరిగినట్లు తెలుస్తుంది గానీ, దాని కోసం నోట్లో గుడ్డలు కుక్కడం, కాళ్ళు, చేతులు కట్టేయడం ఎందుకో అర్థం కావడం లేదు. అటాప్సీ రిపోర్ట్ వస్తే గానీ, ఏ విషయమూ తేలదు.

"మీరు అన్నట్లు హత్యే అయితే, ఎందుకు జరిగి ఉంటుంది? ఎవరు చేసి ఉంటారు? 'ఈ ఇంట్లో హత్య జరిగింది' అంటే ఎవరూ నమ్మరని బయటున్న జనం చెపుతున్నారు. మీకు ఎవరి మీదనయినా అనుమానం ఉందా?" అడిగాడు ఎస్సై. "నేనిప్పుడు ఏమీ చెప్పలేను సర్. టెస్ట్ రిజల్ట్స్, అటాప్సీ రిపోర్ట్ చూసాకే మాట్లాడతాను. అవి వచ్చిన వెంటనే కబురుపెట్టండి" అన్నాడు వసంత్.

★★★

పోలీస్ స్టేషన్లో ఒక టేబుల్ ముందు కూర్చుని రిపోర్ట్ లు పరిశీలిస్తున్నాడు వసంత్. ఎస్సై అంబరీష్, సి ఐ మహంకాళి అతని దగ్గరగా కూర్చుని, అతను చెప్పేది వినడానికి కుతూహలంతో ఎదురు చూస్తున్నారు. రిపోర్టుల్ని క్షుణ్ణంగా పరిశీలించాక, రెండు చేతులతోనూ బల్లను చరిచి, "

యస్...నా అనుమానం నిజమయింది" అన్నాడు ఉత్తేజపడుతూ.

"కంగ్రాట్స్. వివరంగా చెప్పండి" అన్నాడు సి ఐ కాళి.

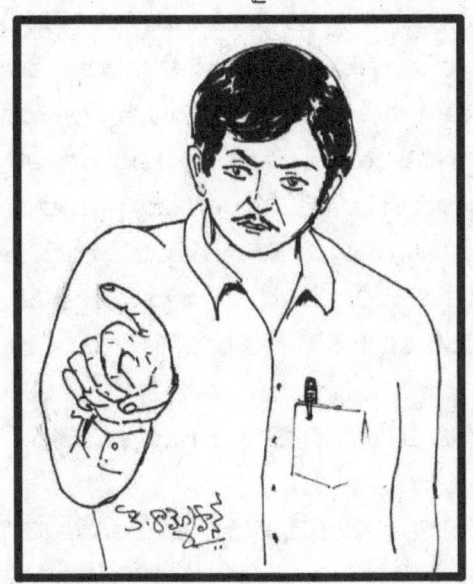

"కార్బన్ మోనాక్సైడ్ పాయిజనింగ్ జరిగింది. ఇదిగో ఈ రిపోర్టు చూడండి. కార్బాక్సీ హీమోగ్లోబిన్ శాతం ముప్పై. అంటే చాలా ఎక్కువ. మన శరీరం మూడు శాతాన్ని మాత్రమే తట్టుకోగలదు. స్మోకింగ్ అలవాటు ఉన్నవాళ్లు పది శాతం వరకూ తట్టుకుంటారు. కానీ ముప్పై శాతం చేరుకుందంటే, ప్రాణాపాయమే" అన్నాడు.

"మాకు కాస్త అర్థం అయ్యేలా చెప్పండి" అని కాళి అడిగితే,

"చెప్తాను సర్. మనం పీల్చుకునే ఆక్సిజన్, రక్తంలో ఉన్న హీమోగ్లోబిన్ తో కలుస్తుంది. అలా రక్తం, శరీరంలోని అన్ని భాగాలకు, అన్ని కణాలకు చేరడం వల్ల, వాటికి ఆక్సిజన్ నిరంతరంగా అందుతుంది. అయితే కార్బన్ మోనాక్సైడ్, ఆక్సిజన్ కన్నా తొందరగా, సులువుగా హీమోగ్లోబిన్ తో కలిసి కార్బాక్సీ హీమోగ్లోబిన్ ను ఏర్పరుస్తుంది. అందువల్ల ఆక్సిజన్ రక్తంతో కలవడం ఆగిపోతుంది. ఫలితంగా శరీర భాగాలకు గానీ, కణాలకు గానీ ఆక్సిజన్ అందదు. ఆ విధంగా కార్బన్ మోనాక్సైడ్, ఒక విషంలా పనిచేస్తుంది. అలా ఏర్పడే ఆక్సిజన్ కొరత వల్ల, ఊపిరి అందక పోవడం, అపస్మారకంలోకి పోవడం, కొన్ని సార్లు కోమాలోకి వెళ్ళడం, మరణం సంభవించడం, వికారం అనిపించడం, వాంతులు అవడం, శరీరంలోని కొన్ని భాగాలపై చెర్రీ రెడ్ రంగు మచ్చలు ఏర్పడడం లాంటివి జరుగుతాయి. మనం ఆ ఇంటికి వెళితే, ఈ విషప్రయోగం ఎలా జరిగిందో తెలుసుకోవచ్చు" అన్నాడు.

"నువ్వు ఆయనతో ఆ ఇంటికి వెళ్ళు. నేను నా పనిలో ఉంటాను" అన్నాడు కాళి, అంబరీష్ తో. అతను తలూపి, వసంత్ తో బయల్దేరాడు.

★★★

నేరుగా కారు గేరేజీలోకి దారి తీసాడు వసంత్. గేరేజీ అంతా క్షుణ్ణంగా పరిశీలించాక అతనికి ఒక క్లూ దొరికింది. గోడమీద ఉన్న మచ్చను చూపిస్తూ,

"ఈ మచ్చ చూసారా? ఇది కారు సైలెన్సర్ కి ఎదురుగా ఉంది. సైలెన్సర్ నుంచి వచ్చిన వాయువుల తాకిడికి ఈ మచ్చ ఏర్పడింది. అయితే ఇంత మచ్చ, ఇంత స్పష్టంగా ఏర్పడింది అంటే, కారు ఇంజన్ ని కనీసం అరగంటయినా ఆన్ లో ఉంచి ఉండాలి. అవునా?" అని అడిగాడు.

"అవును. అయితే? దానికి హత్యకు ఏమిటి సంబంధం?" అడిగాడు అంబరీష్ తెల్ల మొహం వేస్తూ.

"చెప్తాను సర్. ఇప్పుడు చిక్కు ముడులన్నీ విప్పేసినట్లే. హంతకుడు చాలా తెలివిగా ప్లాన్ చేసాడు. మా అక్క కాళ్ళు, చేతులూ కట్టేసి, అరవకుండా నోట్లో కర్చీఫ్ కుక్కి, ఇదిగో ఈ సైలెన్సర్ ఎదురుగా తన ముఖం ఉండేటట్లు, బంధించి, చాలాసేపు సైలెన్సర్ నుంచి వచ్చేపొగ పీల్చుకునేలా చేసాడు. ఇది పాత కారు కాబట్టి, ఆ వాయువుల్లో కార్బన్ మోనాక్సైడ్ శాతం ఎక్కువగా ఉండే ఉంటుంది. ఆ విధంగా కార్బన్ మోనాక్సైడ్ ద్వారా విషప్రయోగం చేసాడు. దాని ఫలితంగా అక్క అపస్మారక స్థితిలోకి వెళ్ళిపోయి ఉంటుంది. అప్పుడు ఆమెను బెడ్ రూంలోకి మార్చి ఉంటాడు. కట్టిన తాళ్ళను మాయం చేసాడు గానీ, కర్చీఫ్ అక్కడే పడిపోయినట్లు గుర్తించి ఉండడు, ఆ గాబరాలో. అదే మనకు ఆధారం అయింది. పాపం ఇదేమీ తెలియని మా బావ ఇంట్లోకి వచ్చి చూసేసరికి, మా అక్క చావు బతుకుల్లో కనిపించింది. కళ్ళ ముందే భార్య చనిపోవడం చూసిన మా బావ ఎంత క్షోభ అనుభవించి ఉంటాడో కదా?" అన్నాడు బాధగా.

"మీరంత బాధ పడిపోకండి. హంతకుడు మీ బావేనని మా సి ఐ గారికి అనుమానం" అనగానే, తెల్లమొహం వేసాడు, వసంత్.

"ఇది హత్య కావచ్చు అనే అనుమానం వచ్చిన వెంటనే, ఆయన తన టీంతో తనదైన శైలిలో దర్యాప్తు మొదలుపెట్టారు. మా కాళి గారు మహా మేధావి. ఆయన ఎప్పటికప్పుడు ఇస్తున్న సూచనలను పాటిస్తున్న మా వాళ్ళు నిరంతరం శ్రమిస్తూ చాలా విషయాలు తెలుసుకున్నారు. మీ బావ ఒక మేకవన్నె పులి అని, పైకి కనిపించేటంత సహృదయుడు కాదని, భార్య కేరక్టర్ మీద అనుమానం పెంచుకున్నాడని తెలిసింది. కాలనీ వాళ్ళంతా అతన్ని మంచి వాడనే అన్నారు. అతని నిజస్వరూపం తెలుసుకోవడానికి మా వాళ్ళు చాలా కష్టపడ్డారు. చివరకు పనిమనిషి చెప్పిన వివరాలను బట్టి, అతని నిజస్వరూపం బయటపడింది. అతని క్లోజ్ ఫ్రెండ్స్ ద్వారా నిర్ధారణ చేసుకున్నాం. ఆ అనుమాన భూతమే అతన్ని హత్యకు పురికొల్పి ఉండవచ్చునని భావించాం. హత్య వేరే వాళ్ళు ఎవరూ చేసినట్లు ఆధారాలు దొరకలేదు. మీరు ఎప్పుడయితే రంగంలోకి దిగారో, అప్పటినుంచి అతనికి బెంగ పట్టుకుంది. అందుకే ఇక్కడినుంచి చెక్కేయడానికి ఏర్పాట్లు చేసుకుంటున్నాడని మా వాళ్ళు పసిగట్టారు. కానీ ఆ ఆధారాలతో రాజీవ్ ని అరెస్ట్ చేయలేం. అతనికి పలుకుబడి చాలా ఎక్కువ. అందుకే గట్టి ఎవిడెన్స్ కోసం చూస్తున్నాం. ఇప్పుడు హత్య ఎలా జరిగింది అన్న విషయం స్పష్టంగా తెలిసిపోయింది. ఇన్ని సాక్ష్యాలు ఎదురుగా ఉన్నాయి కాబట్టి, రాజీవ్ లొంగిపోవలసిందే. ముందు ఈ విషయం మా సార్ కి చెప్పాలి. రాజీవ్ ని వెంటనే పట్టుకోవాలి" అంటూ మొబైల్ పైకి తీసాడు ఎస్సై అంబరీష్.

# మెలికలు తిరిగిన కేసు

సాక్షి ఫన్ డే, ఏప్రిల్ 10, 2022

# మెలికలు తిరిగిన కేసు

"శ్రావ్య హత్య కేసు వివరాలేమిటో ఏమిటో చెప్పు" అని అడిగాడు సెలవు మీద వెళ్లొచ్చిన సిఐ మహంకాళి, ఎస్సై అంబరీష్ ని.

"శ్రావ్య ఒక ఆర్కిటెక్ట్. తల్లి తండ్రులతో విద్యానగర్లో వాళ్ళ సొంత ఇంట్లో నివాసం ఉంటుంది. వెయ్యి గజాల స్థలంలో ఎప్పుడో కట్టిన చిన్న ఇల్లది. ఇంటి చుట్టూ ఉండే రక రకాల పండ్ల చెట్లు, ఆ ఇంటిని కప్పేసి ఉంటాయి. చాలా డిమాండ్ ఉన్న ఏరియా కావడం వల్ల, దాన్ని కొనడానికో, డెవెలప్‌మెంట్కో ఎంతోమంది ఎగబడుతున్నా, శ్రావ్య తండ్రి రామారావు మొగ్గు చూపలేదు. శ్రావ్యను పెళ్లాడితే, ఆ ఇల్లూ, స్థలమూ సొంతం అయిపోతాయని, ఆమెను పెళ్లి చేసుకోవడానికి చాలా మంది ప్రయత్నించినా లాభం లేకపోయింది. పాతికేళ్ళు దాటినా శ్రావ్య, వివాహానికి గ్రీన్ సిగ్నల్ ఇవ్వడం లేదు. రామారావు శ్రావ్య ఫ్రెండ్స్ దగ్గర ఆ విషయమే కదుపుతూ, ఆమెను పెళ్ళికి ఒప్పించమని అడుగుతూ ఉండేవాడు" అంటుండగా అడ్డు తగిలి, "ముందు హత్య విషయం చెప్పు" అన్నాడు సిఐ కాళి.

"ఎస్సార్. అక్కడికే వస్తున్నాను. వారం రోజుల క్రితం రాత్రి తొమ్మిది, పది మధ్య శ్రావ్య, తనింట్లోనే హత్య చేయబడింది. ఎవరో కత్తితో పొడిచి చంపేశారు. దురదృష్టవశాత్తూ, ఆమె తల్లితండ్రులు ఏదో పెళ్ళికి వెళ్ళడంతో, ఆమె ఒంటరిగా ఉండడం, ఆ ఇల్లు, చుట్టుపక్కల ఇళ్ళతో సంబంధం లేనట్లుగా ఉండడం, హంతకుడికి బాగా కలిసి వచ్చింది. ఆ ఇంట్లో పెద్దగా

ఆధారాలేవీ కనిపించలేదు. ఆమె సెల్ ఫోన్ కూడా కనిపించలేదు. అక్కడ దొరికిన ఒకే ఒక ఆధారం, ఆమె రక్తంతో రాసిన 'INOS' అనే అక్షరాలు. చేతి వేలితో రాసినదానికి గుర్తుగా కుడిచేతి చూపుడు వేలుకి రక్తం అంటి ఉంది.

అనుమానితుల జాబితాలో మొదటి పేరు ఐనోస్ అనే సాఫ్ట్ వేర్ కంపెనీలో పనిచేసే, శ్రావ్య ఫ్రెండ్ రాజేష్. శ్రావ్య ఫ్రెండ్స్ గ్రూప్ లో ఇద్దరు రాజేష్ లున్నారు. మరొకడు విప్రోలో పనిచేసే రాజేష్. అంచేత నిందితుడిని ఐనోస్ రాజేష్ అని ఫ్రెండ్స్ పిలుస్తారట. ఆ విధంగా అతన్ని అనుమానించవలసి వచ్చింది. ఐనోస్ లో ఆరు వందల మంది పని చేస్తున్నారు. ఇతన్నే ఎందుకు అనుమానిస్తున్నారని అతని లాయర్ గట్టిగా వాదిస్తున్నాడు. అందుకే ఇంకా ఆధారాల కోసం వెతుకుతున్నాం.

రెండవ అనుమానితుడు వెంకట్. అతను శ్రావ్య వెంటబడి పెళ్లి చేసుకోమని వేధిస్తూ ఉండేవాడట. ఆమె విసిగిపోయి, అతనిమీద పోలీస్ కంప్లైంట్ ఇచ్చింది. అప్పటినుంచి ఆమె మీద పగ పెంచుకున్నాడని తెలిసింది.

మూడవ వాడు ఎస్ కే చౌదరి. అతనొక పేరు మోసిన బిల్డర్. ఇంటిని అమ్మమని లేదా డెవెలప్‌మెంట్ కి ఇమ్మని శ్రావ్యను వేధించేవాడట. ఆ విషయంలో వాళ్ళిద్దరూ చాలాసార్లు గొడవ పడ్డారట. అతని మీద ఇప్పటికే కొన్ని క్రిమినల్ కేసులు ఉండడంతో అతన్ని కూడా అనుమానించవలసి వచ్చింది. అయితే వేరే ఆధారాలేవీ దొరక్క సతమత మయిపోతున్నాం. మీరు వచ్చేశారు కదా? కాస్త బెంగ తీరింది" అంటూ ముగించాడు.

కేసుని కూలంకషంగా స్టడీ చేసి, శ్రావ్య మృతదేహపు ఫోటోలను, ఫోరెన్సిక్ రిపోర్ట్లను క్షుణ్ణంగా పరిశీలించినా ఏ క్లూ దొరక్కపోయేసరికి, శ్రావ్య ఇంటిలోపల, బయట ఒక్క అంగుళం కూడా వదలకుండా గాలించమని ఆర్డర్ వేసాడు. నలుగురు పోలీసులు ఆ పని మీద పడ్డారు.

కాస్సేపయ్యాక హెడ్ కానిస్టేబుల్ తో ఫోన్లో మాట్లాడిన అంబరీష్ ముఖం వికసించింది.

"సార్. ఆధారం దొరికింది. ఐఎం ఇ ఐ నంబర్ ద్వారా శ్రావ్య ఫోన్ ని ట్రాక్ చేయమని, మన హెడ్ కానిస్టేబుల్ కి చెప్పాను. అది ఒక గ్రే మార్కెట్ డీలర్ దగ్గర దొరికిందట. దానిలో డాటా పరిశీలిస్తే, కేవలం ఆఫీస్ పనులకోసమే దాన్ని వాడినట్లు తెలిసిందట. అందులో ఉన్న అన్ని నంబర్లు ఆమె కస్టమర్ల నంబర్లే గానీ, అనుమానించదగ్గ నంబర్లేమీ కనబడలేదట. అది స్మార్ట్ ఫోన్ కాకపోవడం వల్ల, వేరే ఏ క్లూలు దొరకలేదట. కాకపోతే దాన్ని అమ్మినవాడు ఎలా ఉంటాడంటే, వాడు చెప్పిన పోలికలన్నీ, రాజేష్ తో మేచ్ అయ్యాయట. రాజేషే హంతకుడని తెలిపోయినట్లే" అన్నాడు ఆనందంగా. కాళి మాత్రం పెదవి విరిచాడు.

"అది చాలదు. విట్నెస్ పెరేడ్ పెట్టాలి. పదిమందిలో ఫోన్ అమ్మినవాడిని కనిపెట్టాలి ఆ షాప్ వాడు. అంతేకాదు రాజేష్, అలాంటి సాధారణమయిన ఫోన్ ని, వెయ్యి, రెండు వేల కోసం అమ్మి రిస్క్ తీసుకోవలసిన అవసరం లేదు. ఆ అమ్మాయికి మరో ఫోన్, ముఖ్యంగా స్మార్ట్ ఫోన్ ఉండి తీరాలి. అదెక్కడుందో కనిపెట్టాలి" అన్నాడు కాళి కొట్టిపారేస్తూ. అంబరీష్ ఉత్సాహమంతా

చల్లారిపోయింది. అవునన్నట్లు తలూపాడు నీరసంగా.

కాస్సేపటికి శ్రావ్య ఇంటినుంచి కాల్ చేసాడు పిసి ఏకాంబరం. శ్రావ్య ఇంటి ప్రహరీ గోడ అవతల పసుపు కుంకుమ, ఎముకలు, నిమ్మకాయలు, కొంత పూజా సామగ్రి దొరికాయని చెప్పాడతను. వెంటనే అక్కడికి వెళ్లి చూసిన కాళికి, పెరటి గోడమీద, నేలమీద రాలి పడిన పసుపు, కుంకుమ మరకలు అస్పష్టంగా కనిపించాయి. ఎవరో క్షుద్రపూజా సామగ్రిని గోడపైనుంచి అవతలికి విసిరేసినట్లు అర్థమయింది. వాడిపోయి ఉన్న నిమ్మకాయలు, హత్య జరిగిన రోజున ఉపయోగించినవి కావచ్చు అని భావించాడు. శ్రావ్య హత్య జరిగిన గదిలో ఒకటి రెండు చోట్ల కనీ కనబడకుండా పసుపు, కుంకుమ మచ్చలు కూడా కనిపించేసరికి, ఆ రాత్రి ఆ గదిలో ఏదో క్షుద్ర పూజ జరిగినట్లు అతనికి నమ్మకం కలిగింది. దాంతో కేసు కొత్త మలుపు తిరిగింది. అనుమానితుల్లో ఎవరయినా క్షుద్ర పూజలతో సంబంధాన్ని కలిగి ఉన్నారా? అన్న దిశలో తీవ్ర పరిశోధన జరిగినా, ఏ ఆధారమూ దొరకలేదు.

★★★

కాళి, అంబరీష్ శ్రావ్య ఆఫీసుకు వెళ్లి, ఆమె అసిస్టెంట్ బాలుని, అటెండర్ భాస్కర్ ని అనేక ప్రశ్నలు వేసినా ఏ సమాచారమూ రాబట్టలేకపోయారు. చివరగా ఆమె టేకప్ చేసిన లేటెస్ట్ ప్రాజెక్ట్ ల గురించి వివరాలు అడిగాడు కాళి. 'ప్రస్తుతం ఆమె 'నిఖిల్ సోని' అనే శ్రీమంతుడి గెస్ట్ హౌస్ ఇంటీరియర్ డిజైనింగ్ తో చాలా బిజీ ఉంటుందని. ఆ పనంతా తానొక్కర్తే చేస్తుందని, అతన్ని అక్కడికి రాకుండా మిగిలిన రెండు ప్రాజెక్ట్ లను చూసుకోమంటూ దూరంగా ఉంచేదని, గతంలో ఎప్పుడూ అలా చేయలేదని' బాలు చెప్పేసరికి,

"నిఖిల్ సోనీ అంటే సెంట్రల్ మినిస్టర్ జస్వందర్ సింగ్ మనమరాలు ప్రీతమ్ భర్తేనా?" అని అడిగాడు కాళి. అవునని తలూపగానే,

"అతను గొప్ప అందగాడు. పైగా స్త్రీ లోలుడు. కొంపదీసి మీ మేడం అతనితో ప్రేమలో పడిందా?" అని అడిగాడు. "భలే కనిపెట్టేశారు సార్ ! ఎవరికీ పడని మా మేడం అతనంటే పడి చచ్చిపోయేది. అతనికి రెండో భార్యగా నయినా ఉండడానికి సిద్ధపడింది. ఈ విషయాలు నేను చెప్పినట్లు ఎవరికీ చెప్పకండి సార్" అని బతిమాలాడు. అభయం ఇస్తున్నట్లు నవ్వాడు కాళి.

స్టేషన్ కి వెళ్ళాక ఫోటోలు అన్నీ మళ్ళీ పరిశీలించాడు. అతనికి ఏదో క్లూ దొరికింది. హుషారుగా రెండు చేతులతోనూ టేబుల్ మీద తట్టి, అంబరీష్ ని పిలిచాడు. అతని చేతిలో ఒక ఫోటో పెట్టి, ఏదయినా కొత్త విషయం తెలుస్తుందా? అని అడిగాడు. అంబరీష్ తల అడ్డంగా ఊపాడు. ఫోటోని తలకిందులుగా పెట్టి,

"ఇప్పుడు రక్తంతో రాసిన అక్షరాలు చదువు" అన్నాడు.

"మై గాడ్ .....SONI అని ఆ అమ్మాయి రాస్తే, మనం INOS అనుకుని మిస్లీడ్ అయిపోయాం ఇన్నాళ్ళూ !" అంటూ విస్తుపోయాడు.

"ఇప్పుడు ఎక్యూస్డ్ ఒన్ నిఖిల్ సోనీయే. అయితే అతన్ని అరెస్ట్ చేయడానికి చాలా ఆధారాలు కావాలి. అతనొక బిగ్ షాట్" అన్నాడు సాలోచనగా.

"ఆ విషయం నాకొదిలేయండి సార్. అతనికి క్షుద్రపూజలతో ఏమయినా సంబంధం ఉందా? అనే విషయాన్ని కూడా ఎంక్వయిరీ చేస్తాను" అన్నాడు, కృతనిశ్చయంతో.

★★★

చాలా సేపటి తర్వాత ముఖం వేలాడేసుకుని తిరిగి వచ్చాడు అంబరీష్.

"హత్య జరగడానికి వారం రోజుల నుంచీ, ఈ రోజు వరకూ సోని ఢిల్లీ లోనే ఉన్నాడట. ఎం పీ సీట్ కోసం తీవ్రంగా ప్రయత్నిస్తూ, కనీసం బిజినెస్ కూడా చూసుకోలేనంత బిజీగా ఉన్నాడట. అతని ఫోన్ కాల్ డేటా కూడా చెక్ చేసాము. అన్ని కాల్స్ పొలిటీషియన్ లతో మాట్లాడినవే. అతన్ని అనుమానించడానికి ఏ ఆధారమూ దొరకలేదు" అంటూ నీరసంగా అన్నాడు. అతను ఏదో ఒకటి సాధించుకొని వస్తాడని ఆశగా ఉన్న కాళికి కూడా నీరసం వచ్చింది.

మళ్ళీ శ్రావ్య ఆఫీసుకు వెళ్లి, అణువణువునా గాలించారు. బాలుని, భాస్కర్ ని అనేక ప్రశ్నలు వేసారు. అయినా ఏమీ రాబట్టలేకపోయారు.

"మేడం నన్ను ఎన్నో రకాలుగా ఆదుకున్నారు. ఆవిడను చంపినవాడిని పట్టుకోవడానికి మీరు ఎంత కష్టపడుతున్నారో నాకు అర్థమవుతుంది. ఏదో రకంగా ఉపయోగపడాలని నాకు ఆశగా ఉంది. నాకు తెలిసిన రెండు విషయాలు మీకు చెప్తాను. అవి మీకు పనికి వస్తాయో రావో అని ఇంతవరకూ సంశయిస్తున్నాను" అంటూ ఆగి కాళి అనుమతి కోసం ఎదురుచూశాడు భాస్కర్.

"చెప్పు చెప్పు...ఏదయినా పనికి రావచ్చు" అంటూ ప్రోత్సహించాడు కాళి.

"చాలా రోజుల క్రితం ఒక మనిషి, మా ఆఫీసు దగ్గర కాపు కాస్తూ ఉండడం, రెండు సార్లు మేడం కారు వెనుక తన స్కూటర్తో ఫాలో అవడం చూసాను. ఆ తర్వాత అతను మళ్ళీ కనబడకపోయేసరికి, నేనెవరికీ చెప్పలేదు. ఆ విషయాన్నే మర్చిపోయాను.

మేడం చనిపోవడానికి రెండ్రోజుల ముందు సాధువులా ఉన్న మనిషి, మా ఆఫీసుకు వచ్చి, ఆమెతో రహస్యంగా మాట్లాడడం జరిగింది. గతంలో అతన్ని ఎక్కడా చూడలేదు. ఇవే సార్. నేను చెప్పాలనుకున్న విషయాలు " అంటూ ముగించాడు భాస్కర్. 'వాళ్ళిద్దరినీ మీరు ఎప్పుడయినా చూసారా?' అని కాళి బాలుని అడిగితే అడ్డంగా తలూపాడు.

"మేడంని వెంబడించిన మనిషి ఎలా ఉంటాడు? అతని స్కూటర్ గుర్తులు గానీ, నంబర్ గానీ చెప్పగలవా?" అడిగాడు అంబరీష్.

"ఎరుపు రంగు పాత చేతక్ స్కూటర్. నంబర్ గుర్తు లేదు. ఆ మనిషి ఎలా ఉంటాడంటే...." అంటుండగా,

"సన్నగా తెల్లగా పొడవుగా ఉంటాడు. ఎప్పుడూ తెల్ల బట్టల్లోనే కనిపిస్తాడు. అతనేనా?" అని అంబరీష్ అనగానే,

"అవును సార్ అతనే" అన్నాడు ఉత్సాహంగా.

"అతను నీకు తెలుసా?" అడిగాడు కాళి.

"ప్రయివేట్ డిటెక్టివ్ 'కుమార మంగళం' సార్" అన్నాడు అంబరీష్.

"గుడ్. ఇక సాధువు సంగతి తేలాల్సి ఉంది. భాస్కర్ చెప్పే గుర్తులతో, మన ఆర్టిస్టు చేత ఆ సాధువు బొమ్మ వేయించి, సిటీలో ఉన్న అన్ని పోలీసు స్టేషన్లకు పంపి, వాడి గురించి వెతకమని రిక్వెస్ట్ పంపు" అంటూ ఆర్డర్ వేసాడు కాళి.

★★★

ఐదు రోజుల తర్వాత కేసు ఒక కొలిక్కి వచ్చింది. చిక్కుముడులన్నీ విడిపోయాయి. పోలీసులు వెతుకుతున్న సాధువు దొరికాడు. అసలు నేరస్తుడు కూడా దొరకడంతో వివరాలన్నీ వెలుగులోకి వచ్చాయి.

హంతకుడు చరణ్జీత్ సింగ్, నిఖిల్ సోనికి బావమరిది. అతనికి, తాత జస్విందర్ సింగ్ లాగ పెద్ద రాజకీయ నాయకుడవ్వాలని గొప్ప కోరిక. కానీ అతనికి సరయిన నాయకత్వపు లక్షణాలు లేవని, నిఖిల్ మాత్రమే అందుకు తగ్గవాడని, తనకు వారసుడయ్యే లక్షణాలు అతనికే ఉన్నాయని జస్విందర్ కి గట్టి నమ్మకం. ఆ విధంగా, తనకొచ్చే అవకాశం సోని తన్నుకుపోతుంటే, అసూయతో రగిలిపోయే చరణ్జీత్ ఎలాగయినా సోనికి ఆ అవకాశం దక్కకుండా చేయాలని అన్ని ప్రయత్నాలూ చేసి, విఫలమయ్యాడు. ఏదో రకంగా సోనిని చంపడానికి అవకాశం కోసం ఎదురుచూస్తూ, నిఖిల్ కదలికలు గమనించమని కుమార మంగళాన్ని పురమాయించాడు. మంగళం ద్వారా నిఖిల్, శ్రావ్యల భాగోతం బయటకు వచ్చింది. నిఖిల్ ని ఎలా అయినా వశపరుచుకోవాలని శ్రావ్య చాలా డెస్పరేట్ గా అనేక ప్రయత్నాలు చేస్తూ ఉండడం, మంగళం దృష్టికి వచ్చింది. ఆ విషయం తెలుసుకున్న చరణ్జీత్ తెలివిగా ఒక ప్లాన్ వేసాడు.

ప్లాన్లో భాగంగా ఒక సాధువుని శ్రావ్య దగ్గరకు పంపాడు. ఒక పూజ చేస్తే, ఎవరయినా ఆమె వశం అయిపోతారని, తన గురువు మాత్రమే పూజ జరిపించే మహత్తు ఉన్నవాడని, శ్రావ్యను

నమ్మించాడు. నిఖిల్ మీద ప్రేమతో పిచ్చెక్కి ఉన్న శ్రావ్య అతని మాటలు గుడ్డిగా నమ్మేసింది. ఆమె ఇంట్లోనే పూజ చేయడానికి నిర్ణయం జరిగింది. సాధువు చెప్పిన గురువుగా స్వామీజీ వేషంలో ఆమె ఇంట్లోకి అడుగుపెట్టాడు చరణ్జీత్. పూజా కార్యక్రమం మొదలుపెట్టి, ఏవో మంత్రాలు చదువుతున్నట్లు నటించాడు. కాస్సేపయ్యాక అదను చూసి, శ్రావ్యను కత్తితో పొడిచి చంపేసి, ఆమె వేలితో నేలమీద SONI అనే అక్షరాలు రాయించాడు. పూజా సామగ్రి అంతా తీసివేసి, గదంతా శుభ్రం చేసాడు. ఆ తర్వాత పూజా సామగ్రిని గోడ అవతల పారేసి మాయమయ్యాడు. అయితే కొన ఊపిరితో ఉన్న శ్రావ్య అటూ ఇటూ పాకడంతో ఆమె దిశ మారడంతో, ఆ అక్షరాలు INOS గా కనబడ్డాయి. దాంతో కేసు మరో వైపు మళ్ళింది.

మొదట చరణ్జీత్ బుకాయించి మొండికేసాడు. అయినా లొంగక తప్పలేదు. ఎముకల మీద, నిమ్మకాయల మీద అతని వేలిముద్రలు పోలీసుల దృష్టిలో పడతాయని అతను ఊహించలేదు. మంగళాన్ని, సాధువుని పట్టుకొని వాళ్ళను సాక్షులుగా చూపుతారని కూడా అతను ఊహించలేదు. ఇదే అతని మొదటి నేరం కావడంతో, కొన్ని తప్పులు చేసి, దొరికిపోయాడు. సోని జైలుకు వెళితే, లాభపడేది అతనే కాబట్టి, ఆ అంశం కూడా ప్రాసిక్యూషన్ కి బాగా పనికి వచ్చింది. సెంట్రల్ మినిస్టర్ జస్విందర్ స్వయంగా రంగంలోకి దిగి, చరణ్జీత్ ని కాపాడాలని ప్రయత్నించినా, సాక్ష్యాలు బలంగా ఉండేసరికి అతనూ ఏమీ చేయలేకపోయాడు.

సోనిని మర్డర్ కేసులో ఇరికించి, తన కల నిజం చేసుకొందామని ఆశపడ్డ చరణ్జీత్ కటకటాల వెనక్కి వెళ్ళాల్సి వచ్చింది.

# దిమ్మ దిరిగిపోయింది

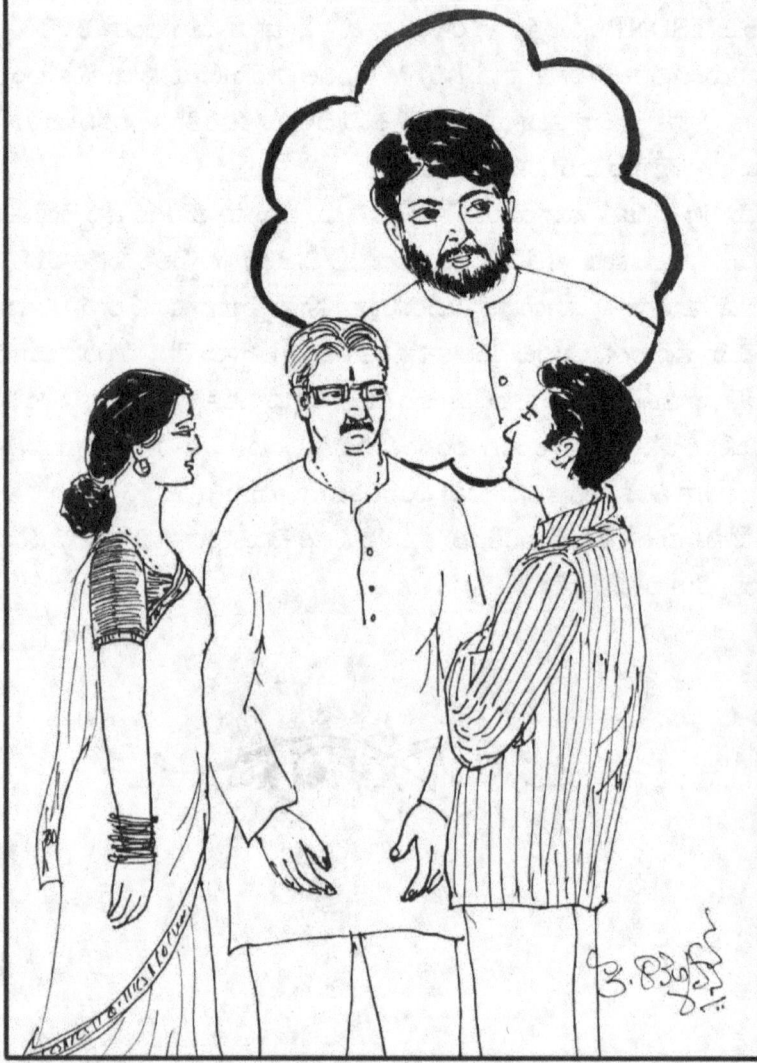

దండెం రాజు మెరుపు కథల పోటీ లో ప్రశంసాపత్రం

# దిమ్మ దిరిగిపోయింది

ఒక బలమయిన సందేహం బుర్రలో నాటి చక్కా వెళ్ళిపోయాడు చక్రధర్. మొదట తేలిగ్గా తీసుకున్నా, ఆ తర్వాత సాగర్, పరంధాంల బుర్రలు వేడెక్కిపోయాయి. దానికి కారణం సాగర్ ఇంట్లో, పేయింగ్ గెస్ట్ గా కొత్తగా చేరిన 'బషీర్'.

"చూడ్డానికి తీవ్రవాదిలా ఉన్న ఆ ముస్లిం కుర్రాడిని ఇంట్లో ఎలా పెట్టుకున్నారు? నగరంలో తీవ్రవాదుల సంచారం ఎక్కువయిందని, పోలీసులు విస్తృత ప్రచారం చేస్తున్నారని మీకు తెలియదా? మనకు దగ్గరలోనే పెద్ద బాంబు ప్రమాదం జరగడం, అందులో మీ భార్యాభర్తలిద్దరూ ఇరుక్కొని, తీవ్రంగా గాయపడటం మరిచిపోయారా?

మీరు ఆర్థికంగా ఇబ్బంది పడుతున్నారని, ముందు రూమ్ ఖాళీగానే ఉంది కాబట్టి, ఎవరినయినా పేయింగ్ గెస్ట్ గా చేర్చుకోమని, నేనే సలహా ఇచ్చాను. అందుకు ఇంటి ఓనర్ పరంధాంగారూ అభ్యంతరం చెప్పలేదు. కానీతొందరపడి, ఇలా కొరివితో తలగోక్కుంటారని ఊహించలేదు. ఏమో ! ఆ కుర్రాడిని చూస్తే, ఇస్లామిక్ టెర్రరిస్ట్ లాగ కనిపిస్తున్నాడు. పైగా హైదరాబాద్ నుంచి వచ్చాడంటున్నారు. ఈ విషయాన్ని తేలిగ్గా తీసుకోకండి" అని సలహా ఇచ్చాడు చక్రధర్.

సాగర్, అతని భార్య తనూజ ఏడాది క్రితమే విశాఖపట్నం వచ్చి, పరంధాం ఇంట్లో అద్దెకు దిగారు. ఆయన, ఆ దంపతులుతో బాగా కలిసిపోయి, ఆత్మీయుడు అయిపోయాడు. వారికి మరో ఆత్మీయుడు, చక్రధర్. అతనితో వాళ్ళ పరిచయం చాలా విచిత్రంగా జరిగింది.

ఆరునెలల క్రితం, విజయనగరంలో జరిగే జాతరకు వెళ్తున్న సాగర్ దంపతులు ఎక్కిన బస్సులో ఉన్న బాంబు పేలడంతో, ఫుట్ బోర్డ్ మీద ఉన్న వాళ్ళిద్దరూ దూరంగా తుప్పల్లోకి విసిరివేయబడ్డారు. అక్కడే స్పృహ తప్పి పడిపోవడంతో, ఆ రాత్రివేళ పోలీసులు వాళ్ళను పసిగట్టలేకపోయారు. అలా వాళ్ళు ఏ సాయమూ అందక తెల్లవారేవరకూ అక్కడే ఉండిపోయారు. తెల్లవారుజామున, ఏదో పనిమీద అటుగా వచ్చి, ప్రమాదం జరిగిన స్థలం వద్ద ఆగిన చక్రధర్, మూలుగుతున్న సాగర్, తనూజలను గుర్తించి, వెంటనే వాళ్లకు వైద్య సహాయం అందేలా చేసాడు. అప్పటినుంచి అతను వాళ్ళ కుటుంబంలో ఒకడిలా అయిపోయాడు. సాధారణంగా అతని సలహా

లేకుండా ఏ పని చేయరు. కానీ బషీర్ కి గది ఇచ్చేటప్పుడు, చక్రధర్ ఏదో కేంప్ లో ఉండడం వల్ల, వాళ్ళే స్వంత నిర్ణయాన్ని తీసుకున్నారు.

★★★

"మీరేమంటారు సార్? చక్రధర్ గారు బుర్ర పాడుచేసి వెళ్ళిపోయారు. నాకు దిమ్మ దిరిగిపోతుంది. పాపం బషీర్ మంచి కుర్రాడిలాగే ఉన్నాడు. ఆయన చెప్పినట్లు టెర్రరిస్ట్ అయితే, మా పరిస్థితి ఏమిటి?" అని అడిగాడు సాగర్ కలవరపడుతూ. 'టెర్రరిస్ట్' అనే పదం వినబడగానే, భయపడుతూ బయటకు వచ్చి,

"టెర్రరిస్ట్ అంటున్నారు ఎవరినీ?" అని అడుగుతున్న తనూజ ముఖంలో భయం తొంగిచూస్తుంది.

"చక్రధర్ గారు మిమ్మల్ని బాగా భయపెట్టేసారు. పాపం అమ్మాయి కూడా భయపడిపోతుంది. మీరు ముందు కూల్ గా ఉండండి. నిదానంగా ఆలోచిద్దాం" అంటూ తనూజతో విషయం చెప్పాడు.

"అయ్యో.....! బషీర్ మీదే అనుమానమా? అంటూ ఆశ్చర్యపోతూ, "మంచి కుర్రాడు. భాబీ జాన్ అంటూ ఎంతో ఆప్యాయంగా పిలుస్తాడు" అంది సర్టిఫికేట్ ఇస్తున్నట్లు.

పరంధాం వెళ్ళిపోయాక నోరు విప్పింది తనూజ,

"చక్రధర్ కి మన మీద అనుమానం కలగకపోవడం మన అదృష్టం. ఏది ఏమయినా మనం ఇక్కడుండం క్షేమం కాదని అనిపిస్తుంది. చక్రధర్ ఒక వాగుడుకాయ. బషీర్ మీద అతనికి వచ్చిన అనుమానం మనసులో దాచుకోడు. రెండు మూడు చోట్ల వాగే ఉంటాడు. అది అలా అలా పోలీసులకు చేరితే, వాళ్ళు మన ఇంటి మీద పడతారు, బషీర్ కోసం. అపుడు మన గుట్టు రట్టు అవుతుంది. మనమే విజయనగరం జాతరలో బాంబు పెట్టిన వాళ్ళమని తెలిసిపోతుంది. ఇప్పుడే హై కమాండ్ తో మాట్లాడి, ఇక్కడినుంచి వెంటనే ఉడాయించాడానికి అర్జంట్ గా ఏదో ఏర్పాటు చేయమని బతిమాలతాను. ఆ రోజు ఏదో సాంకేతిక కారణం వల్ల బాంబు ముందే పేలిపోవడం వల్ల మనం కూడా గాయపడిన విషయం తెలిసినా, హై కమాండ్ కి మన మీద కొంచెం కూడా జాలి లేదు. ఆ బాంబ్, కనీసం ఐదు నిమిషాలు ఆలస్యంగా పేలినా, మనం ప్రమాదం నుంచి తప్పించుకొని ఉండేవాళ్ళం" అంటూ సీక్రెట్ ఫోన్ లో మాట్లాడడానికి లోపలికి నడిచింది, తనూజ ఉరఫ్ జుబేదా. అయోమయంగా చూస్తూ తలూపాడు సాగర్, ఉరఫ్ ఉస్మాన్ ఖాన్.

★★★

వాళ్ళను తీసుకువెళ్ళడానికి వెంటనే ఒక నీలిరంగు వేన్ పంపించడానికి ఏర్పాటు జరిగింది. ఒక గంట తర్వాత, ఇంటి ముందు నీలిరంగు వేన్ వచ్చి ఆగింది. హడావిడిగా వేన్ ఎక్కబోతున్న ఉస్మాన్, జుబేదాలకు '**దిమ్మదిరిగిపోయింది**'. ఎక్కడినుంచి వచ్చారోగానీ, చాలా మంది సాయుధులయిన పోలీసులు వాళ్ళను చుట్టుముట్టారు. వాళ్ళతో పాటూ బషీర్ కూడా ఉండడంతో వాళ్ళిద్దరూ షాక్ తిన్నారు.

దీనికంతా కారణం బషీరేనని, అతను పోలీసులు పంపిన సీక్రెట్ ఏజెంట్ అని వాళ్లకు తర్వాత తెలిసింది. అంతవరకూ పాకిస్తాన్ ఇంటెలిజెన్స్ విభాగం మాత్రమే భారత్ కన్నా సమర్ధవంతమయిందని విర్రవీగిన పాకిస్థాన్ కి **దిమ్మదిరిగేలా** మన ఇంటలిజెన్స్ విభాగం తెలియజెప్పింది. ఏ రికార్డులకూ ఎక్కని, ఎవరూ కనిపెట్టలేని ఒక నూతన వ్యక్తి, 'ఆశ్రిత్' ని బషీర్ గా పంపి, ఎవరికీ అనుమానం రాకుండా, చాలా పకడ్బందీగా ప్లాన్ వేసి, ఉస్మాన్, జుబేదాల ఆట కట్టించాడు, మన ఇంటలిజెన్స్ విభాగపు చీఫ్. ఆశ్రిత్, కరుడుగట్టిన తీవ్రవాదుల కంట్లో కారం కొట్టి, ఎంతో లాఘవంగా వాళ్ళ ఇంట్లో మైక్రో ఫోన్లు అమర్చి, వాళ్ళ రహస్యాలను ఛేదించాడు. అలా ఆ పాక్ తీవ్రవాదులు కటకటాల వెనక్కి వెళ్ళారు.

ఈ విషయాలన్నీ తెలుసుకున్న పరంధాంకి **దిమ్మ దిరిగిపోయిందని** ప్రత్యేకంగా చెప్పనక్కరలేదు కదా?

# కన్నీరు కార్చిన విగ్రహం

ఆంధ్రభూమి ఆదివారం అనుబంధం, ఫిబ్రవరి 2020

# కన్నీరు కార్చిన విగ్రహం

"ఒక ఐయేఎస్ ఆఫీసర్ని చేసుకుంటే, జీవితం ఎంతో బాగుంటుందని ఎన్నో కలలు కన్నాను. ఇలా అడవిలో గడపాల్సివస్తుందని కలలో కూడా ఊహించలేదు. మీకేం? మీ పనితో మీకు కాలం గడిచిపోతుంది.నా సంగతెప్పుడయినా ఆలోచించారా?" అంటూ దులిపేస్తున్న, అరవిందను ఆశ్చర్యంగా చూస్తూ ఉండిపోయాడు ఇంటిగ్రేటెడ్ ట్రైబల్ డెవలప్మెంట్ ఏజెన్సీ ప్రాజెక్ట్ ఆఫీసర్, ప్రదీప్. వాళ్ళిద్దరికీ పెళ్ళయి నెలరోజులు కూడా కాలేదు. పెళ్ళయిన పదిరోజులకే ఆమెను 'పాడేరు' తీసుకొచ్చి, కాపురం పెట్టాడు ప్రదీప్. పాడేరు వచ్చిన వారం, పదిరోజుల వరకూ బాగానే ఉన్న అరవింద గత పదిరోజులుగా మూడీగా, డల్ గా ఉండడం, ప్రదీప్ గమనించినా, దానికి కారణం ఏమిటో ఊహించలేకపోయాడు. ఈ రోజు మాటల సందర్భంలో తన అక్కసు ఇలా వెళ్ళగక్కింది. ఆమె మాటలకు ప్రదీప్ కి కోపం రాలేదు. జాలేసింది. 'పాపం.. ఇన్ని రోజులుగా క్షోభను అనుభవిస్తూ తనలో తానే కుమిలిపోయిందన్నమాట' అనుకున్నాడు.

"అయ్యో... అంత బాధను నీలోనే దాచుకున్నావా? ఈ ప్రశ్న ఎప్పుడో అడగాల్సింది" అన్నాడు ఆమెను సముదాయించే ధోరణిలో. అతని అనునయింపుకు ఆమె దిగి రాలేదు. ఆమెలో కోపపు జ్వాలలు ఇంకా చల్లారలేదు. "నిజమే నా తోటి ఆఫీసర్లంతా పట్టణాలలోనే పనిచెయ్యడానికే ఇంట్రస్ట్ చూపిస్తారు. నేను మాత్రం కావాలనే ఇక్కడికి వచ్చాను. దానికో ముఖ్య కారణం ఉంది. ఇదిగో ...ఈ డైరీ చదువు. నీకే తెలుస్తుంది. ఇది చదివాక కూడా మనం ఈ ప్రాంతాన్ని వదిలి వెళ్ళిపోదామంటే, నేను సిద్ధమే. ఇది నేను స్కూల్లో చదువుతున్నపుడు రాసిన డైరీ" అంటూ పాత డైరీనొకదాన్ని అందించి, బయటకు వెళ్ళిపోయాడు. ఆసక్తిగా దాన్ని అందుకొని, శ్రద్ధగా చదవడం మొదలు పెట్టింది.

★★★

నాకెంతో సంతోషంగా ఉంది. ఆ సంతోషాన్ని మాటల్లో చెప్పలేను. ఈసారి నా పుట్టినరోజుకు వికాస్ అన్నయ్య కూడా ఉంటున్నాడు. అన్నయ్యంటే నాకెంత ఇష్టమో చెప్పలేను. నా స్వంత అన్న కాకపోయినా అంతకన్నా ఎక్కువే. నేను సిరిపల్లె లో ఐదోతరగతి చదువుతున్నాను. మా ఊరు ఏజెన్సీ ప్రాంతంలో మారుమూల ఉంది. మా ఊరు దాటితే దట్టమైన అడవులే. అన్న సిటీ లో ఇంటర్ చదువుతున్నాడు. చాలా తెలివైన వాడు. చదువే కాకుండా చాలా రంగాలలో అన్నకు

పరిజ్ఞానం ఉంది. అతను చెప్పే విషయాలు కొన్ని మా నాన్నకు కూడా తెలియవు. మా నాన్న సిరిపల్లె లో ఎమ్మార్వోగా పనిచేస్తున్నారు. పెద్ద బంగాళా ను మాకు క్వార్టర్స్ గా ఇచ్చారు. మా బంగాళా అన్నా, మా ఊరన్నా, చుట్టూ ఉన్న అడివి అన్నా మా అన్నకు చాలా ఇష్టం. అందుకే వేసవి సెలవులకు తప్పకుండా ఇక్కడికొస్తూ ఉంటాడు. నా పుట్టినరోజుకు ఇక్కడుండేటట్లు ప్లాన్ చేసుకురమ్మని ముందే చెప్పడం వల్ల, నా కోరిక తీరింది.

అన్న వచ్చాడంటే నాకూ, నా ఫ్రెండ్స్ కి పండుగే. ఎన్నెన్నో వింతలు, విశేషాలు చెపుతూ ఉంటాడు. ఈసారి ' బిలివ్ ఇట్ ఆర్ నాట్ 'అనే పుస్తకం తెచ్చి అనేక ఆశ్చర్యకరమైన విషయాలను గురించి చెప్పాడు. మేమంతా ఆశ్చర్యంతో తలమునకలైపోయాం. తను చూసిన ఇంగ్లీష్ సినిమాలగురించి, చదివిన పుస్తకాల గురించి...ఇలా ఎన్నో విషయాలు గురించి ఎంతో ఇంట్రెస్టింగ్ గా చెప్పడం అన్నకే చెల్లింది. గత ఏడాది అన్న చేసిన సైన్సు ప్రాజెక్ట్ కి ఎవార్డు, ముఖ్యమంత్రి ఎన్టీఆర్ దగ్గర్నుంచి తీసుకున్న ఫోటో నా ఫ్రెండ్స్ కి ఇప్పటికి గర్వంగా చూపిస్తూ ఉంటాను.

★ ★ ★

అన్న వచ్చిన రెండు వారాలకు, మా ఊరికి మహేశ్వర స్వామి వచ్చారు. ప్రతి ఏడాది ఆయన మా ఊరికి రావడం మామూలే అయినా, ఈసారి ఆయన రావడంతోనే పెద్ద దుమారం రేగింది. 'ఎప్పుడూ ఆయనతో పాటు తెచ్చుకునే అమ్మవారి విగ్రహం, ఆ రోజు ఉదయం హారతి ఇస్తున్న సమయంలో కన్నీరు కార్చడం మొదలుపెట్టింది' అన్న వార్త ఊరంతా క్షణాల్లో పాకిపోయింది. కని విని ఎరుగని ఆ వింతను చూడ్డానికి మేమంతా తరలివెళ్ళాము. ఊరి అవతలుంది స్వామీజీ ఆశ్రమం. దాని లోపలుండే పెద్ద హాల్లోకి వెళ్ళగానే, నాలుగు అడుగుల దిమ్మ మీద ఉంచిన మూడడుగుల ఎత్తున్న అమ్మవారి విగ్రహం కనిపించింది. అమ్మవారు కారుస్తున్న కన్నీరును చూసి జనం హాహాకారాలు చేస్తున్నారు. అమ్మవారి దర్శనమయ్యాక స్వామీజీ దర్శనం చేసుకొని, స్వామీజీ శిష్యుల సూచన మేరకు ఒక ప్రక్కన నిలబడ్డారు వచ్చే జనం. వాలంటీర్లు జనాన్ని కంట్రోల్ చేస్తున్నారు. జనమంతా దర్శనాలు కానిచ్చాక, స్వామీజీ భక్తులను ఉద్దేశించి మాట్లాడారు.

" ప్రియమైన ప్రజలారా నేడు దుర్దినం. ఇలాంటి రోజు వస్తుందని కలలో కూడా అనుకోలేదు. ఈరోజు ఉదయం అమ్మవారికి పూజ చేస్తున్నపుడు, ఈ వింతను మొదటి సారిగా ఇదిగో ఈ వీర్రాజు మాస్టారు గమనించారు. ఆ సమయానికి మాష్టారితో పాటు ఓ పదిమంది దాకా ఇక్కడికి వచ్చారు. వాళ్లు కూడా చూసారు. ఉదయం ఎనిమిది గంటలవరకు మామూలుగా ఉన్న నాతల్లి, ఇలా పూజ మొదలు పెట్టేసరికి, కన్నీరు కార్చడం చూసిన నాకు దుఃఖం ఆగలేదు. 'మీరెందుకు దుఃఖిస్తారు స్వామీ? ఈ ఊరి వల్ల, ఇక్కడున్న ప్రజలవల్ల ఏదో జరిగింది. ఈ ఊరిలో పాపం పెరిగిపోయింది. అందుకే ఈ ఏడాది ఇక్కడ వర్షాలు సమంగా పడలేదు. ఎక్కడ చూసినా క్షామమే' అని నా శిష్యులు అన్నప్పుడు ఆమాట నిజమేమోనని నాకు అనిపించింది. అందుకే ఒక

పరీక్ష పెట్టి, నిర్ధారణ చేసుకోదలిచాను" అన్నారు స్వామీజీ. అందరూ ఆయన వంక అయోమయంగా చూసి, ఒకరి ముఖాలొకరు చూసుకున్నారు.

పదినిమిషాలలో ఏర్పాట్లు జరిగిపోయాయి. అమ్మవారి విగ్రహం ముందు మూడు మీటర్ల, పసుపురాసిన గుడ్డను పరిచారు. దానికి ముందు కాళ్లు కడుక్కోవడానికి, ఒక బిందెతో నీళ్లు, ఒక వెడల్పాటి ప్లేటు పెట్టారు. పరీక్ష ఏమిటో తెలియక అందరూ తికమకపడుతున్న సమయంలో స్వామీజీ గొంతు గంభీరంగా వినపడింది.

"ఎమ్మార్వో గారూ, మీరు ముందుగా ప్రారంభించండి. ఇలా ముందుకొచ్చి, కాళ్లు కడుక్కొని, ఆ గుడ్డమీదుగా నడిచి అమ్మవారిని దర్శించుకోండి" అనగానే, నాన్న భయభక్తులతో, మొదట అమ్మవారికి తర్వాత స్వామీజీ నమస్కరించి, ఆయన చెప్పినట్లే చేశారు. అప్పుడొక అద్భుతం జరిగింది. నాన్న అడుగు గుడ్డమీద మీద పడగానే ఆయన పాదపు ముద్ర రక్తంతో తడిచినట్లు ఎర్రగా కనిపించేసరికి, జనంలో హాహాకారాలు చెలరేగాయి. ఆ ముద్రని చూడగానే నాన్న కంగారుపడుతూ స్వామీజీ వైపు చూసారు. ముందుకి నడవమన్నట్లుగా ఆయన చేయి ఊపారు. నాన్న కలవరపడుతూనే, ముందుకి అడుగులువేశారు. పసుపు రంగు గుడ్డమీద ఎర్రటి ముద్రలు చూస్తుంటే ఆయనకు చెమటలు పట్టాయి. ఆ తర్వాత స్వామీజీ చెప్పినమీదట పూజారిగారు, వీర్రాజు మాస్టారు నడిచారు. వాళ్ళ విషయంలోనూ అలాగే జరిగింది. ఆ తర్వాత అన్నయ్య నన్ను వెళ్ళమని రహస్యంగా చెప్పాడు. నేను ముందుకొచ్చి, 'నేను కూడా నడుస్తాను' అని ధైర్యంగా అన్నాను. స్వామీజీ నవ్వుతూ ఒప్పుకున్నారు. నా ముద్రలు కుడా ఎర్రగానే పడ్డాయి. అంతటితో ఆగకుండా అమ్మవారి కన్నీరుని తాకి, 'ఉప్పగా ఉన్నాయి' అని చెప్పాను అన్నతో. నేను చేసిన ఆకతాయి పనికి నాన్న చివాట్లు పెట్టారు. శిష్యులు కోపంతో నన్ను పక్కకు లాగేశారు.

"దీనిని బట్టి తేలిపోయింది, మీ ఊరిలో పాపం పెరిగిపోయిందని. ఇవ్వాళ నేను పిలిచిన ముగ్గురూ నిజాయితిపరులు, దైవచింతన గలవారు, పాపభీతి కలవారు. మీ ఊరి ప్రతినిధులుగా వాళ్ళను పిలిచాను. ఊర్లో పాపులు పెరగడంవల్ల ఆ ప్రభావం అందరి మీద పడడం వల్ల, వాళ్ళ పాదాల ముద్రలు ఎర్రగా మారడం జరిగిందని మీరు గ్రహించాలి. ఆఖరికి అన్నెం పున్నెం ఎరుగని ఆ పసివాడి విషయంలోను అలాగే జరిగిందంటే పరిస్థితి ఏ స్థితిలో ఉందో మీరు తెలుసుకోవాలి" అన్నారు. ఆ తర్వాత పరిష్కారం గురించి, చర్చ జరిగింది. మహా యాగం ఒక్కటే దీనికి పరిష్కారమని చెపుతూ, అది బాగా ఖర్చుతో కూడుకున్నదని స్వామీజీ సంశయిస్తుంటే,నాన్న, వీర్రాజు మాస్టారు, మరి కొద్దిమంది పెద్దలు, అవసరమయిన డబ్బు పోగుజేసే బాధ్యత నెత్తిమీద వేసుకొని స్వామీజీ ని ఒప్పించారు. ఇదంతా వింటున్న అన్న ముఖం చూస్తే, అప్రసన్నంగా ఉన్నట్లు, ఏదో దీర్ఘాలోచనలో ఉన్నట్లు నాకనిపించింది. అదేమిటో అడిగి తెలుసుకొనే అవకాశం కుదరలేదు.

ఉన్నట్టుండి అన్న ముందుకొచ్చి, స్వామీజీకి నమస్కరించి, "మీరు కూడా అక్కడ నడిస్తే చూడాలని ఉంది" అనగానే నాన్నకు కోపం వచ్చింది. స్వామీజీ శిష్యులు, అన్న మీద విరుచుకు

పడబోతే, ఆయనే వారించి, చిరునవ్వు నవ్వుతూ ఆసనం దిగి వచ్చారు. భక్తులంతా ఆయనకు మొక్కడం మొదలెట్టారు. అందరూ ఉత్కంఠతో చూస్తుండగా ఆయన కాళ్లు కడుక్కొని, గుడ్డ మీదుగా నడిచారు. 'ఆశ్చర్యం!!' ఎరుపు ముద్రలు పడలేదు. జనమంతా స్వామీజీకి జై కొట్టారు. అన్న ముఖం నెత్తురుచుక్క లేనట్లుగా పాలిపోయింది. "నీ లిమిట్స్ లో నువ్వుండు" అన్నట్లు నాన్న, అన్న వైపు కోపంగా చూసేసరికి నాకు వణుకు పుట్టింది. అయినా అన్న తొణకలేదు, బెణకలేదు. కానీ నాన్నగారిని చూస్తూ గౌరవంగా తలూపాడు.

మూడు రోజుల తర్వాత నా పుట్టినరోజు వచ్చింది. ఆ రోజు సాయంత్రం, నాన్న గ్రాండ్ పార్టీ ఇచ్చారు. చాలామంది గెస్ట్ లొచ్చారు. పార్టీ ముగుస్తుండగా, అన్న ఒక మేజిక్ షో చేస్తానని ప్రకటించాడు. అందరం ఆశ్చర్యపోతూ దాని కోసం ఎదురు చూసాం. అన్నీ ముందుగానే ఏర్పాటు చేసుకున్నాడు కాబోలు, ఇద్దరు నౌకర్లు గబ గబా రెండు పెట్టెలు, ఒక టేబుల్, బిందెతో నీళ్లు సిద్ధం చేసారు. మేమంతా కుతూహలంతో చూస్తున్నాము. అన్న, పెట్టిలోంచి మట్టితో చేసిన అమ్మవారి విగ్రహం ఒకటి తీసి టేబుల్ మీద పెట్టాడు. ఆ తర్వాత అమ్మవారి విగ్రహానికి నమస్కరించి, హారతి ఇచ్చాడు. కాస్సేపట్లో గగ్గోలు ప్రారంభమైంది. అమ్మవారి కళ్ళమ్మట నీళ్లొస్తున్నాయి. జనంలో కలవరం మొదలయింది. నాన్న నోరు వెళ్ళబెట్టి అటే చూస్తూ ఉండిపోయారు. ఆ తర్వాత అన్న సూచన ప్రకారం, నౌకర్లు పసుపు రంగు గుడ్డనొకదాన్ని నేల మీద పరిచారు. అన్న, అక్కడున్న నీళ్లతో కాళ్లు కడుక్కొని, గుడ్డమీద అడుగు వేయగానే అతని పాదపు ముద్ర ఎర్రగా రక్తంలా కనిపించగానే, జనంలో గొప్ప అలజడి చెలరేగింది. "ఇదెలా చేసావు? స్వామీజీ లా నీకు మహత్యాలున్నాయా?" అంటూ జనం చుట్టూ మూగి, ప్రశ్నలు వేస్తుంటే, అన్న నవ్వుతూ" మాయా లేదు మర్మమూ లేదు. ముందే చెప్పానుగా మేజిక్, అంతే" అన్నాడు. "ఎలా చేసావు? దీని రహస్యం చెప్పవా?" అంటూ అమ్మతోసహా అందరూ బతిమాలారు. "చెప్తాను. ముందు అందరూ కూర్చోండి"అంటూ మొదలుపెట్టాడు.

"ఈ మట్టి విగ్రహం లోపల అంతా గుల్లగా ఉంటుంది. అమ్మవారి కళ్ళ దగ్గర చిన్న చిన్న రంధ్రాలు చేసి, మైనంతో కప్పేసాను. ఆ తర్వాత విగ్రహాన్ని తలక్రిందులు గా చేసి, కిరీటం నుంచి మెడవరకు కొద్దిగా తడిచేసిన సముద్రపు ఉప్పును నింపి, సిమెంట్ తో సీల్ చేసేసి, రెడీ చేసాను. హారతిచ్చే సమయానికి ఉప్పు చాలా వరకూ నీళ్లయిపోయి, బయటపడ్డానికి రెడీ గా ఉన్నపుడు హారతి ఇస్తూ అమ్మవారి కళ్లదగ్గర వేడి తగిలేలా జాగ్రత్త పడ్డాను. ఆ వేడికి మైనం కరిగిపోయి నీళ్లు బయటకొచ్చాయి" అంటూ ముగించగానే అందరూ ఆనందంతో చప్పట్లు కొట్టారు. నా కెంతో గర్వమనిపించింది. ఆ తర్వాత రక్తపు ముద్రలగురించి చెప్పాడు. " పారాణి తయారుచేసే టెక్నిక్ ఇది. ఈ నీళ్లలో ముందే సున్నం కలిపాను. సున్నం, పసుపు కలిస్తే ఎర్రటి రంగు వస్తుందిగా? అదే టెక్నిక్" అనగానే అందరూ ఆశ్చర్యంతో నోళ్లు వెళ్ళబెట్టారు. 'పదహారేళ్ళ కుర్రాడికి ఎన్ని తెలివితేటలో!!' అని మెచ్చుకున్నారు. అయితే అన్న గొప్పతనాన్ని మెచ్చుకోని వాళ్ళు కూడా

చాలామంది ఉన్నారని అప్పుడే తెలిసింది. వాళ్లలో మొదటివారు వీర్రాజు మాస్టారు. "ఈ మేజిక్కులకేం? స్వామిజీ నడిచినప్పుడు ఎర్రటి ముద్రలు పడలేదుగా? అలా చేసి చూపించు. అప్పుడు చూద్దాం" అంటూ హేళనగా మాట్లాడారు. అన్న ముఖం పాలిపోయింది. "అది ఇప్పుడు నేను చేయలేను.దానికి..." అంటుండగా మాస్టారు గట్టిగా నవ్వి, ," అనుకున్నాను, నీ వల్ల కాదని. స్వామీజీ అంటే మాటలనుకున్నావా? నీలాంటి వాళ్లు ఆయన కాలి గోటికి కూడా సరిపోరు" అని వెటకారంగా అంటున్నా, అన్న మాత్రం బెదరలేదు. "అది ఎలా జరిగిందో చెప్తాను వినండి. ఇలాంటి ఛాలెంజ్ వస్తుందని ముందే ఊహించిన ఆయన, ముందుగానే పాదాలకు వాటర్ ప్రూఫ్ జెల్ రాసుకొని ఉంటారు. దానివల్ల సున్నపు నీళ్లు సహజంగా పాదాలకు అంటుకోవు. అందుకే ఆ ముద్రలు పడలేదు" అంటూ వివరణ ఇచ్చేసరికి, నాన్నతో సహా అందరూ చప్పట్లు కొట్టారు.

"ఇంత తెలిసినవాడివి, నువ్వలా చేసి చూపించొచ్చు కదా? "అంటూ సవాల్ చేశారు వీర్రాజు గారు.

"కానీ అలాంటి జెల్ ఈ ప్రాంతంలో దొరకదు..." అంటుంటే మళ్ళీ అడ్డుతగిలి,

" ఓస్.. ఈ కబుర్లకు నీ బుట్టలో పడిపోము. స్వామీజీ మహిమలు ఇక్కడ ఉన్నవాళ్ళందరికి తెలుసు. నీ లాంటి బచ్చాల వల్ల ఆయన పేరేమీ తగ్గిపోదు. తప్పుచేశావు. తప్పు ఒప్పుకొని ఆయన కాళ్ళ మీద పడు. లేదా నాశనం అయిపోతావు" అని శాపనార్థాలు పెట్టారు, వీర్రాజుగారు. అప్పుడు అన్నేమీ అనలేదుగాని, నాన్నతో సహా సగానికిపైగా జనం అన్న ను సపోర్ట్ చేశారు. అలా చీలిపోయిన రెండు వర్గాల మధ్య వాగ్యుద్ధం జరిగింది. ఆ తర్వాత ఎవరిమానాన వారు వెళ్లిపోయారు. తుఫాన్ వచ్చి వెలిసినట్లైంది. మొత్తానికి నా పుట్టినరోజు ఎన్నటికి మర్చిపోలేనట్లు చేసాడు అన్న.

అలా అన్న పెద్ద సాహసమే చేసాడు. అందువల్ల స్వామీజీ శిష్యులు, అభిమానులు అన్నకు ఏదైనా కీడు చేస్తారని, అన్నకు రక్షణ ఏర్పాటు చేసి, తగిన జాగ్రత్తలు చెప్పారు నాన్న. నాలుగు రోజుల తర్వాత, అన్న బయలుదేరే రోజు వచ్చింది. అన్నకు ఏ హాని జరగనందుకు హాయిగా ఊపిరి పీల్చుకున్నారు అమ్మా,నాన్నా.

కానీ ఆ రోజు ఉదయమే అన్నకు హఠాత్తుగా ఆరోగ్యం పాడయింది. తీవ్రమైన తలనొప్పి, జ్వరం, విపరీతమైన చలితో బాధపడిపోతుంటే, నాకు ఏడుపొచ్చింది. వెంటనే డాక్టర్ ని పిలిపించారు. లక్షణాలు చూసి మలేరియా కావచ్చు అన్నారు. కానీ, టెస్ట్ రిజల్ట్స్ దానికి అనుకూలంగా లేవన్నారు. వ్యాధి ఫలానా అని నిర్ధారణ చేయలేని లోకల్ డాక్టర్, అన్నను వెంటనే సిటీకి తీసుకెళ్లిపోమని సలహా ఇచ్చారు. అన్న ఆరోగ్య పరిస్థితి అందరికి తెలిసిపోయింది. వీర్రాజు గారితో సహా చాలామంది చూడ్డానికి వచ్చారు. అన్న చేసిన పనికి ఇలా అనుభవిస్తున్నాడని, ఆయనతో సహా చాలామంది అనడం అన్న చెవుల్లో పడింది. " ఈ జనం మారరు" అని నిరాశగా అన్నాడు.

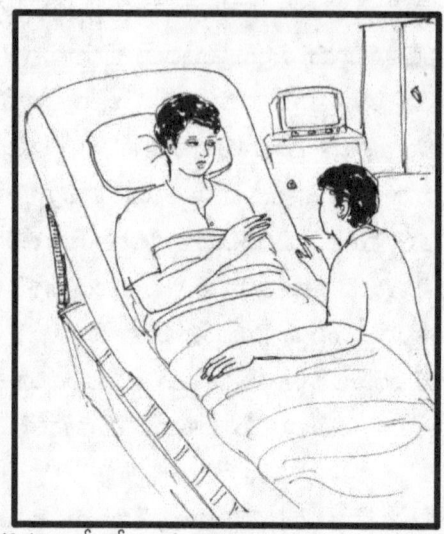

అన్నను సిటీ హాస్పటల్లో చేర్చాక, కొంత మెరుగు కనిపించింది. అన్నకొచ్చిన వ్యాధి 'ఫాల్సిఫారం' అనే ప్రాణాంతకమైన మలేరియా అని తెలియగానే, అందరికి వణుకు పుట్టుకొచ్చింది.

ట్రీట్మెంట్ చేస్తుండగానే అది సెరిబ్రెల్ మలేరియా గా మార్పుచెందింది. పరిస్థితి విషమించింది. డాక్టర్లు చేతులెత్తేసారు. అన్న బతకడని, అతనికి కూడా తెలిసిపోయింది.

"తమ్ముడూ నాకో ప్రోమిస్ చేయరా. నువ్వు పెద్దయ్యాక ఈ మూర్ఖపు జనాన్ని మార్చే ప్రయత్నం చేయరా. నేనిప్పుడు చచ్చిపోతున్నందుకు బాధ పడటం లేదు. ఒక దోమ వల్ల కాక, వాళ్లు దేవుడిలా కొలిచే స్వామీజీ వల్ల నేను చనిపోయాననుకుంటారనే నా బాధంతా." అవే అన్న చివరి మాటలు.

★★★

అరవింద డైరీ చదవడం పూర్తిచేసింది. ఆమెలో మునుపటి కోపం లేదు. పెళ్ళయిన తర్వాత మొట్టమొదటిసారిగా ప్రదీప్ కోణంలో ఆలోచించడం ప్రారంభించింది. తిరిగి వచ్చిన ప్రదీప్ ఆమెలో మార్పు గమనించాడు. "చిన్నప్పుడు నేను పెరిగిన 'సిరిపల్లె' ఈ ప్రాంతంలోనే ఉంది. అక్కడి జనం ఇంకా మారలేదు. అలాగే ఉన్నారు. ఈ ప్రాంతమంతా అలాగే ఉంది. అందుకే శక్తి వంచన లేకుండా ప్రయత్నించి, వాళ్ళలో మార్పు తేవాలని, అన్నకిచ్చిన మాట నిలబెట్టుకోవాలని ఆశపడుతున్నాను. మరి నీ అభిప్రాయం ఏమిటి?" అని అడిగాడు ఎంతో ఆశగా. అరవింద అతనికి దగ్గరగా జరిగి, ప్రేమగా అతని చేతిని, తన చేతిలోకి తీసుకొని, " అంతా తెలుసుకున్నాను కదా? మీరు తలపెట్టిన యజ్ఞంలో పాలు పంచుకోవడానికి, నేను ఏం చెయ్యాలా? అని ఆలోచిస్తున్నాను" అనగానే ప్రదీప్ తలపై పూల జల్లు కురిసినట్లయింది.

# ఇవి కూడా చదవండి

పదమూడు రోజులు
యూరప్ పర్యాటక వివరాలతో కల్పిత
నవల
కొయిలాడ రామ్మోహన్ రావ్
వినూత్న ప్రయోగం
Rammohan photography


చిత్ర కథానందనం
కథా మాలిక
కొయిలాడ రామ్మోహన్ రావు

కొయిలాడ రామ్మోహన్‌రావు

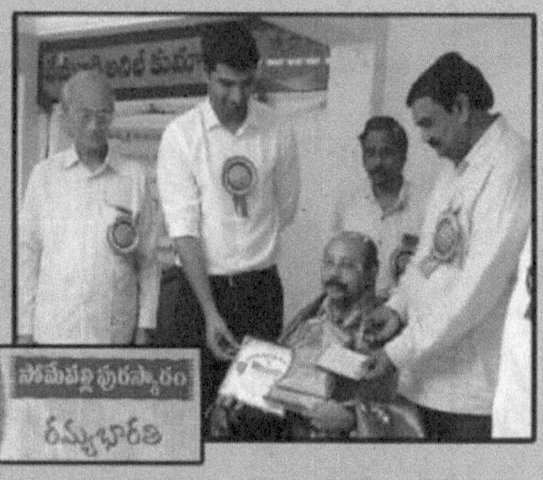

స్వాతి వీక్లీ లో

డాక్టర్ సాల్ కథకు

పదివేల రూ. బహుమతి

Presented Portrait painted by me to Rtn Mark Malony Rotary Intenational President at Kolkata

'దొంగదెబ్బ'కు ప్రథమ బహుమతి

Best Regional Chairman Award for Cancer Awareness

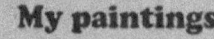

**My paintings**

# Tourist places visited & Photography

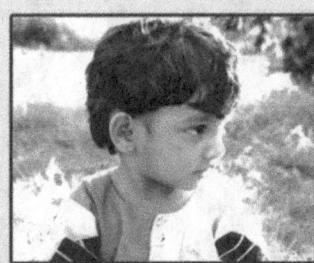

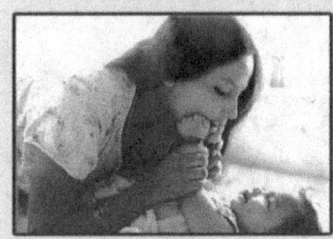

# KASTURI VIJAYAM

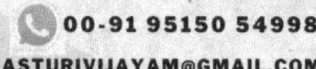

📞 00-91 95150 54998

KASTURIVIJAYAM@GMAIL.COM

## *SUPPORTS*

- PUBLISH YOUR BOOK AS YOUR OWN PUBLISHER.

- PAPERBACK & E-BOOK SELF-PUBLISHING

- SUPPORT PRINT ON-DEMAND.

- YOUR PRINTED BOOKS AVAILABLE AROUND THE WORLD.

- EASY TO MANAGE YOUR BOOK'S LOGISTICS AND TRACK YOUR REPORTING.